ഗ്രീൻ ബുക്സ്

ചരിത്രപഥത്തിലെ രണ്ടു കള്ളന്മാർ

ജയചന്ദ്രൻ പി.കെ.

കണ്ണൂർ ജില്ലയിൽ രാമന്തളി സ്വദേശി.
കഴിഞ്ഞ രണ്ടു പതിറ്റാണ്ടിലേറെയായി
ബഹ്റൈനിൽ ജോലി ചെയ്യുന്നു.
ആനുകാലികങ്ങളിൽ
കഥകളും നോവലും എഴുതുന്നു.
Email: jaypk72@gmail.com

AF519115

കഥ

ചരിത്രപഥത്തിലെ രണ്ടു കള്ളന്മാർ

ജയചന്ദ്രൻ പി.കെ.

ഗ്രീൻ ബുക്സ്

green books private limited
gb building, civil lane road, ayyanthole,
thrissur- 680 003, kerala, ph: +91 487-2381066, 2381039
website: www.greenbooksindia.com
e-mail: info@greenbooksindia.com

branches:
thrissur 0487-2422515
thiruvananthapuram 0471-2335301
calicut 0495 4854662

malayalam
charithrapadhathile randu kallanmar
story
by
jayachandran p k

published september 2023
copyright reserved
cover image : kabita mukhopadhyay
cover design : s. mahendra

printed in india
manipal technologies ltd.

isbn : 978-81-19486-20-5

---

no part of this publication may be reproduced,
or transmitted in any form or by any means,
without prior written permission of the publisher.

₹ 200.00
GBPL/1321/2023

ഉള്ളടക്കം

ആമുഖം

കഴിഞ്ഞ ഇരുപതു വർഷങ്ങളിൽ പലപ്പോഴായി എഴുതിയ പത്തു കഥകളാണ് ഈ പുസ്തകത്തിലുള്ളത്. ഒരു പക്ഷേ എന്റെ അനുഭവജീവിതത്തിന്റെ മറുപുറം സ്വകാര്യമായി എനിക്ക് തിരിച്ചറിയാൻ കഴിയുന്ന ലിഖിതരേഖയാണ് ഈ പുസ്തകമെന്ന് തോന്നുന്നു. ദീർഘകാലത്തെ സർഗാത്മകമായ ആലോചനകളുടെ ചുരുക്കെഴുത്താണ് എന്നെ സംബന്ധിച്ചിടത്തോളം ഇവ. മറ്റൊരു കാര്യം, കഴിഞ്ഞ രണ്ടു പതിറ്റാണ്ടോളമായി, ആനുകാലികങ്ങളിൽ പ്രസിദ്ധീകരിക്കുന്നതിനു മുമ്പും ശേഷവും ഇതിലെ പല കഥകളും നിരന്തരം എന്റെ തിരുത്തലുകൾക്ക് വിധേയമായിട്ടുണ്ട്. അത് വളരെ വ്യക്തിപരമായ ഒരു സന്തോഷത്തിന്റെ കാര്യമാണ്.

മലയാളിയുടെ ജീവിതത്തിൽ കഴിഞ്ഞ ഇരുപതു വർഷങ്ങളിൽ ഉറഞ്ഞുകൂടിയ ആഴമുള്ള അനുഭവം ഈ കഥകളിൽ വായിച്ചെടുക്കാൻ കഴിയുമോ എന്നെനിക്ക് അറിഞ്ഞുകൂടാ. അതിന്റെ കണക്കെടുപ്പ് രൂപപ്പെടേണ്ടത് വായനക്കാരന്റെ ഉള്ളിലാണ്. മിക്കവാറും അഞ്ചോ പത്തോ കഥകളെ ചൊല്ലിയുള്ള ആലോചനകൾക്കൊടുവിലാണ് ഒരു കഥ യാഥാർത്ഥ്യമാവുന്നത്. അത്തരത്തിൽ ഉപേക്ഷിക്കപ്പെട്ട കഥകളിൽനിന്നും ബാക്കിയായ പത്തു കഥകളാണിവ. ഓരോ കഥയും എഴുതിത്തുടങ്ങുമ്പോൾ അത് കഥയായി സ്വന്തം കാലിൽ നിൽക്കുമോ എന്ന് എഴുത്തുകാരന് ഒരു ഉറപ്പുമില്ല എന്നതാണ് അനുഭവം. ഓരോ കഥയുടെയും പിറവി അങ്ങനെയുള്ള അനിശ്ചിതത്വത്തിനൊടുവിൽ സ്വാഭാവികമായി സംഭവിക്കുന്നതാണ്.

ഈ കഥകളിലെ ഓരോ വാക്കും വരിയും അങ്ങേയറ്റം ശ്രദ്ധയോടെ എഴുതിയതാണെന്നു മാത്രം പറയാം.

ചില കഥകൾക്കു പിന്നിൽ മാസങ്ങൾ നീണ്ടു നിന്ന അധ്വാനമുണ്ട്. എഴുതാൻ ഇരിക്കുന്നതിനു മുൻപേ സംഭവിച്ച ദീർഘമായ ആലോചനകളുണ്ട്. കഥയെഴുത്ത് മനസ്സും അധ്വാനവും സമയവും കൂടിച്ചേർന്ന ഗൗരവമേറിയ ഒരു സർഗ്ഗപ്രക്രിയ ആണെന്ന ഉത്തമ ബോധ്യമുള്ളതുകൊണ്ട്, ഈ കഥകളുടെ എഴുത്തും തിരുത്തും അലസത പൂർണ്ണമായും ഒഴിവാക്കിക്കൊണ്ട്, നിർവഹിക്കപ്പെട്ടതാണെന്ന് വിനയപൂർവം പറയട്ടെ. ഒരെഴുത്തുകാരനെ സംബന്ധിച്ചിടത്തോളം തികച്ചും സ്വകാര്യമായ ആനന്ദം അതാണെന്നു കരുതുന്നു.

ജീവിതത്തോടുള്ള ഒരെഴുത്തുകാരന്റെ എളിയ തോതിലുള്ള സർഗ്ഗാത്മകമായ പ്രതികരണമാണ് കഥകളെന്നാണ് എനിക്ക് തോന്നിയിട്ടുള്ളത്. അതുകൊണ്ടുതന്നെ ജീവിക്കാൻ വേണ്ടിയുള്ള പരക്കംപാച്ചിലിനിടയിൽ കണ്ടുമുട്ടിയവരും ഒപ്പം കൂടിയവരുമായ മനുഷ്യരുടെ സംഘർഷങ്ങളുടെ മറു ജീവിതം പണിയുവാനുള്ള എളിയ പരിശ്രമത്തിൽനിന്നു കിട്ടുന്ന സന്തോഷം എന്നതിനപ്പുറം, ഈ കഥകളെക്കുറിച്ച് മറ്റൊരവകാശവാദത്തിനും മുതിരുന്നില്ലെന്ന് ഉറപ്പു തരുന്നു.

ഈ കഥകൾ പുസ്തകമായി തീരുമ്പോൾ, ഒരുപാട് പേരോട് നന്ദി അറിയിക്കേണ്ടതുണ്ട്. കഥകളുടെ പഠനം ഉചിതമായും ഭംഗിയായും നിർവഹിച്ച പ്രിയ സുഹൃത്ത് എഴുത്തുകാരനും വാഗ്മിയുമായ ശ്രീ. പി.കെ. സുരേഷ് കുമാറിന് എന്റെ സ്നേഹവും നന്ദിയും അറിയിക്കുന്നു. അതുപോലെ ഈ പുസ്തകം സാധിതപ്രായമാക്കിയ ഗ്രീൻ ബുക്സിന്റെ അണിയറ പ്രവർത്തകർക്കും എന്റെ ഹൃദയം നിറഞ്ഞ സ്നേഹവും നന്ദിയും. ഈ കഥകൾ പലപ്പോഴായി ആനുകാലികങ്ങളിൽ പ്രസിദ്ധീകരിക്കാൻ സഹായിച്ച വാരികകളിലെ പത്രാധിപന്മാർ, കഥകൾ സൂക്ഷ്മമായി വായിച്ച് വിശദമായി അഭിപ്രായങ്ങൾ അറിയിച്ച ആത്മസുഹൃത്തുക്കൾ, കഥകൾ ചർച്ച ചെയ്ത വേദികളിൽ സജീവമായി ഇടപെട്ട സഹൃദയരായ സുഹൃത്തുക്കൾ, ബഹ്റൈനിലേയും യു.എ.ഇ. യിലേയും സാഹിത്യതത്പരരായ സുഹൃത്തുക്കൾ എന്നിവർക്കും എന്റെ ഹൃദയം നിറഞ്ഞ സ്നേഹവും നന്ദിയും അറിയിക്കുന്നു.

ജയചന്ദ്രൻ പി.കെ.

അനുഭവം ഭാഷയാകുമ്പോൾ

പി.കെ. സുരേഷ്കുമാർ

കഥകളാൽ നിർമ്മിക്കപ്പെട്ടതാണ് ലോകം. ബാക്കിയാകുന്ന മനുഷ്യർക്കിടയിലെ കഥയായി, മാഞ്ഞുപോയവർ തുടരുന്നു. അനുനിമിഷം സംഭവിക്കുന്ന കഥയുടെ ചേർത്തുവെയ്പാണ് (സ്വന്തം) ജീവിതം എന്ന് ഏതെങ്കിലും ഘട്ടത്തിൽ, ഏതെങ്കിലുമളവിൽ, നമ്മളറിയുന്നുണ്ട്. എത്രമേൽ നിരർത്ഥകമായിരുന്നു കഥാബാഹ്യം എന്ന പ്രയോഗം! സാഹിതീയസമീപനങ്ങളിലെ വെട്ടലും തിരുത്തലും കേവലമായ സൈദ്ധാന്തികവിഷയമല്ല.

ഇന്ദ്രിയാനുഭവങ്ങളെ അധികതീവ്രതയോടെ ഏറ്റുവാങ്ങുകയും തട്ടിവീണതും പിടഞ്ഞെണീറ്റതുമായ സന്ദർഭങ്ങളെ ആന്തരികജീവിതത്തിന്റെ ചുവരിൽ കൂടുതലാഴത്തിൽ പതിപ്പിക്കുകയും അവയെ ഓർമ്മയായി വീണ്ടെടുക്കുകയും ഭാഷയിലൂടെ പകർന്നുനൽകുകയും ചെയ്യുന്ന പ്രക്രിയയാണ് എഴുത്ത് എന്നതിനാണ് ജയചന്ദ്രന്റെ കഥകളും പ്രാഥമികമായി, സാക്ഷ്യം നിൽക്കുന്നത്. സമകാലമാണ് ഈ ആഖ്യാനങ്ങളുടെയെല്ലാം സമയസൂചിക. ഭൂതഭാവികൾ ഓർമ്മയായും ഭാവനയായും ജിജ്ഞാസയായും ഉൽക്കണ്ഠയായും വർത്തമാനത്തിൽ വന്നണയുന്നു. അടിയൊഴുക്കായും മേൽപ്പരപ്പായും ഉടനീളം പിന്തുടരുന്ന നേരിയ നർമ്മം ആഖ്യാനത്തേയും അതുവഴി തെളിയുന്ന ജീവിതത്തേയും ഭാരരഹിതമാക്കുന്നു. അസഹ്യമായ സന്ധികളുടെ ഹ്രസ്വമെങ്കിലുമായ ഇടവേളകളെ ആഹ്ലാദമായറിയുന്ന കഥാപാത്രങ്ങൾ ജയചന്ദ്രന്റെ കഥകളെ പ്രത്യാശയുടെ വാസ്തുശില്പമാക്കിത്തീർക്കുന്നു.

പത്തു കഥകളുള്ള ഈ സമാഹാരം ചാത്തൂട്ടിക്കള്ളന്റെ ജീവിതം പറഞ്ഞാണ് നമ്മളെ വരവേൽക്കുന്നത്. നമ്മുടെ ഭാഷയിലെ ആദ്യകഥ ഒരു കള്ളനെക്കുറിച്ചായിരുന്നു എന്ന കൗതുകകരമായ ഓർമ്മ അബോധപ്രേരണയായി ജയചന്ദ്രനിൽ പ്രവർത്തിച്ചിട്ടുണ്ടാകുമോ? വാസനാവികൃതിയുടെ കഥാകാരൻ നമ്മുടെ (ജയചന്ദ്രന്റേയും) നാട്ടുകാരനാണ് എന്നതും യാദൃച്ഛികം. കള്ളൻ, മറ്റെല്ലാവരേയുംപോലെ, ഒരു ചരിത്രനിർമ്മിതിയാണ്. സ്വകാര്യസ്വത്തിന്റെ മറുപുറമാണയാൾ. സമ്പത്ത് വ്യക്തിയുടെ അവകാശമായിത്തുടരുന്ന ഒരു സാമൂഹികഘടനയ്ക്കകത്തുതന്നെ, സംശയരഹിതമായും, കള്ളനുമുണ്ടാകും. പൂട്ടിനുള്ളിലെ പ്രധാനഭാഗങ്ങളിലൊന്നിനെ കള്ളൻ എന്ന് മലയാളികൾ പറയുന്നത് ഇക്കാര്യവുമായി ബന്ധപ്പെടുത്തി നേരത്തേയും വിശദീകരിക്കപ്പെട്ടിട്ടുണ്ട്.

ഒരു മനുഷ്യൻ എന്ന കഥയിൽ കള്ളന്റെ ദൈവികതയെയാണ് ബഷീർ കാട്ടിത്തന്നതെങ്കിൽ, മോഷണത്തിൽ തെളിയുന്ന ഭാവനാശേഷിയിലാണ് ജയചന്ദ്രന്റെ ഊന്നൽ. ചരിത്രം കൂടെക്കൂട്ടാത്ത മനുഷ്യർ എല്ലാ മണ്ഡലങ്ങളിലുമെന്നപോലെ മോഷണത്തിലുമുണ്ട്. ഈയറിവുകൊണ്ടാകാം, മിത്തിക്കലായ ആടയാഭരണങ്ങളോടെ സമൂഹസ്മൃതിയിൽ തിളങ്ങുന്ന കള്ളൻ കോലപ്പനെക്കുറിച്ചുള്ള ഓർമ്മ ചാത്തൂട്ടിക്കള്ളനിൽ നിരാശയായി പെരുകാത്തത്. മാത്രവുമല്ല, ചെയ്യാത്ത കൊലപാതകത്തിന്റെ പേരിൽ കുറ്റവാളിയാകുമ്പോഴും, പരിചിതത്വത്തിന്റെ ആഴം കുറയുകയും ജന്മവർഷങ്ങളുടെ അകലം കൂടുകയും ചെയ്യുന്ന ഒരു കാലം ചാത്തൂട്ടിക്കള്ളനെ ആഘോഷിക്കുന്നത് ഭാവന ചെയ്യുന്നു അയാൾ.

ഏതൊരാളും പലരാണ്. പ്രലോഭനമുണരാത്തതല്ല, അതിൽ വീഴാത്തതാണ്, ഒരാളെ ക്രിസ്തുവാക്കുന്നത്. ഒറ്റയാദർശത്തിന്റെ ഖരരൂപമായ വ്യക്തി ഒരസാധ്യത തന്നെ. കൗമാരത്തുടക്കത്തിൽ നാടുവിട്ട തോക്കൻ സുനി അന്നും ദുർവാസനകളുടെ മാത്രം സഞ്ചയമായിരുന്നില്ലല്ലോ. ശുഭകേശനായി അവനു മാറാൻ മൂന്നരപ്പതിറ്റാണ്ടെന്തിന്? രാഷ്ട്രം പ്രതീതിനിഷ്ഠവും പ്രദേശം അനുഭവയാഥാർത്ഥ്യവുമായതുകൊണ്ടാണ് രാമന്തളിയിൽ തിരിച്ചെത്തുമ്പോഴേക്കും അയാളിലെ വെച്ചുചാർത്തുകൾ സ്വയമേവ അടർന്നുമാറുന്നത്. ഒരു ചെറുനാട്ടിലെ സാധു

മനുഷ്യരുടെ കിണറുകളിലേക്കൊഴുക്കിവിടുന്ന കക്കൂസു വെള്ളത്തിൽ രാഷ്ട്രത്തിന്റെ വികസനം വേരാഴ്ത്തുന്നു. വെളിച്ചത്തിന്റെ മറുപുറത്തെ ഭീകരമായ ഈ ഇരുട്ട് ഏഷ്യയിലെ ഏറ്റവും വലിയ നാവികകേന്ദ്രം ബാക്കിയാക്കുന്ന യാഥാർത്ഥ്യമായിത്തീരുന്നു. ബൃഹദാഖ്യാനങ്ങളിൽ റദ്ദായിപ്പോകുന്ന ഇത്തരം സൂക്ഷ്മാനുഭവങ്ങളാണ് മനുഷ്യന്റെ സ്വത്വത്തിനാധാരം. ഹിമാലയം എന്ന 'ക്ലാസിക്കൽ' പർവ്വതനിരകളല്ല, ഏഴിമലക്കുന്നുകളാണ്, അവിടത്തെ മരങ്ങളും കുളങ്ങളും നടവഴികളുമാണ്, രാമന്തളിക്കാരുടെ ദൈനംദിനങ്ങളെ നിർമ്മിച്ചത്. ശുഭകേശന്റെ ആർക്കും കാണാവുന്ന സമൃദ്ധമായ മുടിനാരുകൾക്കിടയിൽ മറഞ്ഞു കിടക്കുന്ന ഒഴിഞ്ഞ ഇത്തിരിവട്ടത്തിൽ വിരൽ തൊടുമ്പോൾ സ്വന്തം മകൻ സുനി അമ്മയ്ക്കുള്ളിൽ വെളിപ്പെടുന്നു. ഉന്മാദം എന്ന അതീതയാഥാർത്ഥ്യത്തിലേക്ക് നിഷ്പ്രയാസം തെന്നിമാറുന്ന ശുഭകേശനിലൂടെ മനുഷ്യപ്രകൃതത്തിന്റെ അയവ് ഒന്നുകൂടി വായനക്കാർക്ക് തെളിഞ്ഞുകിട്ടുന്നു.

സ്ത്രീ ഒരു വിവർത്തനമാണ്. ആൺലോകമുണ്ടാക്കിയ സ്ത്രീസങ്കല്പത്തിലേക്ക് നിരന്തരം സ്വയം വിവർത്തനം ചെയ്തുകൊണ്ടാണ് ഒരുവൾ സ്വന്തം രാപ്പകലുകളെ സംഘർഷരഹിതമാക്കാൻ ശ്രമിക്കുന്നത്. ആത്മാവിഷ്കാരമല്ലാതായിപ്പോകുന്ന ജീവിതം പക്ഷേ, പെണ്ണകങ്ങളെ തിളപ്പിക്കുന്നുണ്ട്. സ്ത്രീവാദമായി രേഖപ്പെടുന്നത് ഈ തിളയുടെ പുറംനീരാവികളും അകം തണുപ്പിക്കാനുള്ള യുക്തിയുടെ വിശദീകരണങ്ങളുമാണ്. അതേ സമയം, പുരുഷാധിപത്യത്തിന്റെ ലോകബോധത്തെ സ്വാഭാവികമെന്നോണം സ്വാംശീകരിച്ച സ്ത്രീകൾ, വിചാരമണ്ഡലത്തിലെ ഗംഭീരമായ ഇടപെടലുകളെ ഏതാണ്ട് റദ്ദുചെയ്തുകൊണ്ട്, ഇതരവിഭാഗങ്ങൾക്കൊപ്പം, ലിംഗസമത്വം എന്ന ആദർശത്തിനെതിർ നിൽക്കുന്നു.

'ഈജിപ്ത്' എന്ന കഥയിലെ അരവിന്ദൻ അഭിമാനത്തേയും അന്തസ്സിനേയും പൗരുഷമായി ചേർത്തുവെച്ച് ആഘോഷമാക്കുന്നയാളാണ്. നിർമ്മലയുടെ ചെലവിലാണ്, അവളുടെ ആത്മബോധത്തിന്റേയും സ്വാതന്ത്ര്യത്തിന്റേയും വേരറുത്താണ്, ഈ ആഹ്ലാദം എന്നത് അയാളെ അസ്വസ്ഥനാക്കുന്നില്ല. ഒരുപക്ഷേ, അയാൾ അതറിയുന്നുപോലുമില്ല. നിർമ്മലയുടെ സൂചനകളേയും

അഭ്യർത്ഥനകളേയും വേറൊരർത്ഥത്തിൽ മനസ്സിലാക്കാൻ അയാൾ പരുവപ്പെട്ടുകഴിഞ്ഞു. ബുദ്ധിജീവിയാണ് അരവിന്ദൻ എന്നത് കഥയ്ക്ക് അധികമാനം നൽകുന്നു. ജീവിതസന്ദർഭങ്ങളുടെ താപമാണ് സമരങ്ങളുടെ ഗർഭഗൃഹം എന്ന ചരിത്രപാഠം വ്യക്തിജീവിതത്തിലും പ്രവർത്തിക്കാതിരിക്കുന്നില്ല. സഹനങ്ങളുടെ തുടർച്ചയിൽ നിർമ്മല, മക്കളെക്കൂട്ടിനിർത്തി, പ്രക്ഷോഭകാരിയാകുന്നു. അണുകുടുംബം എന്ന സ്ഥാപനത്തിന്റെ സംഹാരാത്മകമായ വിമർശനപ്രയോഗമായി നിർമ്മലയുടെ സമരം വളരുന്നു. കേന്ദ്രീകൃതമായ അധികാരഘടനയുള്ള സാമ്പ്രദായികരാഷ്ട്രീയപ്രസ്ഥാനങ്ങളല്ല, സ്വന്തം ആവശ്യങ്ങളെന്ത് എന്ന് തിരിച്ചറിഞ്ഞ് സ്വയംപ്രേരിതരായി കൂട്ടം ചേരുന്ന മനുഷ്യരാണ്, അവരിലൂടെ ആവിഷ്കൃതമാകുന്ന പുതിയ സമരരൂപങ്ങളാണ്, വരുംകാലലോകത്തെ ചലനാത്മകമാക്കുക എന്ന ജൈവരാഷ്ട്രീയത്തെ സിദ്ധാന്തരൂപത്തിൽ അറിയുന്നവളല്ല നിർമ്മല. ചരിത്രം പക്ഷേ, അറിവിനെയെന്നതുപോലെ അനുഭവത്തേയും നിർമ്മാണവസ്തുവാക്കുന്നു. കിടപ്പറസമരങ്ങൾ വേറെയും നമ്മുടെ കഥയിൽ അടയാളപ്പെട്ടിട്ടുണ്ടെങ്കിലും, സ്നേഹത്തിന്റെ എതിർവാക്കല്ല കോപം എന്ന് നമ്മൾ പലപാടറിഞ്ഞിട്ടുണ്ടെങ്കിലും, സമാനതകളില്ലാത്ത ആഖ്യാനമികവോടെ ഈ കഥയുടെ അന്ത്യം വായനക്കാരിൽ വാത്സല്യമായി വന്നു നിറയുന്നു.

താനല്ലാത്തതിനെയെല്ലാം അമർത്തിനിർത്തി അതിനു മുകളിൽ സ്വയം പ്രതിഷ്ഠിക്കുന്ന മനുഷ്യരെയാണ് പുതുകാലം സൃഷ്ടിച്ചെടുത്തത്. ആധുനികത (moderntiy) തിടം വെച്ചു വരുമ്പോഴേക്കും ഈ വ്യക്തികൾ കളം നിറഞ്ഞു. ഉടലിന്റെ ആഘോഷത്തിൽ മതിമറക്കുന്നതിലൂടെ ഇവർ നിലനില്പിന് അർത്ഥം കണ്ടെത്തുന്നു. ഭൂതകാലത്തേയും ചരിത്രത്തേയും അനാവശ്യമായിക്കരുതുന്ന, ഭാവിയെക്കുറിച്ചുള്ള ഭാവനയിലേക്ക് വികസിക്കാത്ത, പുതിയൊരുതരം മോക്ഷസങ്കല്പം ഇവരെ പ്രചോദിപ്പിക്കുന്നു. അവസാനിക്കാത്ത വർത്തമാനമാണ് (eternal present) ഇക്കൂട്ടത്തിന്റെ ആദർശം. തൽക്കാലങ്ങളിൽ ജീവിക്കുന്ന, നിമിഷത്തുടർച്ചകളെ ഉന്മാദം കൊണ്ട് നിറയ്ക്കുന്ന, ലോകവിഭവങ്ങൾ മുഴുവൻ തന്റെ ആഹ്ലാദത്തിന്റെ സ്രോതസ്സാകണമെന്നു കരുതുന്ന, ഈ

പുതിയ മനുഷ്യരാണ് കലയും കച്ചവടവുമുൾപ്പെടെ സകലതിന്റേയും വിജയപരാജയങ്ങളെ ഇന്ന് നിർണ്ണയിക്കുന്നത്. 'നോൺ വെജിറ്റേറിയൻ ബുഫെ' എന്ന കഥയിലെ രഘുരാമന്റെ ദൈന്യം വില്പനയ്ക്കു വെക്കുന്നത് ഈ മനുഷ്യരുടെ മുന്നിലാണ്. സഹാനുഭൂതിയെ മാർക്കറ്റു ചെയ്യാൻ ഇക്കാലത്തിനറിയാം. പെണ്ണുടലിന്റെ സ്വാഭാവികനഗ്നതയല്ല, അതിൽ പുളയ്ക്കുന്ന പുരുഷോന്മാദമാണ്, യഥാർത്ഥ അശ്ലീലം എന്ന് ഇന്നാരും കരുതുന്നേയില്ല. മാന്യതയിലും മഹത്വത്തിലും വന്ന അട്ടിമറി ജീവിതത്തിന്റെതന്നെ അട്ടിമറിയായിത്തീരുന്നു. സ്വന്തം മകളുടെ നഗ്നതയ്ക്കു മുന്നിൽ നിസ്സഹായനായിത്തീരുന്ന രഘുരാമൻ രക്തസാക്ഷിത്വത്തിന് പുതിയ നിർവ്വചനമെഴുതുകയാണ്.

'ഫാസിസത്തിന്റെ ആൾക്കൂട്ട മനഃശാസ്ത്രം' എന്ന വിഖ്യാതകൃതിയിൽ പിതൃകേന്ദ്രിതമായ കുടുംബഘടന അമിതാധികാരവാസനയുടെ കളിത്തൊട്ടിലാകുന്നതിനെക്കുറിച്ച് വിൽഹം റീഹ് എഴുതുന്നുണ്ട്. ജനാധിപത്യമെന്നതുപോലെ ഫാസിസവും ഒരു ഭരണരീതി മാത്രമല്ല, സമഗ്രതലസ്പർശിയായ ഒരു ജീവിതബോധമാണ്. 'പർപ്പിൾ മലബാറിക്കസ്' എന്ന കഥയിലെ അച്ഛൻ ദുശ്ശാസകനായ ഒരു അധികാരബിംബമാണ്. അമ്മയ്ക്കും രണ്ടു പെണ്മക്കൾക്കും അതുകൊണ്ടുതന്നെ, സ്വാതന്ത്ര്യമെന്നതിനർത്ഥം അച്ഛന്റെ അസാന്നിദ്ധ്യമെന്നാകുന്നു. വീടിന്റെ ചുവരുകളേക്കാൾ, അകപ്പെട്ടുപോയ മനുഷ്യരെ ഞെരുക്കുന്നത് കുടുംബം എന്ന പ്രത്യയശാസ്ത്രഘടനതന്നെയാണ് എന്ന് ഇക്കഥയും അനുഭവിപ്പിക്കുന്നു. ഒപ്പം, ലൈംഗികതയേയും സ്ത്രീശരീരത്തിനുമേലുള്ള കടന്നുകയറ്റത്തേയും സ്വവർഗ്ഗലൈംഗികതയേയും മുൻനിർത്തിയുള്ള അവതരണങ്ങൾ ഈ കൊച്ചുകഥയെ സംഭവപരമ്പരകളുടെ കളിയരങ്ങാക്കുന്നു.

ബഷീറിന്റെ വിശ്വവിഖ്യാതനായ മൂക്കനെപ്പോലെ, നമ്മുടെ കൺമുന്നിൽ വളരുന്ന കഥാപാത്രമാണ് 'പോസ്റ്റ് ട്രൂത്ത്' എന്ന കഥയിലെ കൃഷ്ണ കിഷോർ. വന്യമായ കാഴ്ചകളുടെ കാർണ്ണിവലുകളിലാണ് ഇന്ന് ലോകം പുലരുന്നത് എന്നറിയുന്നവനാണ് കൃഷ്ണ കിഷോർ. രാഷ്ട്രാന്തരയുദ്ധങ്ങളിലും ആഭ്യന്തരസംഘർഷങ്ങളിലും വർഗ്ഗീയകലാപങ്ങളിലും മനുഷ്യർ മരിച്ചുവീഴുന്ന

ദൃശ്യങ്ങൾ തട്ടുപൊളിപ്പൻ ഹോളിവുഡ് സിനിമകളെപ്പോലെ ആസ്വദിക്കുന്ന തലമുറ രൂപപ്പെട്ടുകഴിഞ്ഞു. ഇരകളുടെ ഭീതി കലർന്ന നോട്ടവും കരുണയ്ക്കുവേണ്ടിയുള്ള യാചനയുമൊക്കെ നിത്യമായ മുദ്രകളായി നിലനിർത്തിക്കൊണ്ട്, ഭയം വിതച്ച്, വരാനിരിക്കുന്ന അവകാശപ്പോരാട്ടങ്ങളെ അലസിപ്പിക്കാനും അധികാരത്തിനറിയാം. 'പഞ്ചായത്തിലെ പെൺകുട്ടികളെല്ലാം (രണ്ടോ മൂന്നോ ട്യൂബ് ലൈറ്റ് പൊട്ടിക്കാൻ കഴിവുള്ള) ചെറുപ്പക്കാരായ നായകന്മാരെ പ്രണയിക്കുന്ന കാലം ഉണ്ടായിരുന്നു. ഇന്ന് അഞ്ഞൂറു ട്യൂബ് പൊട്ടിച്ചിട്ടും ഫലമില്ല.'

സത്താപരമായി നിലനിൽക്കുന്ന ഒന്നാണ് യാഥാർത്ഥ്യം എന്ന് ഉത്തരാധുനിക തത്ത്വചിന്തകരിൽ ചിലർ കരുതുന്നില്ല. കണ്ടെത്തേണ്ടതല്ല സൃഷ്ടിക്കേണ്ടതാണ് യാഥാർത്ഥ്യം എന്ന് അവർ വിശദീകരിക്കുന്നു. Realtiy is not to be found out, it is to be created. സത്യാനന്തര കാലത്തിന്റെ (post truth era) അടിസ്ഥാനദർശനവും ഇതു തന്നെ. വസ്തുതകളില്ല, വ്യാഖ്യാനങ്ങളേയുള്ളൂ എന്ന ആഗോളീകൃതകാലത്തിന്റെ ആഹ്വാനത്തെ സ്വന്തം ലോകബോധമായി സ്വാംശീകരിച്ചിരിക്കുന്നു കൃഷ്ണ കിഷോർ. സത്യാന്വേഷണം ജീവിതലക്ഷ്യമായിക്കണ്ടിരുന്ന ഗാന്ധിജിയുൾപ്പെടെയുള്ള മനുഷ്യരെ പ്രശ്നവത്കരിക്കുന്ന ഇക്കഥ ഈ സമാഹാരത്തിലെ ഏറ്റവും കാലികമായതും വലിയ രാഷ്ട്രീയധ്വനികളിലേക്കു വികസിക്കുന്നതുമായ ആഖ്യാനമാണ്.

നാലു പതിറ്റാണ്ടുമുമ്പ് ഏഴിമലക്കടലിൽ തീരത്തിനടുത്തുവന്നടിഞ്ഞ ഒരു കപ്പലും തുടർന്നുണ്ടായ സംഭവങ്ങളും ജയചന്ദ്രന്റെ ബാല്യകാലാനുഭവങ്ങളിലൊന്നാണ്. ഈ സന്ദർഭത്തിൽനിന്ന് മുളപൊട്ടിയ കഥയാണ് 'കപ്പൽ'. കഥ പക്ഷേ, ഉത്ഭവത്തെ പിന്നരങ്ങിൽ നിർത്തി പിന്നീട് പല ദിശകളിലേക്ക് പടരുന്നു. പ്രൈമറി സ്കൂൾകൗതുകങ്ങളും മത്സ്യത്തൊഴിലാളികളുടെ പൊറുതിയും സ്വന്തം ശരീരത്തെ ജീവനോപാധിയാക്കുന്ന പെൺജീവിതവും പഴയ മഴക്കാലത്തിന്റെ ഒരേസമയം കൗതുകകരവും ഭീതിദവുമായ ഓർമ്മകളുമൊക്കെ കഥയെ വഴിനടത്തുന്നു. ചിതറിയ ചിത്രങ്ങളെ കാലിഡോസ്കോപ്പ് കാഴ്ചയാക്കുന്നു എന്നിടത്താണ് എഴുത്തുകാരന്റെ കൈയ്യടക്കം നമ്മളറിയുന്നത്.

ഞാനാണ് ലോകത്തിലെ ഏറ്റവും വലിയ ചിത്രകാരൻ എന്ന് സ്വയം വിളിച്ചുപറഞ്ഞ, അബോധത്തിലും സ്വബോധത്തിലും മാറിമാറി മുങ്ങിനിവർന്ന, ഉന്മാദത്തെ ദൃശ്യാനുഭവമാക്കി സമ്മാനിച്ച, സാൽവദോർ ദാലിയിൽനിന്ന് ഉറവ പൊട്ടിയതാണ് 'ആട്ടക്കഥ' എന്ന കഥ. കീഴ്സ്ഥായിയിൽ പശ്ചാത്തലത്തിലുണരുന്ന ബൈബിൾതാളം പറച്ചിലിനെ മറ്റൊരനുഭവമാക്കുന്നു. സ്വാഭാവികമായ വിന്യാസം സറിയലിസമാകുന്നതിന്റെ കൗതുകം ഈയാഖ്യാനത്തിൽ കാണാം. ആട്ടക്കഥയും ആശുപത്രിയും വീട്ടകവും രഹസ്യകാമനകളും വെർച്ചൽ ലോകവും ദാലിച്ചിത്രങ്ങളുമെല്ലാം ചേർന്ന് കഥയെ ഒരു കൊളാഷ് ആക്കുന്നു. അനുഭവങ്ങളുടെ ചിതറലിലൂടെയാണ് ഇക്കഥ മനുഷ്യപ്രകൃതത്തിന്റെ യാഥാർത്ഥ്യത്തെ തൊടുന്നത്.

ജീവിതംകൊണ്ട്, ആത്യന്തികമായി, ഒരാൾ എന്താണ് നേടുന്നത്? തത്ത്വചിന്തയോളം പഴക്കമുണ്ട് ചോദ്യത്തിന്. ഒരുപക്ഷേ, ഈ ആലോചനയിൽനിന്നാകാം തത്ത്വചിന്ത പിറന്നതുതന്നെ. ഉത്തരങ്ങളുടെ വിഭിന്നതകളാകാം തത്ത്വചിന്തയുടെ പല ധാരകളായി വികസിച്ചത്. 'ഗൗതമബുദ്ധൻ' എന്ന കഥ വൈരുദ്ധ്യങ്ങളുടെ മദ്ധ്യത്തിൽ ജീവിതത്തെ പ്രതിഷ്ഠിച്ച് വായനക്കാരെ അർത്ഥാന്വേഷണങ്ങളിലേക്ക് അനായാസം നടത്തുന്നു. സമ്പത്തിനേയും പദവിയേയും പരമപദമായിക്കാണുന്ന രവികുമാർ നമുക്കുമേൽ വലിയ ആഘാതശേഷിയോടെ പതിക്കുന്ന കഥാപാത്രമാണ്. ഭാര്യ അനിതയുമായുള്ള അയാളുടെ വാഗ്വാദങ്ങൾ, കേവലമായ ദാമ്പത്യകലഹത്തിനപ്പുറം, സംസ്കാരങ്ങൾ തമ്മിലുള്ള സംഘട്ടനമായിത്തന്നെ വികസിക്കുന്നു. സ്നേഹം ഒരു രോഗമായിത്തീരുന്നു. ഗൗതമൻ എന്ന മകനും ശ്രീബുദ്ധനും ലാമമാരുമെല്ലാം ചേർന്ന് തത്ത്വവിചാരത്തിന്റേയും സൗന്ദര്യത്തിന്റേയും അപരിചിതമായ ഭാവം കഥയ്ക്ക് പകർന്നുനൽകുന്നുണ്ട്.

മറ്റൊരു കഥയേയും ഓർമ്മയിലെത്തിക്കാത്ത ആഖ്യാനരീതിയിലാണ് 'കളിക്കോപ്പുകളുടെ ജീവിതം' എന്ന കഥ വാർന്നുവീണത്. വാക്കുകൾകൊണ്ട് സൃഷ്ടിക്കപ്പെട്ട, പല പശ്ചാത്തലത്തിലുള്ള, ദൃശ്യങ്ങളുടെ പരമ്പരയായി കഥ നമ്മളിൽ പ്രവേശിക്കുന്നു. അനുശ്രീ എന്ന തെരുവുപെൺകുട്ടിയിലൂടെ ചുരുൾനിവരുന്ന അനുഭവലോകം വായനക്കാരെ അസ്വസ്ഥരാക്കും. എല്ലായിടത്തുമുണ്ടാവുകയും

എവിടെയും ഹാജർ രേഖപ്പെടുത്തപ്പെടാതെ പോവുകയും ചെയ്യുന്ന, സമൂഹത്തിൽ എന്തെങ്കിലും ധർമ്മമനുഷ്ഠിക്കാനുണ്ട് എന്ന് നമ്മൾ കരുതാത്ത, കുറെ മനുഷ്യരാണ് ഇക്കഥയിലുള്ളത്. സ്നേഹവും കരുതലും ഉത്ക്കണ്ഠയും പ്രണയവും കാമവുമെല്ലാം പ്രവർത്തിക്കുന്ന, അനുഭൂതികളുടെയെല്ലാം മാധ്യമമായിനിൽക്കുന്ന, അവരുടെ മനസ്സും ശരീരവും ദൃശ്യത കൈവരിക്കുകയാണിതിൽ. 'ഗൗതമബുദ്ധൻ' എന്ന കഥ പോലെ, ഒരർത്ഥത്തിൽ, മനുഷ്യൻ എന്ന ഉണ്മയെ മുൻനിർത്തിയുള്ള ചോദ്യങ്ങൾ ഇതിലും മുഴങ്ങുന്നുണ്ട്.

സംസ്കാരപഠനത്തിന്റേയും സിദ്ധാന്തവിചാരത്തിന്റേയും മണ്ഡലം അപരിചിതമല്ലാത്ത ഒരാളാണ് ഈ സമാഹാരത്തിലെ പല കഥകളിലെയും ആഖ്യാതാവ്. കഥാഗതിയോടുള്ള അനുഭാവത്തിൽ സ്വയം നഷ്ടപ്പെടാതെ, അല്പം നിർമ്മമതയോടെ, സംഭവങ്ങളെ സാക്ഷ്യപ്പെടുത്തുന്നു ഇയാൾ. സാഹിത്യം വേറിട്ടൊരു വ്യവഹാരമാകുന്നത് ഭാഷയിൽ ബോധപൂർവ്വം ഇടപെട്ട് മറ്റൊരു ഭാഷ സൃഷ്ടിക്കപ്പെടുന്നതുവഴിയല്ലെന്ന് ജയചന്ദ്രൻ കരുതുന്നുണ്ടാവണം. ('വേണമെങ്കിൽ, സാഹിത്യഭാഷയിൽ, ഓർമ്മയുടെ നിലാവെളിച്ചം തൂവിയ രാത്രി എന്ന് ഈ രാത്രിയെ വിശേഷിപ്പിക്കാം' - 'ആട്ടക്കഥ'). ഏതു വാക്കും ബിംബമാകാം എന്നും കഥാകൃത്തിനറിയാം. ദീർഘദൂരം സഞ്ചരിക്കാൻ ശേഷിയുള്ളവയാണ് ഈ കഥകളെല്ലാം. ഒരേ സമയം അഞ്ചു തലമുറകളെങ്കിലും പ്രവർത്തിക്കുകയും മനുഷ്യാനുഭവത്തിലെ വൈചിത്ര്യങ്ങളെല്ലാം ഗംഭീരങ്ങളായ ആഖ്യാനങ്ങളായി വാർന്നുവീഴുകയും ചെയ്യുന്ന മലയാളചെറുകഥയുടെ ലോകത്ത് പ്രമേയസ്വീകരണത്തിന്റേയും പരിചരണരീതിയുടേയും വ്യത്യസ്തതകൊണ്ട് ജയചന്ദ്രൻ ആഴത്തിൽ അടയാളപ്പെടും. ■

സ്നേഹനിധികളായ
അച്ഛനും അമ്മയ്ക്കും

ചരിത്രപഥത്തിലെ രണ്ടു കള്ളന്മാർ

ഇത് ഒരു കള്ളന്റെ കഥയാണ്. ഒരുപക്ഷേ ചരിത്രത്തിൽ ഇടം നേടിയ വിഖ്യാതരായ മോഷ്ടാക്കൾക്കൊപ്പം പ്രതിഭയുണ്ടായിട്ടും സ്വയം സ്ഥാപിച്ചെടുക്കാൻ ഉഴറിനടന്ന കാലത്ത് അധികമൊന്നും ശ്രദ്ധ നേടാതെ പോയ വ്യത്യസ്തനായ ഒരു കള്ളന്റെ (അതോ കലാകാരന്റേയോ?) കഥ!

ഒരു കള്ളന് ജനങ്ങൾക്കിടയിൽ അർഹമായ സ്ഥാനം നേടിയെടുക്കുകയെന്നത് അത്ര നിസ്സാരമായ കാര്യമല്ലെന്ന് മറ്റാരെക്കാളും ചാത്തുട്ടിക്കള്ളനറിയാം. അയാൾ ഈ പണി തുടങ്ങിയിട്ട് മുപ്പതു വർഷങ്ങൾ കഴിഞ്ഞു. ഒരു ജീവിതം മോഷണകലയ്ക്കായി ഉഴിഞ്ഞു വെക്കുകയായിരുന്നു ചാത്തുട്ടി.

പക്ഷേ, കാലവും സ്ഥലവും ഒരു കള്ളനെ സംബന്ധിച്ചിടത്തോളം എത്രമാത്രം പ്രധാനപ്പെട്ടതാണെന്ന് ചാത്തുട്ടിക്കള്ളൻ തിരിച്ചറിയാൻ വൈകിപ്പോയി. അല്ലെങ്കിൽത്തന്നെ സ്വന്തം ജീവിതകാലത്ത് അനശ്വരത കൈവരിക്കുന്ന എത്ര കലാകാരന്മാരുണ്ട് നമ്മുടെ നാട്ടിൽ?

കലാകാരന്മാരുടെ കൂട്ടത്തിൽ തന്നെയാവണം നമ്മൾ ചാത്തുട്ടിക്കള്ളനെ ഉൾപ്പെടുത്തേണ്ടത്. അയാൾ ഓരോ മോഷണവും നടത്തിയത് ഭാവനയുടെ അപാരസാധ്യതകൾ ഉപയോഗിച്ചുകൊണ്ടായിരുന്നു. ഓരോ കളവും പൊലീസിന്റെ വലിയ ശ്രമങ്ങൾ കാരണം പിടിക്കപ്പെടുമ്പോഴും ആളുകൾ ചാത്തുട്ടിക്കള്ളന്റെ മോഷണകലയിലുള്ള വൈഭവം പ്രകീർത്തിച്ചിട്ടേയുള്ളൂ.

ചാത്തുട്ടിയുടെ ആരാധകർ ഇളംതലമുറയിൽപ്പെട്ടവരായിരുന്നു. അവരിലധികവും കള്ളന്റെ കുപ്രസിദ്ധിയാർജ്ജിച്ച പല മോഷണങ്ങളെക്കുറിച്ചും കേട്ടറിവ് മാത്രമുള്ളവരായിരുന്നു. കുട്ടികളായിരിക്കുമ്പോൾ, പലരും അവരുടെ അമ്മമാരിൽ നിന്നാണ് ചാത്തുട്ടി

ക്കള്ളനെക്കുറിച്ച് ആദ്യമായി കേട്ടറിഞ്ഞത്. അമ്മമാരുടെ ഭാവന യ്ക്കനുസരിച്ച് ചാത്തുട്ടിക്കള്ളന്റെ രൂപവും ശരീരഭാഷയും മോഷണ ങ്ങളുടെ വ്യാപ്തിയും ഗൗരവവും പലപ്പോഴും വളച്ചൊടിക്കപ്പെട്ടു. എങ്കിലും സത്സ്വഭാവികളും അനുസരണശീലവുമുള്ള കുട്ടികൾക്ക് ചങ്ങാതിയായ ഒരു കള്ളനെയായിരുന്നു ലഭിച്ചിരുന്നത്.

നന്നായി ഭക്ഷണം കഴിക്കുകയാണെങ്കിൽ, ചാത്തുട്ടിക്കള്ളന്റെ പ്രീതി സമ്പാദിക്കാൻ കഴിഞ്ഞാൽ അയാൾ വില പിടിച്ച പല തൊണ്ടിസാധനങ്ങളും കുട്ടികൾക്ക് വന്നു തരുമെന്നു പോലും (ആൾ കള്ളനാണ്!) പല അമ്മമാരും മക്കൾ ഒരുപിടി കഴിച്ചുകിട്ടാൻ തട്ടി വിട്ടു.

ഒരു സ്ഥലത്ത് ഒരു മോഷണസാധ്യത തെളിഞ്ഞു കഴിഞ്ഞാൽ ചാത്തുട്ടിക്കള്ളൻ സ്വന്തം ദിനചര്യയെ അട്ടിമറിച്ചുകൊണ്ട് ഉണ്ണാ വ്രതവും മൗനവും ദീക്ഷിക്കും. അന്നുതൊട്ട് മോഷണം വിജയകര മായി പൂർത്തീകരിക്കുന്നതുവരെ പിന്നെ വലിയോ കുടിയോ ഇല്ല. ഒരു കവിയുടെയോ ചിത്രകാരന്റെയോ അപ്പുറത്താണ് ചാത്തുട്ടി ക്കള്ളന്റെ മാനസികവ്യാപാരങ്ങൾ അപ്പോൾ. അതിനു തൊട്ട് മുമ്പുവരെ അയാൾ ഗ്രാമത്തിന്റെ കവലയിലൂടെ ഒരു സാധാരണ മനുഷ്യന്റെ മാനസികാവസ്ഥയോടെ നടന്നുപോയിക്കാണും. ആളു കളുടെ ശ്രദ്ധ കവരുന്ന വിധത്തിൽ ഒന്നുംതന്നെ ആ ദേഹപ്രകൃതി യിലില്ല. ശരിക്കും ഒരു എണ്ണം പറഞ്ഞ കള്ളന് വേണ്ടതും അതാണ്. ആൾക്കൂട്ടത്തിൽ ഒരുതരത്തിലും അയാളൊരു സാന്നിധ്യമാവരുത്. അങ്ങനെ വന്നാൽ കള്ളന്റെ പുതിയ നീക്കങ്ങൾ ആളുകൾ തങ്ങ ളുടെ പൂർവകാല അനുഭവങ്ങൾ വെച്ച് വ്യാഖ്യാനിച്ച് തുടങ്ങും. മാത്രമല്ല, ഒരു കള്ളനെ സംബന്ധിച്ചിടത്തോളം പിടിവള്ളി അതോടെ നഷ്ടമാവുകയും ചെയ്യും.

പ്രതിഭാശാലിയായ ഒരു കള്ളന്റെ വിധി അയാളുടെ മികച്ച കളവു കൾ രേഖപ്പെടാതെ പോകുന്നു എന്നതാണ്. സാമർത്ഥ്യത്തിന്റെ ആ സുവർണ്ണനീക്കങ്ങൾ പിൽക്കാലത്ത് മോഷണകലയിലേക്ക് നീങ്ങുന്ന ഒരു തസ്കരവിദ്യാർത്ഥിക്ക് പ്രയോജനപ്പെടുത്താൻ കഴി യാതെ, നാടിനെ നടുക്കുന്ന ആ കളവോടെ, ഉപേക്ഷിക്കപ്പെടുന്നു.

അങ്ങേയറ്റം രഹസ്യമായി ആ വഴികൾ, ഒരിക്കലും പ്രസിദ്ധീ കരിക്കപ്പെടാത്ത സർഗ്ഗാത്മകതയുടെ ഉദാത്തമായ ആവിഷ്കാര മായി അതങ്ങനെ കള്ളന്റെ മനസ്സിനടിയിൽ നിലകൊള്ളും. ഒരു പക്ഷേ അതേ വഴികൾ പിന്നീടൊരിക്കൽ അതേ കള്ളൻ മറ്റൊരു കളവിൽ ആവർത്തിച്ചിരിക്കാമെങ്കിലും.

സ്വന്തം വഴി എന്താണെന്ന് ചാത്തുട്ടിക്കള്ളൻ തിരിച്ചറിഞ്ഞത് ആറാം വയസ്സിലാണ്, ഒന്നാംക്ലാസ്സിൽ പഠിക്കുമ്പോൾ. തനിക്കി ല്ലാത്ത പലതരം സാധനങ്ങൾ മറ്റു കുട്ടികളുടെ പക്കലുള്ളത്

ചാത്തുട്ടി ശ്രദ്ധിച്ചു. പക്ഷേ, അവയെല്ലാം പഠനവുമായി ബന്ധപ്പെട്ട സാമഗ്രികളാണ്. അവ ചാത്തുട്ടിക്ക് പ്രധാനവുമല്ല. എങ്കിലും ചാത്തുട്ടി തന്റെ പുസ്തകസഞ്ചിയുമായി വീട്ടിലെത്തുമ്പോൾ അച്ഛൻ ടെയ്‌ലർ നാരായണൻ മിക്കവാറും ദിവസങ്ങളിൽ മകന്റെ സഞ്ചി തുറന്ന് നോക്കും. അപ്പോൾ സഹപാഠികളുടെ റബ്ബറുകൾ, സ്ലേറ്റ് പെൻസിലുകൾ, മരംകൊണ്ടുള്ള സ്കെയിൽ, മഷിത്തണ്ട്, കുട്ടികൾ രഹസ്യമായി കൂട്ടുകാർക്കു മുന്നിൽ അവതരിപ്പിക്കുന്ന കൊച്ചുപമ്പരങ്ങൾ, തീപ്പെട്ടിച്ചിത്രങ്ങൾ, ടീച്ചർ ഉപയോഗിക്കുന്ന ചോക്ക് തുടങ്ങി മിക്കവാറും ക്ലാസ്മുറിയിലെ ജംഗമവസ്തുക്കൾ കാണും. അവയുടെ ആവശ്യമോ ഉദ്ദേശ്യമോ ചോദിച്ചാൽ ചാത്തുട്ടി അന്തക്കേടോടെ നാരായണനെയും അമ്മ ഉമ്പിച്ചിയെയും തുറിച്ച് നോക്കും. ചാത്തുട്ടിപോലും അറിയാതെ സംഭവിച്ചുപോയ എന്തോ ഒന്നാണത്!

പരിണാമശാസ്ത്രത്തിൽ നല്ല അറിവുള്ള ജീവശാസ്ത്രാധ്യാപകൻ കുറുപ്പ് മാഷാണ് ആദ്യമായി രണ്ടാം തരത്തിൽവെച്ച്, ചാത്തുട്ടി മോഷണത്തിന് പിടിക്കപ്പെട്ടപ്പോൾ ചാത്തുട്ടിയിലെ മോഷണത്വര ഏതോ പൂർവപിതാമഹന്റെ ജീനിലൂടെ പകർന്നു കിട്ടിയതാണെന്ന് ബഹുജനസമക്ഷം അറിയിച്ചത്. ചാത്തുട്ടിയുടെ അച്ഛൻ വെറുമൊരു തയ്യൽക്കാരനായിരുന്നല്ലോ.

ഉണ്ണാവ്രതവും മൗനവും തുടങ്ങിയാൽ ചാത്തുട്ടിക്കള്ളൻ പിന്നെ ഗാഢമായ ഏകാന്തതയിൽ അമരും. ആ സമയത്ത് ഭാര്യ യശോദയോ മകൾ സരസുവോ എന്തു പറഞ്ഞാലും ഗൗനിക്കില്ല. നമ്മുടെ പ്രഗത്ഭരായ എഴുത്തുകാരുടെയൊക്കെ ഒരു രീതി. അരവട്ടിന്റെ മാനസികാവസ്ഥയാണ് അപ്പോൾ. എങ്കിലും സാധാരണ സർഗ്ഗാത്മകതയുടെ ഉത്പാദകരുടെ സ്റ്റൈലിൽ ബീഡി ആഞ്ഞുവലിക്കുകയും വിസ്കി ഡ്രൈ ആയി സേവിക്കുകയും ചെയ്യുന്ന തരത്തിലേക്ക് വഴിവിട്ട് പോവുകയേ ഇല്ല. കുറെ ആശയങ്ങൾ രൂപപ്പെട്ട് കഴിഞ്ഞാൽ ഭാര്യയെ പതിവിൽ കവിഞ്ഞൊരാക്രമമുണ്ട്. സുരതശേഷം അടുത്ത പ്രഭാതംവരെ ഒരൊറ്റ ഉറക്കമാണ്. ഉറക്കമുണർന്നാൽ യശോദയിൽ നിന്ന് ഒരു കട്ടൻ അകത്താക്കിയ ശേഷം സ്ഥിരം ധരിക്കുന്ന ഏതെങ്കിലുമൊരു അരക്കയ്യൻ ചെക്ക് ഷർട്ടുമണിഞ്ഞ് പുറത്തേക്ക് നടന്നു തുടങ്ങും. ഈ നടത്തത്തിലാണ് മോഷണവേളയിൽ കൃത്യമായും സൂക്ഷ്മമായും നിർവഹിക്കേണ്ട പല കാര്യങ്ങൾക്കും വ്യക്തത കൈവരിക.

കക്കാൻ ഒരാശയം രൂപപ്പെട്ടാൽ ഒന്നോ രണ്ടോ ദിവസങ്ങൾക്കുള്ളിൽത്തന്നെ ചാത്തുട്ടി മോഷണത്തിന്റെ തയ്യാറെടുപ്പുകൾ തുടങ്ങും. കേവലം അഞ്ചാറ് മിനിറ്റുകൾ നീണ്ടുനിൽക്കുന്ന സർഗ്ഗ

വ്യായാമങ്ങളാണ് മിക്കവാറും കളവുകൾ. മോഷണശേഷം മാത്രമേ യശോദപോലും സംഭവമറിയൂ. ആ സമയത്ത് കുറേ ദിവസങ്ങളായി തന്റെ ഭർത്താവ് നടത്തിക്കൊണ്ടിരുന്ന ശ്രമങ്ങൾ യശോദ രസകരമായി കൂട്ടിവായിക്കും:

അയാൾ ഏതോ അയ കെട്ടാനെന്ന വ്യാജേന നീളമുള്ള ഒരു കയർ ചോദിച്ചിരുന്നത്; കാരണവന്മാരുടെ പടം തൂക്കാൻ ആണി പരതിയിരുന്നത്; പശയും നൂലും കൊണ്ട് ചിത്രത്തുന്നൽ നടത്തിയിരുന്നത്... അങ്ങനെ ആലോചിച്ചിരിക്കുമ്പോഴേക്കും കുറേ നാളുകളായി വീട്ടിൽ ഉയരാത്ത ചാത്തുട്ടിയുടെ ഒച്ച മുറ്റത്ത് ഉയരും.

ഒരു കഥയുടെ അവസാന വാചകം എഴുതിക്കഴിഞ്ഞ കഥാകാരന്റെ അയഞ്ഞതും ആവേശഭരിതവുമായ മാനസികാവസ്ഥയിലായിരിക്കും അയാളപ്പോൾ. കാര്യം പിടിച്ചുപറിയാണെങ്കിൽ അടിവസ്ത്രത്തിനടിയിൽ നിന്ന് മാലയോ വളയോ എടുത്ത് യശോദയ്ക്ക് നൽകും. ഒരു കള്ളന്റെ ഉൾക്കാഴ്ചയുള്ളതിനാൽ ഷർട്ടിന്റെ കീശയിൽ ഒരിക്കലും വിലകൂടിയ സാധനങ്ങൾ ചാത്തുട്ടിക്കള്ളൻ സൂക്ഷിക്കാറില്ല.

ഏതൊരു പ്രതിഭാശാലിയുടെ ജീവിതത്തിലുമെന്നപോലെ ഒരു കള്ളന്റെ ജീവിതത്തിലും അയാളുടെ മോഷണവൈഭവം കത്തിനിൽക്കുന്ന ഒരു കാലമുണ്ട്. ഈ മോഷണങ്ങൾ തുരന്ന് പരിശോധിച്ചാൽ ഒരു മാസ്റ്റർപീസും കാണും. അത്തരം പല മോഷണങ്ങളും പതുക്കെ ചരിത്രത്തിന്റെ ഭാഗമായിത്തീരും.

ചാത്തുട്ടിക്കള്ളൻ തന്റെ ഇരുപത്തിയൊന്നാം വയസ്സിൽ വിവാഹത്തിന്റെ അത്തറുമണം മാറാത്ത യുവമിഥുനങ്ങളുടെ മണിയറയിൽ അവരുടെ ആദ്യരാത്രി കയറി അവരുടെ ശരീരങ്ങളൊഴിച്ച് മറ്റെല്ലാം മോഷ്ടിച്ചതാണ് അയാളുടെ മാസ്റ്റർപീസ്. അന്നുവരെ നടന്ന എല്ലാ മോഷണങ്ങളെയും ചരിത്രത്തിലേക്ക് മറവുചെയ്യുന്നതായിരുന്നു ഒരു കാലഘട്ടത്തെ ഇളക്കിമറിച്ച മഹനീയമായ ആ കക്കൽ. അതോടെ ചാത്തുട്ടിക്കള്ളൻ ഏറ്റവും താരമൂല്യമുള്ള കള്ളനെന്ന നിലയിൽ തന്റെ സിംഹാസനം പണിത് അതിൽ ഉപവിഷ്ടനായി.

കുറേ വർഷങ്ങൾക്കുശേഷം ആ കളവ് വെളിയിൽ വന്നെങ്കിലും അതിന്റെ നിർവഹണം ഭൂമിയിൽ ചാത്തുട്ടിക്കള്ളനൊഴിച്ച് മറ്റൊരാൾക്ക് അജ്ഞാതമാണ്. ഒരു ക്ലാസിക്ക് ഉയർത്തുന്ന അവസാനിക്കാത്ത കൽപ്പനാസാധ്യതകൾ ചാത്തുട്ടിക്കള്ളന്റെ മണിയറക്കളവ് ഇന്നുമുയർത്തുന്നു. പ്രത്യേകിച്ചും ആദ്യരാത്രിയും പ്രണയവും മോഷണവും ലയിച്ചുചേർന്ന അതിന്റെ ഘടനയിൽ.

ഒരു മോഷണത്തിനും അടുത്ത മോഷണത്തിനും ഇടയ്ക്കുള്ള കാലം ഒരു കള്ളനെ സംബന്ധിച്ചിടത്തോളം വളരെ പ്രസക്തമാണ്.

കള്ളൻ ആ നാടിനെ അറിയുന്ന കാലമാണത്. നല്ല നിരീക്ഷണ പാടവത്തോടൊപ്പം സമൂഹത്തിന്റെ മർമ്മം ഉൾക്കൊള്ളുന്നത് ഈ ഇടവേളയിലാണ്. അങ്ങനെ പഠിക്കാതെ തസ്കരവൃത്തിക്കിറങ്ങുന്ന ഒരാൾക്കും ഈ മേഖലയിൽ ശോഭിക്കാനും കഴിയില്ല.

ആൾക്കാരുടെ പൊങ്ങച്ചം കേട്ടോ അനന്തവിസ്തൃതിയുള്ള ഭവനം കണ്ടോ കക്കാനിറങ്ങുന്നവൻ കള്ളനല്ല. ആരുടെ കൈയ്യിലാണ് പണവും പണ്ടവുമുള്ളതെന്ന നല്ല ഉൾക്കാഴ്ച ഉണ്ടെങ്കിലേ കുറേ നാളത്തെ അദ്ധ്വാനം ഫലപ്രാപ്തിയിലെത്തൂ. അല്ലെങ്കിൽ വെറുതെ ഒരു തസ്കരമുദ്ര നാട്ടുകാർ അണിയിക്കുമെന്നതു മാത്രമാണ് മെച്ചം!

വർത്തമാനകാലം എന്നത് വെള്ളിവെളിച്ചത്തിൽ സജീവമാവുന്ന കാലം തന്നെയാണ്, ഒരു കള്ളന്റെ ജീവിതത്തിലും. ചാത്തുട്ടിക്കള്ളന്റെ അവിസ്മരണീയമായ മണിയറക്കളവിനുശേഷം അതിനെ വെല്ലുന്ന മറ്റൊരു മോഷണം അയാൾക്ക് വെല്ലുവിളി തന്നെയായിരുന്നു. അയാളുടെ തലയ്ക്കു മുകളിൽ എന്നും അദൃശ്യമായ ഒരു വാളായി അത് നിലകൊണ്ടു.

എ.ഡി. 1982ലാണ് ചാത്തുട്ടിക്കള്ളൻ തന്റെ മണിയറമോഷണം നിർവഹിക്കുന്നത്. അതിന്റെ കത്തൽ പിന്നെയും ഒരു പത്തുവർഷം കൂടി നീണ്ടുനിന്നു. തൊണ്ണൂറുകളിൽ അയാൾ സജീവമായി മോഷണരംഗത്തുണ്ടായിരുന്നെങ്കിലും ജനങ്ങൾ അയാൾക്കു വേണ്ടി ശ്വാസമടക്കി വീടുകളിൽ കഴിഞ്ഞിരുന്ന കാലം അപ്പോഴേക്കും അസ്തമിച്ചിരുന്നു. എൺപതുകളിൽ അയാൾ നിറച്ചുവെച്ച ഭീതി, അപ്പോഴേക്കും ആൾക്കാരുടെ മനസ്സിൽനിന്ന് ആവിയായി പോയിരുന്നു. അവർ ഭയരഹിതരായി സന്ധ്യകളിൽ എവറെഡി ടോർച്ച് മിന്നിച്ച് അങ്ങാടിയിലേക്ക് നടന്നുപോവുകയും ചൂട് കൂടിയ രാത്രികളിൽ യാതൊരു കൂസലുമില്ലാതെ വീടിന്റെ പുറംവരാന്തയിൽ കിടന്നുറങ്ങുകയും ചെയ്തു.

1997ൽ ചാത്തുട്ടിക്കള്ളന് മുപ്പത്തിയഞ്ച് വയസ്സുള്ളപ്പോൾ മകൾ സരസുവിന് വയസ്സ് പതിന്നാല് തികഞ്ഞിരുന്നു. ആ കുട്ടി തന്റെ കന്യകാത്വം പ്രണയത്തിന്റെ ചതിക്കുഴിയിൽപെട്ട് പുതുതലമുറയിലെ ഒരു ഗുണ്ടയ്ക്ക് സമർപ്പിച്ചിരുന്നു. ആ സമയത്താണ് നല്ല നടപ്പുകാരുടെ നിയമങ്ങൾ ഒരു കള്ളന്റെ ജീവിതത്തിൽ ഉണ്ടാക്കുന്ന സംഘർഷങ്ങളെക്കുറിച്ച് ചാത്തുട്ടിക്കള്ളന് ബോധ്യം വന്നത്. മകളുടെ ചതിയനായ കാമുകപ്പയ്യന് അർഹമായ ശിക്ഷ വാങ്ങിക്കൊടുക്കണമെന്നത് അയാളുടെ ഒഴിച്ചുകൂടാൻ വയ്യാത്ത ഒരാവശ്യമായിരുന്നു. പക്ഷേ, ഒരു കള്ളൻ ധാർമ്മികതയെ കൂട്ടുപിടിക്കുന്നതിലെ പരിഹാസ്യത ചാത്തുട്ടിക്കള്ളന്റെ ഉറക്കം കെടുത്തി.

ജന്മംകൊണ്ട് കള്ളനായ ഒരാൾക്ക് എങ്ങനെയാണ് ധർമ്മം ഉൾക്കൊള്ളാനാവുക? ഭൂമിയിലെ നിയമങ്ങൾ ഒരു കള്ളന് എടുത്തുപയോഗിക്കാൻ വേണ്ടിയല്ല നിർമ്മിക്കപ്പെട്ടിരിക്കുന്നത്. അവ ഒരു കള്ളന്റെ വഴിയിൽ സദാ സംശയക്കണ്ണുകളുമായി പതിയിരിക്കുന്നു. പിടിയിലാകുന്ന നിമിഷം തൊട്ട് ഒരു കള്ളൻ പിന്നീട് വ്യാഖ്യാനിക്കപ്പെടുന്നത് പുണ്യാളന്മാരായി വിലസുന്ന കുറേ ആൾക്കാർ നിർമ്മിച്ച നിയമങ്ങൾ ഉപയോഗിച്ചാണ്. കുറേ ദിവസങ്ങൾ ചാത്തുട്ടിക്കള്ളൻ ആധിയോടെ ഇങ്ങനെ ഗുലുമാല് പിടിച്ച ചിന്തയിൽ മുഴുകി ഊണും ഉറക്കവും മോഷണവും ഉപേക്ഷിച്ചു.

ഏതായാലും ഈ നാട്ടിൽ തന്റെ നില എണ്ണം പറഞ്ഞ ഒരു കള്ളനെന്നതു തന്നെയാണ്. അങ്ങനെത്തന്നെ മരിക്കുന്നതാണ് തനിക്ക് ഇഷ്ടവും. മറ്റൊരു വേഷംകൊണ്ട് തനിക്ക് മറ്റൊരു പ്രതിച്ഛായ ഉണ്ടാക്കിയെടുക്കുക അസാധ്യവുമാണ്. താനിനി തന്റെ മൊത്തം തൊണ്ടിമുതൽ ഏതെങ്കിലും അനാഥാലയത്തിന് സമർപ്പിച്ച് പ്രതിച്ഛായ മെച്ചപ്പെടുത്തിയാൽതന്നെ മണിയറക്കള്ളൻ ചാത്തുട്ടിക്കള്ളൻ സ്വത്ത് ദാനം ചെയ്തുവെന്നേ ചരിത്രം രേഖപ്പെടുത്തൂ.

കഴിഞ്ഞ കുറച്ചു കാലമായി ചാത്തുട്ടിക്കള്ളന് ഇത്തരം ഓരോ ആധികളുമായി സ്വന്തം ഗ്രാമത്തിന്റെ ഊടുവഴിയിലൂടെയും റെയിൽവെ ഫ്ളൈ ഓവറിന്റെ ഓരത്തുള്ള വഴിവാണിഭം നടക്കുന്ന മെലിഞ്ഞ തിരക്കുപിടിച്ച വഴിയിലൂടെയും പതുക്കെ, ഒരു കള്ളനും പുണ്യാളനും ഇടയ്ക്കെവിടെയോ ഉള്ള മാനസികാവസ്ഥയോടെ സഞ്ചരിക്കാനായിരുന്നു യോഗം. ഇത്രയുംകാലം ഇമ്മാതിരി ദാർശനികവ്യഥകൾ ചാത്തുട്ടിക്കള്ളനെ അലട്ടിയിരുന്നില്ല. അയാൾ ഒരു കള്ളനെന്ന നിലയ്ക്ക് തന്റെ ഭാഗം സമൂഹത്തിൽ തകർത്താടുകയായിരുന്നു. ഒരുപക്ഷേ സ്വന്തം മകളുടെ സങ്കടം ചാത്തുട്ടിക്കള്ളന്റെ ഉള്ള് പൊള്ളിച്ചതോടെയാണ് അയാൾ ഒരു വ്യക്തി എന്ന നിലയ്ക്ക് തന്റെ അവസ്ഥ അറിയാൻ ശ്രമിച്ചത്. അതോടെ ചാത്തുട്ടിക്കള്ളന് നില തെറ്റി.

ഒരു ദിവസം ഗ്രാമീണ വായനശാലയ്ക്ക് സമീപം ചാത്തുട്ടിക്കള്ളൻ നിൽക്കുന്നതു കണ്ട് അയാൾക്കൊപ്പം ഒന്നാംക്ലാസ്സിൽ പഠിച്ച ഗൗരി എന്ന സ്ത്രീ അയാളുടെ അരികിലേക്ക് പോയി.

“ഒരിക്കൽ ഞാൻ കൂടെവരാൻ റെഡിയായിരുന്നു. ആ മണിയറ വാർത്ത പുറത്തു വന്ന കാലത്ത്. ഞാൻ കൂടെക്കൂടെ എഴുതീട്ടും ഒരൊറ്റ മറുപടിയും അയച്ചില്ലല്ലോ.” ഗൗരി വേദനയോടെ പറഞ്ഞു.

ചാത്തുട്ടിക്കള്ളനെന്ന, ലോകമറിയുന്ന കള്ളൻ ചരിത്രത്തിലേക്ക് കയറിയത് അക്കാലത്താണ്. ഒരു കളവിനെ വെല്ലുന്ന മറ്റൊരു കളവ്. അക്കാലത്തിന്റെ ലക്ഷ്യം അതായിരുന്നു.

കള്ളൻ പറഞ്ഞു: "കുട്ടിക്കാലത്ത് കുറച്ച് വായിച്ചത് ഈ വായന ശാലയിൽ നിന്നാണ്. കുറച്ച് പുസ്തകങ്ങൾ. അധികവും ഉപദേശ ങ്ങൾ അടങ്ങിയ പുസ്തകങ്ങൾ. മിക്ക എഴുത്തുകാർക്കും സത്യ സന്ധതയില്ലെന്ന് മനസ്സിലായതോടെ പുസ്തകങ്ങളോടുള്ള മതിപ്പ് കുറഞ്ഞു."

"അതെനിക്കറിയാം, വായനശാലയിൽ വരുമ്പോൾ ഞാൻ ചില പ്പോഴൊക്കെ ആർത്തിയോടെ നോക്കിയിട്ടുമുണ്ട്. പക്ഷേ, ഇങ്ങനെ യൊരാൾ കള്ളനായെന്നറിഞ്ഞപ്പോൾ എനിക്ക് ശരിക്കും പ്രേമം തോന്നി."

ഗൗരി അങ്ങനെ പറയുമ്പോൾ സ്വന്തം മനസ്സിനകത്തെ തന്നെ ത്തന്നെ അന്വേഷിച്ചുകൊണ്ടിരുന്നു.

"ഞാൻ കള്ളനായതല്ല. ജന്മനാ കള്ളനാണ്. എനിക്ക് കളവിൽ കൃത്രിമം കാട്ടാനാവില്ല; അനായാസം ചെയ്യാൻ കഴിയുന്ന ഒരേ യൊരു പണി കളവ് മാത്രമാണ്."

സായാഹ്നത്തിന്റെ നിസ്സഹായത പേറിക്കൊണ്ട് വരാന്തയുടെയും പഞ്ചായത്ത് കിണറിന്റെയും നിഴലുകൾ ഇഴഞ്ഞു കളിച്ചു.

പെട്ടെന്ന് വിജയിയെപ്പോലെ, ഗൗരി സ്വന്തം യൗവനത്തിലേ ക്കിറങ്ങിപ്പോയി: "പക്ഷേ മണിയറ മോഷണത്തിനുശേഷം ഒരൊറ്റ കളവും എനിക്കിഷ്ടമായില്ല. ഒരു പ്രതിഭാശാലിയായ നിങ്ങൾ അതീവരഹസ്യമായി എന്നിൽ നിന്ന്, ഒരു തൊണ്ടി മുതൽ പോലെ എന്റെ ഹൃദയം അടർത്തിയെടുത്ത് ഗ്രാമീണവഴിയിലൂടെ ഒരു ദിവസം ഓടിമറയുമെന്ന് ഞാൻ സ്വപ്നം കണ്ടു."

"ഞാനിന്ന് പ്രണയത്തെ വരവേൽക്കാൻ കെൽപ്പില്ലാത്തവനാണ്. നിഷ്കളങ്കയായ എന്റെ മകൾ അപമാനിക്കപ്പെട്ടതിന്റെ ആത്മ നിന്ദയും വ്യസനവും പേറി കഴിയുകയാണ് ഞാൻ. നിനക്കെന്നെ രക്ഷിക്കാൻ കഴിയില്ല ഗൗരീ. ജീവിച്ചിട്ടും ജീവിതം തിരിച്ചറിയാൻ കഴിയാത്തവളാണ് നീ. അനുഭവങ്ങളുടെ കാര്യത്തിൽ നീ ഇപ്പോഴും ഒരു സ്കൂൾകുട്ടിയാണ്."

അപ്പോൾ ആ കൂടിക്കാഴ്ച അനാവശ്യമായിത്തോന്നി, ഗൗരിക്ക്. അവൾ സായാഹ്നത്തിന്റെ തണുത്ത വെയിലിലോട്ട് നടന്നുപോയി. പെട്ടെന്ന് അവൾക്ക് പ്രായം കൂടിപ്പോയതുപോലെ അനുഭവപ്പെട്ടെ ങ്കിലും ഇത്രയും കാലം ജീവിച്ചിട്ട് ഒരർത്ഥവുമുണ്ടായില്ലല്ലോ എന്ന് സങ്കടം തോന്നി.

പിടിക്കപ്പെടുമെന്ന് തോന്നുമ്പോൾ ധൃതിയിൽ വഴിയിലുപേക്ഷി ക്കുന്ന തൊണ്ടി മുതൽ പോലെ, ഗൗരിയെ സ്വന്തം മനസ്സിൽനിന്ന് അപ്പോൾത്തന്നെ ചാത്തുട്ടിക്കള്ളൻ പഞ്ചായത്തു കിണറിന്റെ

പോക്കുവെയിൽ പരന്ന മൺവഴിയിൽ തള്ളി ഭാരം കൂടിയ മനസ്സുമായി പുഴക്കടവിലേക്ക് നടന്നു. സ്വന്തം മകൾ തന്നെയായിരുന്നു അയാളുടെ മനസ്സിലാകെ. മനസ്സിന്റെ ആധി വിട്ടൊഴിയുന്നില്ല.

ആ സമയത്ത് രണ്ടുപേർ നേരിയ ഇരുട്ടിൽ കുശുകുശുക്കുന്നത് ചാത്തുട്ടിക്കള്ളൻ കേട്ടു. അവർ ഗ്രാമത്തിലെ നല്ല അറിവുള്ള രണ്ട് ചെറുപ്പക്കാരായിരുന്നു. അവരുടെ വർത്തമാനത്തിൽ ഏതോ കള്ളന്റെ വിഷയം അടങ്ങിയിട്ടുണ്ടെന്നറിഞ്ഞപ്പോൾ ചാത്തുട്ടിക്കള്ളൻ മീൻകുട്ടകളും വലകളും കൂട്ടിയ, പുഴവക്കത്തെ ഷെഡ്ഡിന്റെ മറവിൽ ഒളിച്ചു. അവർ പറയുന്നത് താനുമായി ബന്ധപ്പെട്ട വിഷയമല്ലെന്ന് കുറച്ചു നിമിഷങ്ങൾകൊണ്ട് ചാത്തുട്ടിക്കള്ളനു ബോധ്യമായി.

ഒരാൾ പറഞ്ഞു: “കോലപ്പൻമുക്കിനു തൊട്ടു മീതെയാണ് പുതിയ മേൽപ്പാലം വരാൻ പോകുന്നത്.”

കോലപ്പൻമുക്കെന്നു കേട്ടപ്പോൾ ചാത്തുട്ടിക്കള്ളന്റെ ഉള്ളിൽ ഒരു കൊള്ളിയാൻ മിന്നി മറഞ്ഞു. അയാൾ ചെറുപ്പക്കാരുടെ സംഭാഷണം കുറേക്കൂടി വ്യക്തമായി കേൾക്കുന്നതിന് തന്റെ ചെവി കൂർപ്പിച്ചു. ഇരുട്ടിലേക്ക് പതുക്കെ ലയിച്ചുകൊണ്ടിരുന്ന പുഴക്കര കാഴ്ചയിൽ ശാന്തവും മനോഹരവുമായിരുന്നു. ഏട്ടയ്ക്ക് (ഒരുതരം മീൻ) മുട്ടുന്ന തോണിക്കാരുടെ മുട്ടുകൾ ഇക്കരെ മീൻഷെഡ്ഡിന്റെ മീതെ പ്രതിധ്വനികൾ സൃഷ്ടിച്ചുകൊണ്ടിരുന്നു. ദൂരെ തോണികൾ അടയാളപ്പെടുത്തിക്കൊണ്ട് എമർജൻസി ലാമ്പുകൾ വെളിപ്പെട്ടു. ചെറുപ്പക്കാർ പുഴക്കര വന്നത് ആ ഇരുട്ടിന്റെ ഭംഗി ആസ്വദിക്കാൻ മാത്രമായിരിക്കില്ലെന്ന് ചാത്തുട്ടിക്കള്ളന് നല്ല ഉറപ്പായിരുന്നു. അവർക്ക് മേൽപ്പാലം നിർമ്മിക്കുന്ന അധികാരികളുമായി നല്ല അടുപ്പമുണ്ടെന്ന് കരുതാൻ പാകത്തിൽ, അവർ ഗ്രാമമറിയാത്ത പല രഹസ്യങ്ങളും കൈവശപ്പെടുത്തിയിരുന്നു. ഇടയ്ക്ക് ഒരാൾ തന്റെ മൊബൈൽ ഫോൺ ഏതോ സ്വീകരിക്കപ്പെടാത്ത നമ്പറിൽ നിരന്തരം പാഴ്ശ്രമങ്ങൾ നടത്തിക്കൊണ്ടിരുന്നു.

ചാത്തുട്ടിക്കള്ളൻ ഒരു കൗമാരക്കാരന്റെ ആവേശത്തോടെ താൻ ഗവേഷണം നടത്തിക്കൊണ്ടിരുന്ന തന്റെ പുതിയ ഉദ്യമത്തെക്കുറിച്ച് ആലോചിച്ചു. ആ മോഷണം തന്റെ നില നിൽപ്പിന്റെ കൂടി പ്രശ്നമാണ്. കള്ളൻകോലപ്പന്റെ ഭൂഗർഭനിധിയുമായി യശോദയുടെ സമീപത്ത് എത്തിച്ചേരുന്ന നിമിഷം അയാൾ മനസ്സിൽ സങ്കൽപ്പിച്ചു. ഒരുപക്ഷേ സരസുവിനു തന്റെ വേദനകളെ അതിജീവിക്കാൻ തന്റെയീ വീരകഥ മതിയായേക്കാം. അവളുടെ പ്രായം മണിയറക്കളവിന്റെ കാലത്തെ ഗൗരിക്ക് സമാനമാണ്.

മീൻഷെഡ്ഡിൽ എന്തോ അനങ്ങുന്നത് ശ്രദ്ധയിൽപെട്ടപ്പോൾ ചാത്തുട്ടിക്കള്ളന് ചെറിയ ഭയം തോന്നി. ആ സമയത്ത് ഭയപ്പെടാൻ മാത്രം ഒന്നുമില്ലെന്ന് അറിഞ്ഞുകൊണ്ടുതന്നെയാണ് അങ്ങനെ തോന്നിയത്. ഒരുപക്ഷേ ചില കാര്യങ്ങൾ കൂടി ചെയ്തു തീർക്കാനുണ്ടെന്ന ഗാഢമായ ആലോചനയാവാം, പൊലീസുകാർ തന്നെ വലയം ചെയ്ത നേരത്തുപോലും പിരിമുറുക്കം തോന്നാത്ത ചാത്തുട്ടിക്കള്ളനെ ഭയപ്പെടുത്തിയത്. അങ്ങനെ നിശ്ശബ്ദം നിൽക്കുമ്പോൾ, ഒരു പെരുച്ചാഴി മീൻഷെഡ്ഡിൽനിന്ന് ഗ്രില്ലിടയിലൂടെ പുറത്തേക്കിഴഞ്ഞു പോയി.

ദീർഘകാലമായി ചാത്തുട്ടിക്കള്ളൻ മനസ്സിലിട്ട് നടക്കുന്ന മോഹമാണ് കള്ളൻകോലപ്പന്റെ ഭൂഗർഭനിധി മോഷ്ടിക്കുകയെന്നത്. ചാത്തുട്ടിക്കള്ളന്റെ വീട്ടിൽനിന്ന് അഞ്ചാറ് കിലോമീറ്റർ അകലെയാണ് പ്രശസ്തമായ കോലപ്പൻമുക്ക്. ചാത്തുട്ടിക്കള്ളൻ ഭൂജാതനാകുന്നതിനു മുമ്പേ കള്ളൻ കോലപ്പൻ നാടിനെയും നാട്ടുകാരെയും വശീകരിച്ച് മൺമറഞ്ഞിരുന്നു.

ഇപ്പോഴും നാട്ടുകാരുടെ നാവിൽനിന്ന് കള്ളൻകോലപ്പന്റെ വീരകഥകളേ പുറത്തു വരൂ. കാലം കള്ളൻകോലപ്പന്റെ കോലം തന്നെ മാറ്റിപ്പണിതിരിക്കുന്നുവെന്ന് ഒരു ദിവസം റെയിൽവെ ഫ്ളൈ ഓവറിന്റെ മീതെ നിർത്താതെ ഓടിപ്പോകുന്ന ഇന്റർസിറ്റി എക്സ്പ്രസ്സ് നോക്കിനിൽക്കെ ചാത്തുട്ടിക്കള്ളന് തോന്നി. കോലപ്പൻമുക്കിൽ അടുത്ത കാലത്ത് അനാച്ഛാദനം ചെയ്യപ്പെട്ട കള്ളൻകോലപ്പന്റെ പ്രതിമ അതിനുദാഹരണമാണ്. പ്രതിമ സ്ഥാപിക്കപ്പെട്ട ശേഷം കള്ളൻകോലപ്പന്റെ തത്സ്വരൂപം കാണാൻ പോകണമെന്ന് പലവട്ടം കരുതിയതാണ്. ആകപ്പാടെ ഓരോ മനോവിഷമം കാരണം ഒന്നര മാസം കഴിഞ്ഞിട്ടും അങ്ങോട്ട് പോയതോ കണ്ടതോ ഇല്ല.

ചെറുപ്പക്കാർ അപ്രത്യക്ഷരായപ്പോൾ, ചാത്തുട്ടിക്കള്ളൻ ഇരുട്ടിൽ തനിക്കു പരിചിതമായ മെലിഞ്ഞ നാട്ടുവഴിയിലൂടെ കവലയിലെത്തി സ്വന്തം ഗ്രാമത്തിൽനിന്നുള്ള അവസാനത്തെ ബസ്സിൽ കോലപ്പൻമുക്കിലേക്ക് പോയി. മറ്റൊരു കാര്യവും മനസ്സിൽ നിൽക്കുന്നില്ല. മേൽപ്പാലത്തിന്റെ പണി തുടങ്ങിയാൽ തനിക്ക് ഒരുവേള, എന്നന്നേക്കുമായി ആ നിധി നഷ്ടമാവും!

കള്ളൻകോലപ്പന്റെ തൊണ്ടിമുതൽ അയാളുടെ കൂരയുടെ അടുക്കളയിൽ കുഴിച്ചിട്ടത് ലോകമറിയുന്ന യാഥാർത്ഥ്യമാണ്. പക്ഷേ, തലമുറകൾ പിന്നിടുന്തോറും ആളുകൾ ആ നേരിലേക്ക് ഭാവന കുഴച്ചു ചേർത്ത് നവീകരിക്കുകയും കൈമാറുകയും ചെയ്തു. അയാളുടെ ജീവിച്ചിരിക്കുന്ന ഏക അനന്തരാവകാശി മൂന്നാംതലമുറയിൽപ്പെട്ട അഭിലാഷ് എന്ന ചെറുപ്പക്കാരനാണ്.

കോലപ്പന്റെ ഭാര്യയുടെ അകന്ന ബന്ധത്തിൽപ്പെട്ട ഒരാളാണെന്നാണ് അഭിലാഷ് അറിയപ്പെടുന്നത്. അഭിലാഷിനും കള്ളൻകോലപ്പൻ ഒരു കേട്ടുകേൾവി മാത്രമാണ്. അഭിലാഷ് ജനിക്കുന്നതിനും വളരെ മുമ്പേ കോലപ്പന്റെ കൂരയും പുരയിടവും നാഷണൽ ഹൈവേയിൽ അലിഞ്ഞ് വിശാലമായ ദേശീയപാത പൊന്തിവന്നിരുന്നു. പിന്നീട്, കള്ളൻകോലപ്പൻ ജയിലിൽനിന്ന് പരലോകം പ്രാപിച്ച ശേഷം ആളുകൾ കൈചൂണ്ടി ഹൈവേയുടെ മധ്യത്തായി കള്ളൻ കോലപ്പൻ അടുക്കളയുടെ ആഴങ്ങളിൽ കുഴിച്ചിട്ട സ്ഥലം ചങ്ങാതിമാർക്കും കുട്ടികൾക്കും കാട്ടിക്കൊടുക്കുമായിരുന്നു. ഹൈവേയുടെ വരവിനുശേഷം ആ പ്രദേശത്ത് ഒരു ആധുനിക ബാറും നാലഞ്ച് പലചരക്കുകടകളും ഒരു പോസ്റ്റോഫീസും ഗ്രാമീണബാങ്കും ഒരു സിനിമാടാക്കീസും സന്ധ്യയ്ക്കാണെങ്കിൽ മദ്യപന്മാർക്കായി കുറേ ആമ്പ്ളെയിറ്റ് വണ്ടികളും പ്രത്യക്ഷമായി.

അക്കാലം മുതൽ അവിടം കോലപ്പൻമുക്കെന്ന് അറിയപ്പെട്ടു. അതോടെ നാട്ടുകാർക്കിടയിൽ പിടിച്ചുപറിയും മോഷണവും അവിഹിതങ്ങളുമായി നടന്ന ഒരു കള്ളനെ പതുക്കെ ജനം മറന്നുതുടങ്ങി. ഏത് കച്ചവടവും തുടങ്ങിക്കിട്ടിയാൽ പെട്ടെന്ന് പച്ചപിടിക്കുന്ന സ്ഥലവിശേഷം കോലപ്പൻമുക്കിലേക്ക് കച്ചവടക്കാരെയും സന്ധ്യയായാൽ നാട്ടുകൂട്ടത്തെയും ക്ഷണിച്ചു വരുത്തി. ആളുകൾ ആ പ്രദേശം മറ്റു പ്രദേശങ്ങളേക്കാൾ ഇഷ്ടപ്പെട്ടു. ദീർഘദൂര ബസ്സുകൾക്ക് മിക്കതിനും അവിടെ കാലക്രമേണ സ്റ്റോപ്പുണ്ടായി.

കോലപ്പൻമുക്കിലേക്ക് ബസ്സിൽ സഞ്ചരിക്കുന്നതിനിടയിൽ ചാത്തുട്ടിക്കള്ളൻ സ്വന്തം മണ്ടത്തരമോർത്ത് സ്വയം പരിഹസിച്ചു. കളവിൽ ആളുകളെ വിസ്മയിപ്പിച്ച താൻ മറ്റൊരു കള്ളൻ ദശാബ്ദങ്ങൾക്ക് മുമ്പ് കുഴിച്ചിട്ട നിധി തേടി യാത്ര ചെയ്യുന്നതിൽ അയാൾക്ക് തന്നോട് അവജ്ഞയും സഹതാപവും തോന്നി. പ്രത്യേകിച്ചും പണം ഇടത്തരക്കാരെ മറ്റെന്തിനേക്കാളും വശീകരിക്കുന്ന ഇക്കാലത്ത്.

കള്ളൻകോലപ്പന്റെ പ്രതിമ വെച്ചത് അയാളുടെ കൂരയുടെ അടുക്കളപ്പുറത്താണെന്നാണ് പൊതുജനം പറയുന്നത്. മൂന്ന് പെരുവഴികൾ ഹൈവേക്കടലിൽ ചേരുന്ന ബിന്ദുവിലാണ് കോലപ്പന്റെ ശില്പം കുടികൊള്ളുന്നത്. നാഷണൽ പെർമിറ്റ് വണ്ടികളുടെ സീൽക്കാരം ഇരവുപകലൊഴിയാതെ കോലപ്പന്റെ ചെവിയിൽ മുഴങ്ങിക്കൊണ്ടിരിക്കും. ഇരുമ്പുരാക്ഷസന്മാരെ കാത്തുനിന്ന് ഹൃദയം നിന്നു പോയവരുടെ സ്മാരകമാണ് അതിനടുത്ത ലെവെൽ ക്രോസ്. ഒടുവിൽ ഒരു മേൽപ്പാലം വന്നാൽ ആളുകൾക്കിനി ഇരുമ്പുവണ്ടികളെ അവഗണിച്ച് അടുത്ത നഗരത്തിലെ ആശുപത്രിയിലെത്താം.

“ആ പ്രതിമ ഇളക്കി അവിടം കുഴിച്ചാൽ കോലപ്പന്റെ കള്ള ക്കോപ്പത്രേം അവിടെക്കാണും.” ഇടയ്ക്കെങ്കിലും മുക്കിലെ സന്ധ്യ യിൽ ആളുകൾ കോലപ്പനിലേക്ക് വിഷയം തിരിയുമ്പോൾ അങ്ങനെ യോരോന്ന് പറഞ്ഞ് രസിക്കും. ചിലർ അത് വിശ്വസിച്ചുറച്ച് രണ്ടെണ്ണം വീശി വീട്ടിലേക്ക് മടങ്ങുകയും ചെയ്യും.

“അങ്ങോർ ജെയിലീ പോകുമ്പോ ഇക്കാണുന്നത് ഒരു കുഞ്ഞു കൂരയും മൂന്ന് സെന്റ് നെലൂം മാത്രമായിരുന്നു. ഒടുക്കം ജെയിലീ ക്കെടന്ന് ടൈഫോയ്ഡ് പിടിച്ച് ചാകുമ്പം ദേ, കെടക്കുന്നു ഫുട്ബാൾ ഗ്രൗണ്ട് പോലത്തെ ഹൈവേ. അതോടെ പാവത്തീന്റെ കുടുമ്മ ത്തിനും യോഗമില്ലാതെ പോയി.”

തെക്കുനിന്ന് കുടിയേറിയ കുര്യാക്കോസ് എന്ന ഒരു അച്ചായൻ ഒരു ദിവസം ബ്രാണ്ടിപ്പുറത്ത് ആമ്പ്ളെയിറ്റ് കഴിച്ചുകൊണ്ടിരിക്കു മ്പോൾ തനിക്കറിയാവുന്ന അറിവ് സഹമദ്യപന്മാരുടെ മുന്നിൽ തട്ടിവിട്ടു. അയാൾക്കും കള്ളൻ കോലപ്പൻ ഒരു മിത്ത് മാത്രമായി രുന്നു.

കോലപ്പനും ഒരു കൊച്ചുകുടുംബമുണ്ടായിരുന്നുവെന്നാണ് ജന സംസാരം. കോലപ്പന്റെ മരണശേഷം കുടുംബം തമിഴ്നാട്ടിലേക്ക് പോയെന്നാണ് ഉറപ്പില്ലാത്ത വാമൊഴികൾ. എന്തായാലും അക്കാര്യ ങ്ങൾക്കൊന്നും വേണ്ടത്ര തെളിച്ചം പോരാ. ആളുകൾക്ക് വ്യക്ത മായി ഒരു കാര്യം അറിയാം:

തങ്ങളുടെ നാട്ടിൽ കുറേക്കാലം മുമ്പ് ഒരു കള്ളൻ ജീവിച്ചിരുന്നു. സ്വന്തം സമ്പാദ്യമത്രയും ദേശീയപാതയുടെ രഹസ്യങ്ങളിൽ ഒളി പ്പിച്ചുവെച്ച് ജയിലിന്റെ സിമന്റു തറയിൽ, തിളച്ചു മറിയുന്ന പനി ച്ചൂടിൽ ശ്വാസം നിലച്ചുപോയ വിശുദ്ധനായ ഒരു തസ്കരവിസ്മയം! അയാൾ പിന്നീട് ഗ്രാമത്തിലേക്ക് വിശാലമായ രാജപാതകൾക്ക് നിമിത്തമായി; ഇരുണ്ട ഒരു കവലയിലേക്ക് അയാൾ തങ്ങളുടെ എല്ലാ സൗഭാഗ്യങ്ങൾക്കും കാരണമായി. അയാൾ വെറുമൊരു തസ്കരനാവാൻ വഴിയില്ല! അങ്ങനെയാണ് പൗരാവലി അയാൾ ക്കായി പതിവു വിശുദ്ധരുടെ പരിവേഷത്തോടെ ശാന്തമായ കണ്ണു കളും കഷണ്ടി കയറിയ നെറ്റിത്തടവുമൊക്കെയുള്ള ഭാവനാസമ്പന്ന മായ ഒരു പ്രതിമ കോലപ്പൻമുക്കിൽ അനിവാര്യമാണെന്ന് കണ്ടെ ത്തിയതും പ്രതിഷ്ഠിച്ചതും. തങ്ങളുടെ ജീവിതത്തെ അസാധാരണ മായി സ്വാധീനിച്ചവർ ആരായാലും അങ്ങനെയുള്ളവരെ വിഗ്രഹ ങ്ങളായി സ്വീകരിക്കുന്നതിൽ വരുംവരായ്കകൾ ഒട്ടും ഗൗനിക്കാത്ത വരായിരുന്നു അവിടുത്തുകാർ. പരദേശത്തു നിന്നെത്തി അപമൃത്യു വിനിരയായ ഒരു വഴിപോക്കന്റെയും ഭാര്യയുടെ അവിഹിതത്തിൽ മനംനൊന്ത് ജാരന്റെ മറന്നു വെച്ച ഉടുമുണ്ടിൽ തൂങ്ങിമരിച്ച ഒരു

ചെറുപ്പക്കാരന്റെയും പ്രതിമകൾ ചെറിയ കവലകളിൽ അന്നാട്ടുകാർ മുമ്പ് പ്രതിഷ്ഠിച്ചിരുന്നു.

കോലപ്പൻമുക്കിൽ ബസ്സിറങ്ങുമ്പോൾ ചെറിയ ഇരുട്ട് അന്തരീക്ഷത്തിൽ കലർന്നിരുന്നു. മുക്കിൽ സന്ധ്യ ആകർഷകമാം വിധത്തിൽ കച്ചവടവും ആൾക്കൂട്ടവും മദ്യപന്മാരുമൊക്കെയായി ഉത്സവപ്പകിട്ടിൽ തന്നെയായിരുന്നു. ചാത്തുട്ടിക്കള്ളൻ ബസ്സിന്റെ ഫുട്സ്റ്റെപ്പിൽ നിന്ന് നിലംതൊട്ട നേരം തന്നെ റോഡിന്റെ നടുക്ക് പ്രൗഢിയോടെ തലയുയർത്തി നിൽക്കുന്ന കോലപ്പന്റെ അർദ്ധകായപ്രതിമ കണ്ടു. പ്രതിമയോട് ചേർന്നു നിന്ന് അഞ്ചാറു പേർ സൊറ പറയുന്നുണ്ട്. പ്രതിമയ്ക്ക് മുകളിൽ തെളിഞ്ഞു കത്തുന്ന ഒരു ശക്തി കൂടിയ വൈദ്യുത ദീപവുമുണ്ട്.

ചാത്തുട്ടിക്കള്ളൻ സാവധാനം ചുറ്റുപാടുമൊന്ന് കണ്ണോടിച്ചു. അവിടെ ആകപ്പാടെ പത്തുമുപ്പതുപേർ കാണും. ഒരു ദിവസം കൂടി രസകരമായി അവസാനിപ്പിക്കുക എന്ന ഉദ്ദേശ്യത്തോടെ പലതരം ലക്ഷ്യരഹിതമായ കളികളിലേർപ്പെട്ട കുറേ ആളുകളാണ് അവരെന്ന് ചാത്തുട്ടിക്കള്ളന് തോന്നി. പണമുണ്ടായിട്ടും അവർ ഒരു ദിവസം അവസാനിപ്പിക്കുന്നതിനു മുമ്പുള്ള മദ്യപാനവും സൊറയും സിനിമയും മാത്രം കൂട്ടുപിടിച്ചു കഴിയുന്നവരായിരുന്നു. കോലപ്പന്റെ പ്രതിമ പോലും ചില ദിവസങ്ങളുടെ ശൂന്യമായ ആനന്ദത്തിനു വേണ്ടി നിർമ്മിച്ച ഒരു പാർക്കിന്റെ അവയവം മാത്രമായി അവർ കരുതിയിരുന്നതുപോലെ ചാത്തുട്ടിക്കള്ളന് തോന്നി. ഒരുപക്ഷേ ആ പ്രതിമയുടെ പ്രസക്തിയെക്കുറിച്ചും അതുത്പാദിപ്പിക്കുന്ന വിപരീതഫലങ്ങളെക്കുറിച്ചും ആദ്യമായും അവസാനമായും ആലോചിച്ച് ആധി പൂണ്ടത് താനായിരിക്കുമെന്ന് ചാത്തുട്ടിക്കള്ളന് സ്വയം തോന്നുകയും ചെയ്തു.

ചാത്തുട്ടിക്കള്ളൻ ആ സമയം മറ്റൊരു കാര്യംകൂടി തിരിച്ചറിഞ്ഞു: ഒരു കള്ളനെന്ന നിലയിൽ ആളുകൾ തന്നെ കാണുന്നു എന്നതിനപ്പുറം തനിക്കൊരു പ്രസക്തിയുമില്ല!

മനസ്സ് വീണ്ടും വിഷാദഭരിതമായപ്പോൾ ചാത്തുട്ടിക്കള്ളന് കുറച്ച് മദ്യം കഴിക്കണമെന്ന് തോന്നി. അടുത്തുള്ള സുഹാസിനി ബാറിൽ കയറി അയാൾ ഒരു ലാർജ്ജ് ആവശ്യപ്പെട്ടു. കള്ളനെ തിരിച്ചറിഞ്ഞ കൗണ്ടറിലെ മധ്യവയസ്ക്കൻ ആദ്യം പണം വാങ്ങി ഉറപ്പു വരുത്തിയശേഷം ഒരു ഗ്ലാസിലേക്ക് മദ്യം ഒഴിച്ചുകൊടുത്ത്, ചാത്തുട്ടിക്കള്ളൻ മദ്യപിക്കുന്ന നേരമത്രയും അവജ്ഞയോടെ നിരീക്ഷിച്ചുകൊണ്ടിരുന്നു. മധ്യവയസ്കന്റെ വായ്നോട്ടം കാരണം ശ്വാസം മുട്ടിയ ചാത്തുട്ടിക്കള്ളൻ ലാർജ്ജ് ഒറ്റവായിൽ അകത്താക്കി ബാറിന്റെ പുറത്തിറങ്ങി.

ബാറിൽ നിന്ന് പുറത്തിറങ്ങി ചാത്തുട്ടിക്കള്ളൻ 'ആമ്പ്ളെയിറ്റ്' വണ്ടിയുടെ അടുത്തേക്ക് നടന്നു. അന്നനാളം അടയാളപ്പെടുത്തി പുകഞ്ഞിറങ്ങിയ ബ്രാണ്ടി തടുത്തു നിർത്താനാവാത്ത വിശപ്പുണ്ടാക്കിയിരുന്നു.

അയാൾ ഒരു ഡബിൾ ആംപ്ലെയ്റ്റ് ഓർഡർ ചെയ്ത് തലയ്ക്കകത്തെ ബ്രാണ്ടിക്കനത്തിൽ, ഇഷ്ടപ്പെട്ട മണ്ണെണ്ണ മണം ആസ്വദിച്ചങ്ങനെ നിൽക്കുമ്പോൾ ആൾക്കൂട്ടം ഒരു തിരമാലകണക്കെ ഇളകുന്നു. ചാത്തുട്ടിക്കള്ളൻ ദീർഘകാലമായി താനുപേക്ഷിച്ച, മദ്യത്തിന്റെ വികൃതിയാണെന്ന് കരുതി സമാധാനിക്കാനോങ്ങി. കനം വെച്ചടുത്ത തിരമാല അസ്വാഭാവികമായി പിൻവാങ്ങുമ്പോലെ ആളുകൾ പൊടുന്നനെ അപ്രത്യക്ഷരായിത്തുടങ്ങി. ചാത്തുട്ടിക്കള്ളന് ഒന്നും പിടികിട്ടിയില്ല. മുട്ടയപ്പത്തിന്റെ വെളുത്ത പ്രതലം ബ്രെഡ്ഡിൽ പൊതിഞ്ഞ് ആവേശത്തോടെ കഴിക്കാൻ തുടങ്ങവെ ഒരു ചെറുപ്പക്കാരൻ വണ്ടിക്കരികിൽ കിതച്ചെത്തി. ആംപ്ലെയ്റ്റ് വണ്ടിക്കാരൻ ദാസൻ, മദ്യം കാരണം വിശന്നുവലഞ്ഞ മറ്റു രണ്ട് വാല്യക്കാർക്ക് സ്ക്രാമ്പിൾഡ് എഗ്ഗ് പൊരിച്ചെടുക്കുകയായിരുന്നു. ചെറുപ്പക്കാരൻ നിന്നു നിന്നില്ല എന്ന മട്ടിൽ ഒറ്റശ്വാസത്തിൽ പറഞ്ഞു:

"ദാസേട്ടാ, സ്റ്റൗ താഴ്ത്തിക്കോ, ചെറമ്മലെ രാജേഷ് വീണു. പത്തിരുപത്താറ് വെട്ട്ണ്ട്ത്രെ."

ചെറമ്മലെ രാജേഷിന്റെ പേര് കേട്ടതും ദാസന്റെ കൈയിൽ നിന്ന് തോട് പൊട്ടിച്ച് ഫ്രൈയിങ് പാനിലേക്ക് വീഴാൻ കാത്തുനിന്ന നിഷ്കളങ്കയായ ഒരു മുട്ടക്കുഞ്ഞ് നിലത്തുവീണ് ജീവൻ വെടിഞ്ഞു.

ദാസൻ പെട്ടെന്ന് വിയർത്തു തുടങ്ങി. ആർക്കും ഒരു രക്ഷയുമില്ലാതായിരിക്കുന്നുവെന്ന ശരീരഭാഷ ഉത്പാദിപ്പിച്ചുകൊണ്ട് അയാളുടെ അരക്കൈ ഷർട്ട് നനഞ്ഞൊട്ടി:

"വേഗം വീടടങ്ങിക്കൊള്ളിൻ. എനി നിന്നാൽ എന്താ ഏതാ എന്നൊന്നും പറ്യാൻ പറ്റൂല." അതും പറഞ്ഞ് അയാൾ മണ്ണെണ്ണയടുപ്പിന്റെ തിരി താഴ്ത്തുകയും വണ്ടിത്തട്ടിൽ മൗനിയായി നിലകൊണ്ട ഒരു പത്രത്താളിൽ മകൾക്കും ഭാര്യയ്ക്കും അത്താഴത്തിനായി നാലുകഷണം പുട്ട് പൊതിഞ്ഞെടുക്കുകയും ചെയ്തു.

ചാത്തുട്ടിക്കള്ളന് ദാസനോട് സഹതാപം തോന്നിയെങ്കിലും അയാളുടെ മനസ്സിലേക്ക് അപ്പോൾ സന്തോഷത്തിന്റെ തിരമാല പൊന്തിവന്നു. അയാൾ നോക്കിയിരിക്കെ ആളുകൾ, അസാധാരണമായ രീതിയിൽ ഒച്ച വെക്കുകയും സ്വാഭാവികമായി തങ്ങളുടെ മുഖപേശികളിലേക്ക് തള്ളിക്കയറിയ വികാരങ്ങളെ മറ്റുള്ളവർ

കാണാതെ ഒതുക്കിപ്പിടിച്ച് സ്വന്തം വീടുകളിലേക്ക് ധൃതിയിൽ നടന്നു പോവുകയും ചെയ്തു.

ഒരു കൊലപാതകം നടന്നാൽ തന്റെ നാട്ടുകാർ എങ്ങനെ പ്രതികരിക്കുമെന്നത് ചാത്തുട്ടിക്കള്ളന് ഹൃദിസ്ഥമാണ്. അയാൾ കരുതിയതുപോലെ കോലപ്പൻമുക്ക് പെട്ടെന്ന് കാലിയായി. ആളുകൾക്ക് ചെന്നെത്താൻ പ്രയാസമായ വിദൂരമായ ഏതോ മരുഭൂമിയെപ്പോലെ കോലപ്പൻമുക്ക് കുറച്ചു നിമിഷങ്ങൾക്കകം വിജനമായി, ചാത്തുട്ടിക്കള്ളന്റെ ശ്വാസചലനങ്ങളൊഴിച്ച്. അയാൾക്കാവശ്യവും അത്തരം ഒരന്തരീക്ഷമായിരുന്നു. കുറേക്കാലത്തിനിടയിൽ കോലപ്പൻമുക്ക് മൂവന്തിക്ക് ഇതുമാതിരി ഒരു വിജനതയെ അഭിമുഖീകരിച്ചിട്ടില്ല.

വാർത്തയുടെ ആഘാതത്തിൽ, അബോധാവസ്ഥയിലായിരുന്ന മധ്യവയസ്ക്കനായ ഒരു മദ്യപൻ ബോധത്തിലേക്ക് തിരിച്ചെത്തി ഇങ്ങനെ ഒച്ചവെച്ചുകൊണ്ട് സ്വന്തം വീട്ടിലേക്കൊടി:

“മേൽപ്പാലത്തിന്റെ കല്ലിടീലിനു മുമ്പേ മന്ത്രിക്ക് വെരാൻ യോഗണ്ടായി. അന്നേ ആ ചെക്കന് എടുത്തുചാട്ടം കൊറച്ച് കൂടുതലായിരുന്നു.”

അതും പറഞ്ഞ് ഓട്ടത്തിനിടയിൽ അയാൾ കോലപ്പന്റെ രൂപത്തിലേക്ക് ദൈന്യതയോടെ നോക്കി, മറ്റുള്ളവർ കേൾക്കാതിരിക്കണമെന്ന നിർബന്ധമുള്ളതുപോലെ ഒച്ച കുറച്ച് മൊഴിഞ്ഞു:

“ആളുകൾക്ക് തലച്ചോറ് മുളയ്ക്കാൻ ഒരുപക്ഷേ കാലങ്ങൾ കാത്തിരിക്കേണ്ടി വരും.”

ആ മധ്യവയസ്കനായിരുന്നു അവിടെ അവസാനമായി അവശേഷിച്ചിരുന്നത്. അയാൾ ഭാവരഹിതനായി അവിടം വിട്ടുപോകുന്നതുവരെ ചാത്തുട്ടിക്കള്ളൻ ദാസന്റെ ഉന്തുവണ്ടിയുടെ മറവിൽ ഒളിച്ചിരുന്നു.

അയാൾ പോയിക്കഴിഞ്ഞപ്പോൾ ചാത്തുട്ടിക്കള്ളൻ കള്ളൻ കോലപ്പന്റെ പ്രതിമയുടെ സമീപം ചെന്നു. സമയം പതിനൊന്നോട് അടുത്തിരുന്നു. പ്രതിമയെ തെളിയിച്ചുനിർത്തിയ ദീപത്തിന്റെ വൈദ്യുതവയർ ചാത്തുട്ടിക്കള്ളൻ ഞൊടിയിടയിൽ അറുത്തുമാറ്റി. അന്നേരം കോലപ്പൻമുക്ക് പൂർണ്ണമായും ഇരുട്ടിൽ മുങ്ങിയതുപോലെയായി.

സന്ധ്യയ്ക്ക് ആ ചെറുപ്പക്കാരൻ കിതപ്പിനിടയിൽ രാജേഷ് വീണ സ്ഥലവും സൂചിപ്പിച്ചുകൊണ്ടാണ് പോയത്. അക്കാര്യം ഓർത്തപ്പോൾ ചാത്തുട്ടിക്കള്ളന് ആത്മവിശ്വാസം വർദ്ധിച്ചു. രാജേഷിന്റെ പതനവും പൊലീസ് സ്റ്റേഷനും ഒരേ ദിശയിലാണ്. ഇനി ഏതെങ്കിലും പൊലീസുകാർ ഈ വഴി വണ്ടിയോടിച്ച് പോയാൽത്തന്നെ

വി.ഐ.പി.കൾ സ്ഥലം വിടുംവരെ അവർക്കൊന്നും തല നേരെ നിൽക്കുകയില്ല. ഈ ഇരുട്ടും മറയുമൊക്കെ തന്റെ അനുഭവസമ്പത്തിന് ധാരാളമാണ്. അതുപോലെ പ്രമാണികൾ രാജേഷിന്റെ വീട് സന്ദർശിച്ചാലും അവർക്ക് കോലപ്പൻമുക്ക് മുറിച്ചു കടക്കേണ്ടതില്ല. അതുകൊണ്ട് ഈ രാത്രി കോലപ്പൻമുക്കിൽ വിജനത തണുത്തുറയുമെന്ന കാര്യത്തിൽ സംശയിക്കേണ്ടതില്ല. അർദ്ധരാത്രിയിൽ ഇനി ഭയപ്പെടേണ്ടത് വല്ലപ്പോഴും ചീറിയോടുന്ന ദീർഘദൂരവണ്ടികളെയും ടാങ്കർലോറികളെയുമാണ്. ദൂരെ വെളിച്ചപ്പൊട്ട് തെളിയുമ്പോൾ ഒരു കരുതൽ വേണം. അന്നേരം പ്രതിമയുടെ ചതുരപ്പീഠത്തിന്റെ കുഞ്ഞു പാർശ്വത്തിൽ തന്റെ ചെറിയ ശരീരം ഒളിപ്പിക്കാവുന്നതേയുള്ളൂ. പുലർച്ചെ പാൽസൊസൈറ്റിക്കാർ പുറത്തിറങ്ങുന്നതിനു മുമ്പ് തന്റെ ജോലി പൂർത്തിയാക്കുകയും വേണം.

ചാത്തുട്ടിക്കള്ളൻ സ്ഥിരമായി കൊണ്ടുനടക്കാറുള്ള ഒരു ചെറിയ ആക്സ് ഓഫ് ബ്ലെയിഡും ഒരു ചെറിയ കട്ടിംഗ് പ്ലെയറും ആണികൾ തിക്കിയിളക്കാൻ പറ്റുന്ന ഒരു ഇരുമ്പിന്റെ കുഞ്ഞുഹാമറും മാത്രമായിരുന്നു അരയിൽ കരുതിയിരുന്നത്.

ഏതോ കാലഘട്ടത്തിൽ ജീവിച്ചു മരിച്ച കോലപ്പന്റെ നിധി ഒരു പൊതുമുതലാണെന്നും ആ പ്രതിമയ്ക്കടിയിൽ അത് സുരക്ഷിതമായി നിൽക്കുന്നിടത്തോളം നാടിന്റെ അഭിവൃദ്ധിക്ക് അത് മുതൽക്കൂട്ടാകുമെന്നുമാണ് ഉദ്ഘാടനവേളയിൽ ഒരു മന്ത്രി പറഞ്ഞത്. ഒരു സത്യവുമില്ലെങ്കിലും ആളുകൾ ആ വാക്കുകൾ കേട്ട് കരഘോഷം മുഴക്കിയിരുന്നു. അതോർത്തപ്പോൾ ചാത്തുട്ടിക്കള്ളന് മന്ത്രിയോടും ലോകത്തോടുമെല്ലാം കടുത്ത അരിശം തോന്നി.

ഇരുട്ടിൽ അയാൾ പതുക്കെ ആ പ്രതിമയുടെ ആണികൾ പീഠത്തിൽ നിന്ന് ഇളക്കിമാറ്റാൻ തുടങ്ങി. അയാളപ്പോൾ ഒരു വട്ടം കൂടി താൻ ജയിക്കുകയാണെന്ന് കരുതി സന്തോഷം നിറഞ്ഞു. ആണികൾ ഇളകുന്നുണ്ടെങ്കിലും പ്രതിമ മുഴുവനായി ഇളക്കി മാറ്റാൻ അയാൾക്കാവില്ലെന്ന് ഉറപ്പായിരുന്നു. ആണികൾ അതിന്റെ പുറംഭാഗം ഉറപ്പിച്ചുനിർത്താൻ മാത്രമായിരുന്നു. പ്രതിമയുടെ ദേഹം കോൺക്രീറ്റും സ്റ്റീലും ഉപയോഗിച്ച് നിർമ്മിച്ചതിനാൽ അയാൾക്കതിന്റെ ദേഹം അനക്കാൻ കഴിഞ്ഞതേയില്ല. ഒന്നു രണ്ട് മണിക്കൂറുകൾ ചാത്തുട്ടിക്കള്ളൻ ആവുന്നതും പത്തും നോക്കിയിട്ടും കള്ളൻ കോലപ്പൻ അയാളെ നോക്കി പരിഹസിച്ചുകൊണ്ടിരുന്നു.

ആ ഇരുട്ടിൽ അയാൾ വിയർത്തു കുളിച്ചു. അപ്പോൾ അയാൾക്കൊരാശയം തോന്നി. ഹാമറിന്റെ മുനകൊണ്ട് ആ സ്റ്റീലിൽ എത്താൻ കഴിഞ്ഞാൽ; ഒരുപക്ഷേ തന്റെ പക്കലുള്ള ബ്ലെയിഡുകൊണ്ട് ആ സ്റ്റീൽ മുറിക്കാൻ കഴിഞ്ഞാൽ തനിക്ക് കോലപ്പനെ

മുറിച്ചെടുക്കാൻ കഴിഞ്ഞേക്കും. അയാളുടെ മുഖമെങ്കിലും തനിക്ക് തകർക്കണം. ആ ആദർശം പൊഴിക്കുന്ന കണ്ണുകളെങ്കിലും കുത്തി പ്പൊളിക്കണം. ചാത്തുട്ടിക്കള്ളൻ തന്റെ കുഞ്ഞുഹാമർ കൊണ്ട് ആ കണ്ണുകളിൽ രണ്ട് മുട്ട് മുട്ടി. അന്നേരം അയാളുടെ കണ്ണുകളിലേക്ക് ഒരു പ്രകാശമുന തുളച്ചുകയറി. അപ്രതീക്ഷിതമായി ഒരു ഞൊടി യിടയിൽ കോലപ്പൻമുക്ക് പ്രകാശത്തിൽ മുങ്ങി. ആ വെളിച്ചത്തിൽ പൊലീസ് വണ്ടികൾ തെളിഞ്ഞു.

ചാത്തുട്ടിക്കള്ളൻ നിശ്ശബ്ദനും നിർമ്മമനുമായിരുന്നു. ഒരുപാട് ട്രാക്ക് റെക്കോർഡുള്ള ചാത്തുട്ടിക്കള്ളന് ഒരു കൊലപാതകിയായി മാറാൻ വലിയ പ്രയാസമൊന്നുമില്ല!

ജീവിച്ചിരിക്കുന്ന ചാത്തുട്ടിക്കള്ളൻ വില കുറഞ്ഞ ഒരു കള്ളൻ മാത്രമാണ്. ഒരു ഇരയും ഉപകരണവും മാത്രം!

പൊലീസ് വണ്ടിയിൽ കയറുമ്പോൾ, കാലങ്ങൾക്കു ശേഷം, താനൊരു മിത്തായി, തനിക്കു നേരെ നടന്നടുക്കുന്ന ആദർശത്തിന്റെ പൊന്നാട നോക്കി അയാൾ സ്വയം ഹർഷപുളകിതനായി!

■

പർപ്പിൾ മലബാറിക്കസ്

ചില മണങ്ങൾ ഓക്കാനം ഉണ്ടാക്കും. അവ അശരീരിയായി വന്ന് മൂക്കിന് ചുവടെ ചുണ്ടുകൾക്ക് സമീപം വട്ടം കറങ്ങി സദാ വീർപ്പു മുട്ടിക്കും. മറവിയെ തോൽപ്പിച്ച് കടുപ്പം കൈവരിക്കും.

എന്നാൽ, ഒഴിവാക്കാൻ വയ്യാത്ത, പ്രാണന്റെ പിടച്ചിലൊളൊപ്പിച്ചു വെച്ച, ചില പെൺമണങ്ങളോട് അച്ഛനും വല്ലാത്ത അസഹിഷ്ണുത വച്ചു പുലർത്തിയിരുന്നു

യാത്ര കഴിഞ്ഞ് ഏത് പാതിരാത്രി വീട്ടിലെത്തിയാലും മണം പിടിച്ചുകൊണ്ട് ഒരു റോന്തു ചുറ്റൽ അച്ഛന്റെ ശീലമാണ്. ഒരു ദിവസം അച്ഛന് കിട്ടിയത് അമ്മയുടെ 'ബ്ലാക്ക് ആന്റ് വൈറ്റ്' കാലത്ത് മറന്നുവെച്ച തീണ്ടാരിത്തുണിയുടെ ഫോസിലാണ്. അച്ഛൻ അന്നും അമ്മയുടെ ദേഹത്ത് കൈവെച്ചു. ദേഷ്യം ഉച്ചസ്ഥായിയിൽ എത്തിയപ്പോൾ അമ്മ വാതിലിന്റെ വെളിയിൽ നിഷ്കരുണം ഉപേക്ഷിക്കപ്പെട്ടു. 'വൃത്തി കെട്ട ഒരു ജന്മം.' അച്ഛൻ വാതിലിന്റെ ടവർ ബോൾട്ട് വലിച്ചിടുമ്പോൾ അലറി. അമ്മ നുറുങ്ങി നുറുങ്ങി പുറത്തെ കോലായയിൽ അവശേഷിച്ചു!

"ഇന്ന് തീണ്ടാരിത്തുണികളുടെ രക്തസാക്ഷിത്വം ആഘോഷിക്കണം." ഏച്ചി അമ്മയോട് പറഞ്ഞു.

"നാളെ അച്ഛൻ വരുമ്പോൾ അവറ്റകൾ ചാരമായി മാറിയിരിക്കണം. എത്ര ശ്രമിച്ചാലും അച്ഛന് ഇനി ആ 'രക്തബന്ധുക്കളെ' അവഹേളിക്കാൻ കഴിയരുത്. ആ കരിഞ്ചുവപ്പൻ ചരിത്രരേഖകൾ ഞങ്ങൾ അഗ്നിക്കിരയാക്കി. അങ്ങനെ അച്ഛന്റെ ദീർഘയാത്രകൾ ആഘോഷിക്കാൻതന്നെ ഞങ്ങൾ തീരുമാനിച്ചു.

ഏച്ചിയുമായി ലൂഡോ കളിച്ചുകൊണ്ടിരിക്കെ, തട്ടിൻപുറം ലക്ഷ്യമാക്കി ഒരെലി ഏണിപ്പടികൾ കയറി മുകളിലേക്ക് കുതിച്ചു. കാവൽക്കാരന്റെ വേഷംകെട്ടി വരുന്നത്, ദൂരയാത്രയ്ക്ക് പോയ അമ്മാവന്റെ വീടു കാക്കാനാണ്.

“എനിക്ക് ഉറക്കം വെര്ന്ന്,” ഏച്ചി എഴുന്നേറ്റ് കോമ്പിരമുറിയിലേക്ക് പോയി. അമ്മ കൂർക്കം വലിക്കാൻ തുടങ്ങിയിട്ടുണ്ട്. അച്ഛൻ വീട്ടിലില്ലെങ്കിൽ ഏറ്റവും ഒടുവിൽ ലൈറ്റ് അണയുന്നത് ഈ ലൂഡോ മുറിയിലാവും. ഒറ്റയ്ക്കായപ്പോൾ ലൈറ്റ് ഓഫ് ചെയ്ത് കിടക്കയിലേക്ക് അമർന്നു. എലി വീണ്ടും ഏണിപ്പടികൾ കയറി മുകളിലെത്തി. പക്ഷേ, ഇത്തവണ തട്ടിൻപുറത്തേക്ക് കയറിപ്പോകുന്നതിന് പകരം എലി അകത്തിറയത്തിന്റെ ഏറ്റവും തെക്കെ അറ്റത്തുള്ള മുറിയുടെ നേർക്കിഴഞ്ഞു. ഭയം കൊണ്ട് ഇറുങ്ങിച്ചെറുതായി. ഇത് ചുണ്ടനല്ല, ഒരു പെരുച്ചാഴിയാണ്.

അനുവാദം ചോദിക്കാതെ മുകളിലേക്ക് കയറി വന്ന ആ ഇഴജന്തു പതുക്കെ ഞാൻ കിടക്കുന്ന മുറിയുടെ വാതിൽ തുറന്നു. ആ കതക് ശരിക്കും അടഞ്ഞിരുന്നില്ല. പകുതി ചാരി വെച്ചിട്ടേ ഉണ്ടായിരുന്നുള്ളൂ. ഇത് സാധാരണ എലിയല്ല. മനുഷ്യരൂപം കൈവരിച്ച ഒരു പെരുച്ചാഴിയാണ്. എന്റെ കാലടികളിൽ നക്കിപ്പൊലിപ്പിച്ച ഉമിനീരിന്റെ നനവ് പടർന്നപ്പോൾ ഞാൻ കാൽപ്പാദം കുടഞ്ഞ് ഞെട്ടിപ്പിടഞ്ഞെഴുന്നേറ്റു. മുറിയിൽ ഒട്ടും വെളിച്ചമില്ല. ഞാൻ ലൈറ്റിടാൻ ഭാവിച്ച് സ്വിച്ചിനടുത്തേക്ക് നീങ്ങിയപ്പോൾ എന്റെ ശരീരത്തെ ഗാഢമായി ആലിംഗനം ചെയ്ത് അവനെന്നെ കിടക്കയിലേക്ക് തന്നെ വലിച്ചുതാഴ്ത്തി.

“എന്നെ ഒന്നും ചെയ്യരുത്.” ഞാൻ പറഞ്ഞു. “ഞാൻ നിങ്ങളെക്കുറിച്ച് ഇങ്ങനെ വിചാരിച്ചില്ല.” എന്നേക്കാൾ ആറ് വയസ്സ് മൂത്ത സുരയോട് ഞാൻ പറഞ്ഞു.

ബ്രൂട്ടിന്റെ ആൺമണം വീടിന്റെ മൂലകളിൽ നിന്ന് പറന്നുയർന്ന് വിയർപ്പിന്റെ കണികകളിൽ പറ്റിക്കിടന്നു.

“ഈ മച്ചിന്റെ കാല്പനിക ഭാവം നീ നശിപ്പിച്ച് കളയരുത്.” സുര എന്നെ നിശ്ശബ്ദയാക്കാൻ സാഹിത്യം പറഞ്ഞു.

“എനക്ക് നിങ്ങളെ സാഹിത്യൊന്നും തിരിയൂല.” ഞാൻ പറഞ്ഞു.

എനിക്കും സുരയ്ക്കുമിടയിൽ സാഹിത്യവും പുസ്തകങ്ങളും അസഹ്യമായ ഒരു ഭയം വിതറി. മുമ്പൊരിക്കൽ എന്റെ അറിവില്ലായ്മയെ സുര കാരുണ്യരഹിതമായി ദൂരേക്ക് വലിച്ചെറിഞ്ഞ് കളിയാക്കിയിരുന്നു. ഒരു ചെറിയ നോവൽ മൂന്ന് തലമുറകളായി ഒരു സിനിമയിൽ ചിത്രീകരിക്കപ്പെട്ടത് വിശ്വസിക്കാനാവാതെ പകച്ചു നിന്നപ്പോൾ, അയാൾ അച്ഛന്റെ മുന്നിൽ വെച്ച് എന്നെ കരയിച്ചു:

“ഹേയ്, പെണ്ണേ, ഇമ്മാതിരി ദുഷ്ച്ചോദ്യം ചോദിക്കാൻ ഇനി ഇങ്ങോട്ട് വരരുത്.”

ഇപ്പോൾ, അയാളുടെ കൈകൾക്കിടയിൽ നിന്ന് രക്ഷപ്പെടാൻ

ഞാൻ അയാളെഴുതിയ കവിതകൾ ഉച്ചത്തിൽ ചൊല്ലാൻ തുടങ്ങി. അയാൾ അസ്വസ്ഥതയോടെ എന്റെ വാ പൊത്താൻ ശ്രമിച്ചു.

"നാളെ കാലത്തേ ഉസ്ക്കൂളിലേക്ക് പോണം. സുരേട്ടൻ നാളെയും വരില്ലേ, അച്ഛൻ വരാൻ എനി ഒരു രാത്രീം കൂടി ഉണ്ട്."

അയാളിൽ നിന്ന് സ്വയം പറിച്ചുമാറ്റി ഞാൻ ഏച്ചിയുടെ മുറിയിലേക്ക് ഓടി. ആൺമണം അകറ്റി നിർത്താൻ എന്താണ് വഴി?

ആൺമണങ്ങളുടെ മേൽക്കോയ്മ തകർക്കുക അത്രയ്ക്ക് എളുപ്പമല്ല. പെൺമണങ്ങൾക്കു മീതെ അവ കമിഴ്ന്നു വീഴും. വീടകം നിറഞ്ഞുകിടക്കുന്ന അച്ഛന്റെ ബ്രൂട്ടിന്റെ കടുംമണം മറ്റെല്ലാ സ്ത്രൈണഗന്ധങ്ങളെയും കഴുത്തു ഞെരിച്ചു കൊല്ലും. ഞങ്ങൾ മൂന്നു പേരും അച്ഛന്റെ ബ്രൂട്ട് മണം തുടച്ചു കളയാനുള്ള വഴികൾ ആലോചിച്ചു നോക്കിയിട്ടുണ്ട്. പക്ഷേ മൂക്കിലേക്ക് കുത്തിത്തുളച്ച് ആ തീക്ഷ്ണഗന്ധം എന്നിലും ചേച്ചിയിലും അമ്മയിലും തലവേദന ഉത്പാദിപ്പിച്ചുകൊണ്ടിരുന്നു.

"നീ ഒരു കുട്ടിക്കൂറ പൗഡറ് വാങ്ങിത്തരാൻ അച്ഛനോട് പറ." ഞാൻ ഏച്ചിയോട് പറഞ്ഞു. അവൾ മൂത്തതായതുകൊണ്ട് അച്ഛൻ കുറച്ചൊന്ന് പരിഗണിച്ചേക്കും എന്ന് കരുതി. ഭാഗ്യത്തിന് അച്ഛൻ ഒരു കുട്ടിക്കൂറ പൗഡർ അടുത്ത ദിവസം ഞങ്ങൾക്ക് വാങ്ങിത്തന്നു. അനാവശ്യമായി ആ പൗഡർ ടിൻ തുറന്നുവെക്കരുതെന്നും അതിന് ഒരു മാതിരി ചീഞ്ഞ മണമാണെന്നും അച്ഛൻ തന്റെ പട്ടാളനോട്ടത്തോടെ ആജ്ഞാപിച്ചു.

"കുട്ടിക്കൂറയ്ക്ക് ഒരു പെണ്ണിന്റെ സ്വഭാവമാണ്." പുതിയ കുട്ടിക്കൂറയുടെ മൂടി തുറന്ന് അമ്മയുടെ കുളി കഴിഞ്ഞ് നനവ് ഉണങ്ങാത്ത ദേഹത്തേക്ക് ഏച്ചി ഒരട്ടി പൗഡർ കുടഞ്ഞു.

ഇപ്പോൾ ബ്രൂട്ടിന് കുറച്ച് അമർഷം തോന്നുമെന്ന് പറഞ്ഞ് ഞങ്ങൾ ചിരിച്ചു. സുരയെ പറ്റിക്കാൻ പിറ്റേന്ന് രാവിലെ, അറ്റത്തെ മുറിയിലെ ബെഡ്ഡിൽ നിറയെ കുട്ടിക്കൂറ പൗഡർ കുടഞ്ഞ്, അഴുകിയ സാനിറ്ററി പാഡുകൾ വിതറി മുറി ചാരി വെച്ചു.

"ബ്രൂട്ടിന്റെയും ഓൾഡ് സ്പൈസിന്റെയും മണം കയറി എനക്ക് ഓക്കാനം വരുന്നു." രാവിലെ കോഴിക്കൂട് തുറക്കുമ്പോൾ ഞാൻ സത്യനോട് പറഞ്ഞു.

"മൂക്കിലേക്ക് എത്ര കേറ്റിയാലും എനിക്ക് ആ മണങ്ങൾ മതി വെരൂല, ഒര് ബല്ലാത്തെ പവറാപ്പാ ഓൾഡ് സ്പൈസിന്. അത് പൂശിയ ആണുങ്ങളെ എത്ര കണ്ടാലും എനക്ക് മതിയാവൂല രജനീ," ദൂരെ ഒരാൺപട്ടി ഒട്ടുമാവും ചാരി മൂത്രമൊഴിക്കുന്നത് സത്യൻ ആർത്തിയോടെ നോക്കി നിന്നു. എന്നിട്ട് അവന്റെ വായ 'ഐശ്!'

എന്ന അവന്റെ പതിവ് അനുമോദനം അവൻ പോലുമറിയാതെ ഉത്പാദിപ്പിച്ചു. സത്യൻ പട്ടിയുടെ ലിംഗവും നോക്കി പിന്നെയും കുറച്ചു നേരം അവിടെത്തന്നെ നിന്നു.

"ഇന്ന് രാത്രി വാടാ സത്യാ, നീ 'നിറ'ത്തിന്റെ കഥ പറഞ്ഞ് താ, അച്ഛൻ ഇനിയും ഒരു ദിവസം കഴിഞ്ഞേ മടങ്ങ്യേത്തൂ." ഞാൻ പറഞ്ഞു.

"ഇന്ന് സുരേട്ടൻ വെരൂലേ?"

"വെരും"

"ഐശ്." സത്യൻ സുരേട്ടന്റെ മുണ്ടിനകത്തേക്കെന്നപോലെ കണ്ണുകൾ കൂർപ്പിച്ച് സ്വയം മറന്ന് ആഹ്ലാദത്താൽ വിറച്ചു.

"നീ ഇന്ന് ഞങ്ങളെ വീട്ടിൽ താമസിച്ചാ മതി." ഞാൻ സത്യന്റെ കവിളിൽ നുള്ളിക്കൊണ്ട് പറഞ്ഞു. "നിനക്ക് സുരയെ ഒളിഞ്ഞ് കാണാനുള്ള ഏർപ്പാട് ചെയ്തു തരാം." പിറ്റേന്ന് കാലത്ത് പണിക്ക് വന്നപ്പോൾ ഞാൻ സത്യനോട് പറഞ്ഞു.

"സത്യനെ വീട്ടിലേക്ക് അച്ഛനില്ലാത്തപ്പോ രാത്രിക്ക് കൂട്ടായി വിളിച്ചോട്ടെ?" ഞാൻ ഏച്ചി വഴി അമ്മയോട് ശുപാർശ പറയിപ്പിച്ചു.

"ഓനി അറിയാത്ത സിനിമാക്കഥ ഇല്ല, 'കാക്കോത്തിക്കാവിലെ അപ്പൂപ്പൻ താടികൾ' അവനെനിക്ക് ചൂടോടെ പറഞ്ഞു തന്നതാ, മുമ്പൊരിക്കൽ."

"അവന് നമ്മളെപ്പോലെ തന്നെയാന്ന് ണേ... സിനിമേല് നായ കന്മാരെ ആണ് നോട്ടം. ഞാനോന്റെ പേര് മാറ്റി സത്യേന്ന് ആക്കാൻ പോന്ന്" ഏച്ചി ചിരിച്ചോണ്ട് പറഞ്ഞു.

"പക്ഷേ, സത്യനെ സുരയ്ക്ക് പേടിയാ," ഞാൻ ഉള്ളിൽ പറഞ്ഞു. എനിക്കത് മതി. സുരയെ മറ്റെങ്ങനെ ഒഴിവാക്കും? ആർക്കും അതൊന്നും പറഞ്ഞാൽ തിരിയുകയും ഇല്ല. എനിക്ക് ദേഷ്യവും സങ്കടവും വന്നത് ഏച്ചിയുടെ മുന്നിലും തത്ക്കാലം മറച്ചുവെച്ചു. പക്ഷേ ഏച്ചിക്ക് ചിലതൊക്കെ മനസ്സിലായതുപോലെ അവളെന്നെ ചേർത്തുപിടിച്ച് സുരക്ഷിതയാക്കി.

കുറേ നേരത്തേ സത്യനെത്തി.

"മൂപ്പര് എത്താൻ വൈകുമോ?" സത്യൻ സുരയെ അന്വേഷിച്ചു. "ഇല്ല. അധികം ഇരുട്ടുന്നതിന് മുമ്പേ എത്തും."

അതു കേട്ടപ്പോൾ സത്യന് സന്തോഷമായി.

"ഒന്നു കാണാൻ ധൃതിയായി. മൂപ്പരെ ഇങ്ങനെ നോക്കി നിൽക്കാൻ, ഐശ്, ഭയങ്കര സുഖാ." എനിക്ക് സത്യന്റെ ഡയലോഗ് കേട്ട് ഓക്കാനം വന്നു.

"നിന്റെ ഭരതനാട്യം പടിപ്പ് എന്തായി?" സത്യൻ ചോദിച്ചു: "ആ സുലോചന ടീച്ചറിന്റെ അടുത്തല്ലേ? ഓർക്ക് വല്യ പൌറും വിജാരൂം ആന്ന്. പക്ഷേ ഓർക്ക് ഒരു ചെക്കൻ ഇണ്ട്. ഒൻപതില്. നോക്കി നിക്കാൻ നല്ല രസാ, ഐശ്." അവൻ എന്റെ നൃത്തപഠനത്തെക്കുറിച്ച് അന്വേഷിച്ചു.

"നീ ടീച്ചറെ മോന്റെ നേരെ കണ്ണ് വെക്കണ്ടാ ട്ട്വാ. ഓന്റെ അച്ഛൻ പൊലീസിലാ. പൊലീസ് ബാലാട്ടൻ. കുനിച്ച് നിർത്തി നിനിക്ക് പതിന്നാല് ലോകൂം കാണിച്ച് തരും." ഏച്ചി സത്യനോട് പറഞ്ഞു.

"എന്താപ്പാ, ഒന്ന് നോക്യാ ഓന്റെ അന്തസ്സ് അലിഞ്ഞുപോവു ആ?" സത്യൻ ഒരു വൃത്തികെട്ട ചിരി ചിരിച്ചു.

ഇന്ന് രാത്രി ഏച്ചി ചില വിദ്യകൾ ഒപ്പിക്കുന്നുണ്ടെന്ന് സന്ധ്യയ്ക്ക് എന്നോട് പറഞ്ഞു. ഏച്ചി കരുതിക്കൂട്ടി വീട്ടിലെ വൈദ്യുതിയുടെ മെയിൻ സ്വിച്ച് ഓഫാക്കി. വീട് മൊത്തം ഇരുട്ടിൽ മുങ്ങി.

"നിങ്ങക്കെന്തിന്റെ സൂക്കേടാ?" അമ്മ പരിഭവം പറഞ്ഞുകൊണ്ട് ബാൽക്കണിയിലെ നിലാവെളിച്ചത്തിൽ പോയിരുന്നു.

സത്യനെ വിളിച്ച് ഏച്ചി ഞങ്ങളുടെ ബെഡ്റൂമിലേക്ക് കൊണ്ടുപോയി.

"സുരയ്ക്ക് ഒരു സർപ്രൈസ് കൊടുക്കാം നമ്മുടെ വക." എന്തിനും പോന്ന പുള്ളിയായതുകൊണ്ട് ഏച്ചിയെ വിധേയത്വത്തോടെ അനുസരിക്കുകയേ സത്യന് നിവൃത്തിയുള്ളൂ. ഞാൻ മിണ്ടാതെ ഏച്ചിയെ ചുറ്റിപ്പറ്റി നിന്നു. വീട്ടിൽ ഞങ്ങൾക്കിടയിൽ കുറച്ച് ബുദ്ധിയുള്ളത് ഏച്ചിക്കാണ്. അതുകാരണം അവൾക്ക് അച്ഛന്റെ ചൂരൽപ്രയോഗം മൂന്നാം മുറപ്പരുവത്തിൽ (ഇത് ഞാൻ പത്രത്തിൽ വായിച്ചറിഞ്ഞതാണ്. പൊലീസുകാർ ഇങ്ങനെ ചെയ്യുമെന്ന് വായിച്ചപ്പോൾ ദേഷ്യം വരുമ്പോൾ അച്ഛന്റെ പ്രവൃത്തിയുമായി അതിന് വല്ലാത്ത പൊരുത്തം തോന്നി) കിട്ടിയതിന് കണക്കില്ല.

നിലക്കണ്ണാടിയിൽ സത്യൻ തെളിഞ്ഞു നിന്നു. ഏച്ചി അവന് കണ്ണെഴുതി കൊടുത്തു. അവന്റെ കൈലിക്ക് വെളിയിൽ ഏച്ചിയുടെ മാക്സി ധരിപ്പിച്ചു.

"സുരയ്ക്ക് നിന്നെ ഇങ്ങനെയാവും കൂടുതൽ ഇഷ്ടം." ഏച്ചി പറഞ്ഞു.

എനിക്കും അമ്മയ്ക്കും സത്യന്റെ രൂപം കണ്ട് ചിരി പൊട്ടി. സുരയെ കാണാനുള്ള ആർത്തിയിൽ അവൻ ഏച്ചി പറഞ്ഞത് അക്ഷരംപ്രതി അനുസരിച്ചു.

അന്ത്രുമാന്റെ ഹോട്ടലിൽ നിന്ന് ബീഫും പൊറോട്ടയും വരുത്തിച്ച് ഇന്നും അച്ഛന്റെ അസാന്നിധ്യം പതിവുപോലെ ഞങ്ങൾ

ആഘോഷിച്ചു. ഈ അർമാദത്തിന് ഇനി ഒരു ദിവസത്തെ ആയുസ്സേ ഉള്ളൂ. നാളെ രാവിലെ മലബാർ എക്സ്പ്രസിന് അച്ഛൻ തിരിച്ചെത്തുമ്പോഴേക്കും എല്ലാം പഴയ പടി ആവും. അപ്പോൾ ഇന്നു കഴിഞ്ഞ കാര്യങ്ങൾ ഏതോ വിദൂരസ്വപ്നങ്ങൾ പോലെ അനുഭവപ്പെടും. അച്ഛൻ, തന്റെ ബ്രൂട്ട് മണം പിന്നെയും ഇടനാഴിയിലും മുറികളിലും വിതറും. ആ മേധാവിത്തം അരങ്ങു വാഴും. കുട്ടിക്കൂറമണം ശ്വാസം മുട്ടി കഴിയേണ്ടി വരും.

സത്യന് പൊറോട്ടയും ബീഫും കൊടുത്ത ശേഷം ഏച്ചി അവനെയും കൂട്ടി തെക്കേ അറ്റത്തെ ഞാൻ കിടക്കാറുള്ള മുറി കാണിച്ചു കൊടുത്തു.

"നീ മൂടിപ്പുതച്ച് കിടന്നോ, സുരയ്ക്ക് ഒരു സർപ്രൈസ് ആവട്ടെ. നിനക്ക് അയാളെ ഉദ്ദേശിച്ചപോലെ കിട്ടുകയും ചെയ്യും."

സത്യനിൽ നിന്ന് കുട്ടിക്കൂറയുടെയും പെർഫ്യൂമിന്റെയും പെൺമണം മുറിയിൽ കട്ട കെട്ടിക്കിടന്നു. രാത്രി കുറേ ആയപ്പോൾ സുര എത്തി. ഇന്നലെ കണ്ടതുപോലെ അല്ല. കുറേ കൂടി ക്രൂരത അവന്റെ കണ്ണുകളിൽ എനിക്ക് മാത്രമായി കാണാൻ കഴിഞ്ഞു.

അമ്മ മുകളിലെ ഇടനാഴിയിൽ നിന്ന് 'ജീവിതനൗക'യിലെ പാട്ട് ആരെയും കൂസാതെ പാടിക്കൊണ്ടിരുന്നു. പാടുമ്പോൾ അമ്മ വല്ലാത്ത ഒരു സ്വാതന്ത്ര്യം അനുഭവിക്കുന്നുണ്ടെന്ന് എനിക്ക് തോന്നി. ഇരുട്ടിൽ ആരെയും പരസ്പരം കാണുന്നുണ്ടായിരുന്നില്ല. ഒരു ചെറിയ മെഴുകുതിരി ഏച്ചി താഴത്തെ ഹാളിൽ കത്തിച്ചുവെച്ചിരുന്നു. സുരയുടെ അടുത്തുകൂടി പോയപ്പോൾ അവൻ മദ്യപിച്ചിട്ടുണ്ടെന്ന് മനസ്സിലായി. അവനിന്ന് രണ്ടും കൽപ്പിച്ചുള്ള വരവാണെന്ന് എനിക്കറിയാം.

ഞാൻ ഏച്ചിയുടെ മുറിയിലേക്ക് പോയി. മുന്നിലെ വാതിലടച്ച് കിടന്നോളാൻ അമ്മ പറഞ്ഞു.

കുറച്ചു കഴിഞ്ഞപ്പോൾ തെക്കേ അറ്റത്തെ ആ മുറിയിൽ നിന്ന് സുരയുടെ ഒരു നിലവിളി ഉയർന്നുവന്നു. സത്യൻ അന്നേരം, സുരയുടെ അരക്കെട്ട് ആർത്തിയോടെ തുരന്നു തിന്നാൻ തുടങ്ങിയിരുന്നു. അന്നേരം ഏച്ചിയുടെ മുന്നിൽ വെച്ച് ഒരു ചെറിയ സ്റ്റെപ്പ് വെക്കാൻ എനിക്ക് തോന്നി. നർത്തകി ആവാനുള്ള എന്റെ മോഹം അവൾക്ക് അറിയാവുന്നതാണ്. സ്വാതന്ത്ര്യത്തിന്റെയും ആഹ്ലാദത്തിന്റെയും സ്വകാര്യമായ ആവിഷ്കാരംപോലെ ഞാൻ ആ ഇരുട്ടിൽ അവളുടെ മുന്നിൽ നൃത്തം ചവിട്ടാൻ തുടങ്ങി.

■

കപ്പൽ

കടൽ കാണുന്നത് എനിക്ക് ഇഷ്ടമല്ല.

ക്ലാസ്സിൽ ഞണ്ട് കൊണ്ടുവരുമായിരുന്ന സ്കറിയയാണ് പുറങ്കരക്കടലിൽ കപ്പൽ വന്ന കാര്യം എന്നോട് പറഞ്ഞത്.

ഞാൻ മുൻബഞ്ചിലെ എന്റെ ഇരിപ്പിടം ഉപേക്ഷിച്ച് ഏറ്റവും പിന്നിലുള്ള സ്കറിയയുടെ അരികിലേക്ക് ദാക്ഷായണിടീച്ചറുടെ കണ്ണ് വെട്ടിച്ച് മധ്യാഹനമാകുമ്പോഴേക്കും എത്തിച്ചേരും. അവൻ മഴക്കാലത്ത് ഒരുപാട് വൈകിയേ ക്ലാസ്സിൽ വരൂ.

വൈകിയെത്തുമ്പോഴൊക്കെ സാമൂഹികപാഠം പഠിപ്പിക്കുന്ന സഹദേവൻ മാഷ് സ്കറിയയെ ബഞ്ചിൽ കയറ്റി നിർത്തും. ദേഹത്ത് നനഞ്ഞ പൂഴിയും പറ്റിപ്പിടിച്ച് പരിഭ്രമം പൊതിഞ്ഞ മുഖഭാവത്തോടെ അവൻ വരുമ്പോൾ ക്ലാസ്മുറിയിലേക്ക് ഞങ്ങൾക്ക് അപരിചിതമായ കടലിന്റെ മണം കടന്നുവരും. മഴക്കാലത്ത് മിക്കപ്പോഴും ഞണ്ടോ പരലോ അവൻ എനിക്കായി കരുതിക്കാണും. അക്ഷരമറിഞ്ഞുകൂടാത്ത സ്കറിയയ്ക്ക് കേട്ടെഴുത്തിൽ എന്റെ സാന്നിധ്യം എപ്പോഴും വിജയം ഉറപ്പാക്കി കൊടുത്തു. സ്കറിയയ്ക്ക് കടലും പുഴയും മഴയും മഴവെള്ളവും എന്നേക്കാൾ പരിചിതമായിരുന്നു..

ഒന്നാം തരത്തിൽ ഞാൻ ലക്ഷ്മിടീച്ചറുടെ ക്ലാസ്സിൽ അക്ഷരം പഠിച്ചുതുടങ്ങുന്നത് മുതൽ സ്കറിയ ദാക്ഷായണിടീച്ചറുടെ മൂന്നാം ക്ലാസ്സിൽ തന്റെ സുരക്ഷിതമായ, പ്രാചീനമായ വരകളും കുറികളുമായി, നിറയെ പെൻസിലുകൾകൊണ്ട് കൊത്തുപണികൾ ചെയ്തുവെച്ച, തോറ്റുപോയവരുടെ കലാവിരുതുകൾ ആലേഖനം ചെയ്യപ്പെട്ട പിൻബെഞ്ചിൽ ഉറച്ചുപോയിരുന്നു.

ഞാൻ ആയിടെ ആദ്യമായി മഴയത്ത് ഒരു തോട് മുറിച്ചു കടക്കുകയായിരുന്നു. ഭയപ്പെടുത്തുന്ന കാറ്റത്ത് ഞാൻ പാറിപ്പോകുമെന്നും ഇനിയെനിക്ക് ചിലപ്പോൾ എന്റെ വീട്ടിലേക്ക് തിരികെ പോകാൻ കഴിയില്ലെന്നും തോന്നിയ ഒരു നിമിഷത്തിൽ തൊട്ടടുത്തു

നിന്ന് ഒരു കുട്ടിയുടെ വെളുത്ത, എല്ലുകൾ എഴുന്നുനിൽക്കുന്ന ഒരു കൈ എന്റെ കൈപ്പടം പതുക്കെ കവർന്നെടുത്തു.

"നിനിക്ക് വെള്ളത്തെ പേട്യാ?" വെള്ളത്തിന്റെ കുത്തൊഴുക്കിൽ നിന്ന് ഒരു കുട്ടിപ്പട്ടാളക്കാരനെപ്പോലെ എന്നെയും വലിച്ച് സ്കൂളിന്റെ മുന്നിലെ ചെറിയ തോട് മുറിച്ച് കടക്കുന്നതിനിടയിൽ അവൻ പറഞ്ഞു.

"നിന്റെ പേര് എന്താടാ?" സ്കൂൾ വരാന്തയിലേക്ക് കയറിയ തിന്റെ ആശ്വാസത്തിൽ ഞാൻ അവനോട് ചോദിച്ചു.

"സ്കറിയ." അവന്റെ മുഖത്തിന്റെ ഇരുവശങ്ങളിലും തെളിഞ്ഞു കത്തുന്ന രണ്ട് ബൾബുകൾ പോലെ കണ്ണുകൾ ദേഹത്തു നിന്നും തൂക്കിയിട്ടിരുന്നു.

കയ്പ്പാട് എന്ന് നാട്ടുകാർ വിളിച്ചു പോന്ന ചളിപ്പറമ്പിൽ കാല് വെച്ചാൽ, നൂർന്നിറങ്ങി നല്ല ബോധത്തോടെ ശ്വാസംമുട്ടി മരിച്ചു പോകുമെന്ന് സ്കറിയ ഒരു ദിവസം എന്നോട് പറഞ്ഞു.

"എടാ, കയ്പ്പാട്ടിലെറങ്ങി നീ വിചാരിക്കുമ്പോലെ ചളി കൊയച്ച് കളിക്കാൻ പറ്റൂലാ. അയിലേക്ക് കാല് വെച്ചാ ഒറ്റത്താവല് താവും." അവൻ പറഞ്ഞു.

"ഈ ന്യൂസെല്ലാം നിനിക്ക് ഏട്ന്ന് ക്ട്ട്ന്ന്റാ?" ഞാൻ അത്ഭുത ത്തോടെ ചോദിച്ചു.

"അയില വിക്ക്ന്ന കുഞ്ഞിക്കണ്ണാട്ടൻ ബോംബയ്ക്ക് പോയേരം തമ്പായിയേച്ചീന്റെ പൊരേല് ഒരു അലുമിനിയപ്പാത്രക്കാരൻ കേറീനി. മടക്കത്തില് ആ ചളീല് താണ് നേരം പൊലരുമ്പക്കും മൂപ്പരെ കാറ്റ് പോയി. നല്ല ഇരുട്ടത്ത് മൂപ്പർക്ക് റോഡും തോടും മാറിപ്പോയി." അവൻ അതുംപറഞ്ഞ് എനിക്കറിയാത്ത, നിലാവും സൂര്യനും ഓർമ്മവരാത്ത വേറെ ഒരു ചിരി ചിരിച്ചു.

പച്ചവരമ്പുകൾ അതിരിട്ട, വിശാലമായ കയ്പ്പാടിന്റെ അപ്പുറത്ത് അറ്റം കാണാൻ വയ്യാത്ത കടലാണെന്ന പരമാർത്ഥം മിഥുനമാസ ത്തിന്റെ ഇരുട്ടിൽ ആർക്കും അവഗണിക്കാൻ പറ്റാത്ത ആ കടലൊച്ച യുടെ പ്രകമ്പനങ്ങൾക്കിടയിൽ അന്നുവരെ അതിന്റെ രൂപമറിയാത്ത ഞങ്ങളെ ഭയപ്പെടുത്തി. അക്കാലത്താണ് പുറങ്കരക്കടലിൽ കപ്പൽ എത്തിയിട്ടുണ്ടെന്ന് സ്കറിയ ആദ്യമായി എന്നോട് പറഞ്ഞത്.

ഞാൻ മൂന്നിലേക്ക് ജയിച്ച് ദാക്ഷായണി ടീച്ചറുടെ ക്ലാസ്സിൽ എത്തിയപ്പോൾ സ്കറിയ അവിടെ എന്നെയും കാത്ത് ഇരിക്കുന്നു ണ്ടായിരുന്നു. ദാരിദ്ര്യംകൊണ്ട് ഉറച്ചുപോയ പേശികളും ഉണ്ടക്കണ്ണു കളും ഉള്ള ആ ഉയരം കുറഞ്ഞ കുട്ടിയെ എനിക്ക് കുറച്ച് പേടിയു മായിരുന്നു.

പക്ഷേ, അവന്റെ കണ്ണുകളിലേക്ക് കുറച്ച് സമയം നോക്കി നിന്നാൽ ആ പേടി എന്നിൽ നിന്ന് പതുക്കെ മാഞ്ഞുപോകും. ആ കണ്ണുകളിൽ അന്നേരം ഏറമ്പുഴയിലെ ചെറിയ പരൽമീനുകൾ ഓടിക്കളിച്ചു തുടങ്ങും.

"നിനിക്ക് വേണ്ടി ഞാനിന്നൊര് സാനം കൊണ്ടന്നിറ്റ്ണ്ട്."

അവൻ ട്രൗസറിന്റെ വെള്ളത്തുണികൾ അറ്റ് തുടങ്ങിയ കീശയിൽനിന്ന് ചെറിയ തീപ്പെട്ടിക്കൂടുകളോ ഏതെങ്കിലും പഴകിയ പ്ലാസ്റ്റിക് അളുവോ പുറത്തെടുത്ത്, അടുത്ത് മറ്റാരുടെയും നോട്ടം വീഴാത്ത നേരത്ത് എന്റെ കീശയിലേക്ക് തിരുകി വെക്കും.

"പൊരക്ക് പോയിറ്റ് നോക്യാ മതി, ഒരു ഞെണ്ട് ആന്ന്."

അല്ലെങ്കിൽ മറ്റൊരിക്കൽ ഇങ്ങനെ പറയും, "ചെറിയ കണ്ണാടിപ്പരല് രണ്ടെണ്ണം, ഇപ്പം തൊറന്ന് നോക്യാ മാശ് നമ്മള രണ്ടാളീം ബെഞ്ചുമ്മ കേറ്റും."

പരലിനെ അങ്ങനെ ആദ്യമായി വിളിച്ചതും സ്കറിയ ആയിരിക്കണം. ആ പരൽ ശരിക്കും കണ്ണാടിപോലെ ഇടയ്ക്ക് വെളിച്ചത്തിനു നേർക്ക് വെട്ടിത്തിളങ്ങുമായിരുന്നു.

ക്ലാസ്സിൽ സ്കറിയയ്ക്ക് ഞാൻ മാത്രമായിരുന്നു കൂട്ട്. അവൻ ദേഹം നിറയെ മീൻനാറ്റവും ഉപ്പും പൊതിഞ്ഞ് കരയ്ക്കണഞ്ഞ ഒരു മീനിനെപ്പോലെ ക്ലാസ്സിന്റെ പിൻനിരയിൽ ഒറ്റയ്ക്ക് ഇരിക്കും. ഏറമ്പുഴയിലെ ഉപ്പുരസമുള്ള വെള്ളം അവന്റെ നരച്ച ട്രൗസറിൽ നിന്ന് ഇടയ്ക്കൊക്കെ ഉച്ചയുടെ ഇളംചൂടിലേക്ക് പതുക്കെ ഇറ്റി വീഴും.

സ്കറിയ വെളുത്ത് ഉയരം കുറഞ്ഞിട്ടാണ്. അവന്റെ ദേഹത്തു നിറയെ ദാരിദ്ര്യംകൊണ്ട് ഉറച്ചുപോയ ഉണങ്ങിയ പേശികളായിരുന്നു. അവന്റെ ഉറച്ച പേശികൾ കാണുമ്പോൾ മറ്റു കുട്ടികൾക്കും അവനെ ചെറിയ പേടിയാണ്. പുറങ്കരയിൽ നിന്ന് വരുന്ന നിറം കുറഞ്ഞ കുട്ടികൾക്കിടയിൽ ആൽബ്ബ്യൂമനിസം ബാധിച്ച ഒരു രോഗിയെപ്പോലെ അവൻ മറ്റുള്ളവർക്കിടയിൽ വെളുത്ത് പ്രകാശം ചൊരിഞ്ഞു.

"നിനിക്ക് വെയില് കൊണ്ടാ മേല് കറക്കൂലേ?" അങ്ങനെ ആദ്യമായി ചോദിക്കാൻ തോന്നിയ ധൈര്യത്തിന് അനിരുദ്ധൻ എന്ന ഒരു ഞൊണ്ടുകാലുള്ള ഞങ്ങളുടെ സഹപാഠിയെ, സ്കറിയ അദ്ധ്യാപകൻ ക്ലാസ് വിട്ട് പോയ നേരത്ത് മേശയുടെ കീഴേക്ക് ഒടിച്ചു നിർത്തി അവന്റെ വയറ്റത്ത് കണക്കിന് ചവിട്ട് കൊടുത്തു.

തെറിയും അസഭ്യവും അന്നുവരെ കേൾക്കാതിരുന്ന ശാന്തസ്വഭാവിയായ എനിക്ക്, മനുഷ്യൻ രഹസ്യമായി സൂക്ഷിക്കുന്ന

ഒരവയവത്തിന്റെ പേരും അനിരുദ്ധന്റെ ഞങ്ങൾ കേട്ടിട്ടില്ലാത്ത അമ്മായിയമ്മയെക്കുറിച്ചുള്ള രഹസ്യങ്ങളും സ്കറിയ ഒരു ഈറ്റ പ്പുലിയെപ്പോലെ മേശപ്പുറത്ത് കയറി നിന്ന് പറയുന്നത് കേട്ടപ്പോൾ അവനോട് സത്യമായും ആരാധന തോന്നി.

പുസ്തകം വായിക്കുന്നതിലോ പഠനത്തിലോ ഒട്ടും ഉത്സാഹം കാട്ടാത്ത സ്കറിയ ഒരു കാട്ടുമൃഗത്തെപ്പോലെ പ്രതികരിക്കുന്നത് കണ്ട് ഞങ്ങൾ അന്തം വിട്ടു. അവന്റെ ധൈര്യത്തിനും ചങ്കൂറ്റത്തിനും പകരമായി പിന്നീട് മറ്റൊരു കുട്ടിയും പുറങ്കരക്കാർക്ക് അന്യമായ അവന്റെ അപൂർവമായ വെളുത്ത നിറത്തെപ്പറ്റി മിണ്ടാൻ ധൈര്യം കാട്ടിയില്ല. ആ ബഹളത്തിനുശേഷം അനിരുദ്ധന്റെ കുട്ടിസംഘം സ്കറിയയെ രഹസ്യമായി ഒരു ഇരട്ടപ്പേരിട്ട് വിളിച്ചു തുടങ്ങി: “കുട്ടിയേമാൻ.”

അവന് ഒട്ടും യോജിക്കാത്ത അവന്റെ വെളുത്ത നിറത്തിൽ വന്യ മായ രണ്ട് കരിങ്കണ്ണുകളും ദാരിദ്ര്യത്താൽ ഉറച്ചുപോയ എല്ലിൻ കൂട്ടവും വളർച്ച മറന്നുപോയ കുറുകിയ കൈകാലുകളും അവയെ പൊതിഞ്ഞ നരച്ച ട്രൗസറും വെളുത്ത കയ്യൻ ബനിയനും കണ്ടാൽ ഏതോ അപൂർവമായ പൊലീസ് ക്യാമ്പിൽ കഴിയുന്ന പ്രായം മുര ടിച്ചു പോയ വൃദ്ധനായ ഒരു പൊലീസുകാരനെപ്പോലെയായിരുന്നു അവന്റെ രൂപം. പക്ഷേ അവന്റെ വന്യമായ കണ്ണുകൾക്കടിയിലെ നിഷ്കളങ്കതയുടെ തടാകത്തിൽനിന്ന് പ്രസരിക്കുന്ന സൗമ്യമായ ഒരു പ്രകാശവും നടപ്പിലെ കുട്ടിത്തവും ആളുകളെ വീണ്ടും തെറ്റി ദ്ധരിപ്പിച്ച് അവനെ കുട്ടിയേമാനാക്കി മാറ്റും.

പക്ഷേ, എനിക്കെന്തോ അവനെ അങ്ങനെ വിളിക്കാൻ ഒട്ടും മനസ്സു വന്നില്ല.

അവൻ ഒരു മീനിനെപ്പോലെ പിടിതരാതെ ഞങ്ങളിൽനിന്നും മറ്റു കുട്ടികളിൽനിന്നും വഴുതിക്കളിച്ച്, ഏറ്റവും പിന്നിലെ കാലുകൾ കൊണ്ട് ഇടയ്ക്കിടെ ടീച്ചറോടും കുട്ടികളോടും ശകാരിച്ചുകൊണ്ടി രുന്ന, കാഴ്ചയിൽ ഒരു കിളവൻ ഭാവം ചൊരിഞ്ഞിരുന്ന ബെഞ്ചിൽ ഏപ്പോഴും പകച്ച കണ്ണുകളോടെ ഇരിക്കും.

എന്തുകൊണ്ടോ കുറച്ചു നാളുകൾകൊണ്ട് സ്കറിയ എന്റെ ഉറ്റ ചങ്ങാതിയായിത്തീർന്നു. അവന്റെ വരവ് കാത്ത് ഞാൻ സ്കൂൾ വരാന്തയിൽ നിൽക്കാൻ തുടങ്ങി. ആരോടും മിണ്ടാതെ അങ്ങനെ നിൽക്കുമ്പോൾ എന്റെ മനസ്സിൽ അവൻ കൊണ്ടുവരാനിടയുള്ള ഞണ്ടും പരൽമീനുകളും മാത്രമായിരിക്കും. അവന്റെ സമ്മാനങ്ങൾ രഹസ്യമായി സൂക്ഷിച്ച് അവയ്ക്ക് ജീവഹാനി തട്ടാതെ വീട്ടിൽ അമ്മമ്മയിൽനിന്ന് തരപ്പെടുത്തിയ മൺചട്ടിയിലെ വെള്ളത്തിൽ

എത്തിക്കുന്നതിന് എന്റെ പുസ്തകസഞ്ചിയിൽ ഒരു കുഞ്ഞുപ്ലാസ്റ്റിക് അളുവിൽ വെള്ളവും നിറച്ച് തയ്യാറായി സ്കൂളിലേക്ക് തിരിക്കും.

അവൻ ഞണ്ടും പരലും സൂക്ഷിക്കുക അങ്ങേയറ്റം രസകരമായ ഇടങ്ങളിലാണ്. ഒരു സുതാര്യമായ പ്ലാസ്റ്റിക് ഷീറ്റിൽ ഞണ്ടും പരലും മറ്റും വെച്ച്, അതിൽ വെള്ളമൊഴിച്ച്, ഒരു ബലൂൺ കണക്കെ മടക്കി, ചണത്തിന്റെ ചരട് കൊണ്ട് കെട്ടിയിട്ട് അത് ഷർട്ടിന്റെ ഉള്ളിൽ രഹസ്യമായി ഒളിപ്പിച്ചുവെക്കും. സമ്മാനപ്പൊതി മിക്കവാറും ദിവസങ്ങളിൽ എനിക്കായി കരുതിയിരിക്കും. എന്നെ കണ്ടയുടൻ കൈയും പിടിച്ച് മൂത്രപ്പുരയുടെ നേർക്ക് നടക്കും. പ്ലാസ്റ്റിക് അളു ഞാൻ ട്രൗസറിന്റെ കീശയിൽ കരുതിവെച്ചിരിക്കും.

മൂത്രപ്പുരയുടെ കമ്മ്യൂണിസ്റ്റ് പച്ച തഴച്ചുനിൽക്കുന്ന മൂലയ്ക്ക് വെച്ച് അവൻ ഷർട്ടിനടിയിലെ പ്ലാസ്റ്റിക് പൊതി അഴിച്ച് അതിനുള്ളിലെ ജീവനുള്ള ഞണ്ടും പരലും എന്റെ പ്ലാസ്റ്റിക് അളുവിലെ വെള്ളത്തിലേക്ക് ഇട്ട് അളു മൂടികൊണ്ട് അടച്ചുവെച്ച് എന്റെ കീശയിലേക്ക് തിരികെ വെക്കും. എന്റെ കണ്ണുകൾക്ക് മുന്നിൽ അദൃശ്യമായ ഒരു സ്ക്രീനിലെന്ന വണ്ണം പിന്നീട് ഉച്ചവരെ ആ ഞണ്ടും മീനുകളും ചലിച്ച് തുടങ്ങും. മറ്റെല്ലാം മറന്ന് ഞാൻ പതുക്കെ ഏറമ്പുഴയിലേക്ക് ഒരു തോണിയിലെന്നപോലെ അന്നേരം തുഴഞ്ഞു പോകും.

"നീ കപ്പല് കാണാൻ വെരൂലേ?" ഒരു ദിവസം ഉപ്പുമാവ് കഴിക്കാൻ വരിയായി സ്കറിയയുടെ തൊട്ടുപിന്നിൽ നിൽക്കുമ്പോൾ അവൻ എന്നോട് ചോദിച്ചു.

"ഇല്ല, മാഷ് നമ്മള കാണിക്കാൻ കൊണ്ടോവുന്ന് തോന്നുന്നില്ല."

സ്കൂൾ മുറ്റത്തെ ഞങ്ങളുടെ സാറ്റ് കളിയും കബഡിയും കോട്ടിക്കളിയും കണ്ട് ബോറടിച്ചതുപോലെ നിൽക്കുന്ന വരിക്കപ്ലാവിന്റെ വലിയ പന്തലിച്ച തണലിൽ നിൽക്കെ, ഞാൻ സഹദേവൻ മാഷ് ആ പരിസരത്തിൽ ഇല്ലെന്ന് ഉറപ്പു വരുത്തിക്കൊണ്ട് പറഞ്ഞു.

കാക്കക്കരച്ചിലിന്റെ ബഹളത്തിനിടയ്ക്ക് സ്കറിയ എന്റെ ചെവിയിൽ ഒരു രഹസ്യംപോലെ പറഞ്ഞു: "നീ ഒരു മോന്തിക്ക് എന്റപ്പരം വാ. പടിപ്പ് കയിഞ്ഞ് മടക്കത്തിൽ. ഞാൻ കാണിച്ച് തെരാടാ."

ഒരു ദിവസം ഉപ്പുമാവിന് കാത്തു നിൽക്കുന്നവരുടെ നിര കാഞ്ഞരേട്ടന്റെ പാചകപ്പുരയിൽ എത്തിയപ്പോൾ അയാൾ സ്കറിയക്ക് കുറച്ചധികം ഉപ്പുമാവ് കൊടുത്തശേഷം കണ്ണിറുക്കി ഇങ്ങനെ പറഞ്ഞു:

"നിനിക്ക് വേണ്ടത്ര തെരാൻ മോളിന്ന് ഓഡറിണ്ട്." അതും പറഞ്ഞ് കാഞ്ഞരേട്ടൻ സ്കറിയയുടെ നേർക്ക് ഒരു ചിരി ഉതിർക്കാൻ തുടങ്ങിയപ്പോൾ സ്കറിയ അനിരുദ്ധന്റെ നേർക്ക് നോക്കിയ

അതേ തുറിച്ച നോട്ടം, മുത്തച്ഛന്റെ പ്രായമുള്ള കാഞ്ഞരേട്ടന്റെ നേർക്കും നോക്കി.

ഞാൻ ഒന്നും പറഞ്ഞിട്ടില്ലേ എന്ന മട്ടിൽ ഉപ്പുമാവിന്റെ ആവി പറക്കുന്ന ചെമ്പിലേക്ക് തന്റെ നീണ്ട ചട്ടുകം ഇറക്കി അടിക്കു പിടിക്കുമെന്ന് തോന്നിയ ഉപ്പുമാവിനെ തലകീഴായി മറിച്ചിട്ട് കാഞ്ഞരേട്ടൻ എന്റെ വിടർത്തിപ്പിടിച്ച കൈകളുടെ താമരക്കുമ്പിളിലേക്ക് ഒരു തവി ചൂടുള്ള ഉപ്പുമാവ് ചൊരിഞ്ഞു. എനിക്ക് കാഞ്ഞരേട്ടൻ സ്കറിയയോട് പറഞ്ഞതിന്റെയോ അവന് ജാസ്തി ഉപ്പുമാവ് കൊടുത്തതിന്റെയോ രഹസ്യം പിടികിട്ടിയില്ല. ഒന്നും മനസ്സിലാവാതെ ഞാൻ പ്ലാവിന്റെ മുകളിൽ നിലയുറപ്പിച്ച കാക്കപ്പടയെ നോക്കി വെറുതെ നിന്നു.

ഞാൻ കാക്കകളെ നോക്കി അങ്ങനെ നിൽക്കുമ്പോൾ സ്കറിയ എന്റെ ചുമലിൽ തട്ടി പറഞ്ഞു: “നീ പൊറങ്കരയ്ക്ക് വെന്നാ ഞാൻ കപ്പലിന്റെ കൂടെ എന്റെ വീട്ടിലെ പ്രാവുകളെയും കാണിച്ചു തരാം.” അവൻ തുടർന്നു: “നല്ല കറുത്ത പുള്ളി കുത്തിയ വെള്ളപ്രാവുകളെ കാണുമ്പോ നിനിക്ക് കാക്കകളോട് ശരിക്കും വെറുപ്പ് തോന്നും.”

“എനക്ക് നിന്റെ ഒപ്പം വെരാൻ പേട്യാ, വന്നാൽ അമ്മമ്മ അച്ഛൻ ജോലി കഴിഞ്ഞ് വെരുമ്പോ പറഞ്ഞ് കൊടുക്കും.” ഞാൻ എന്റെ പ്രയാസം സ്കറിയയോട് പറഞ്ഞു. എന്നിട്ട് ഒരു കാര്യം അവന്റെ ചെവിയിൽ സ്വകാര്യമായി പറഞ്ഞു: “കപ്പല് കാണാൻ സ്കൂളിന്ന് പോമ്പം ഞാൻ വെരും. അതുറപ്പാ. പക്ഷേ, ആ സഹദേവൻ മാഷ് ഒന്ന് കനിയണം, അതിന്.”

“മാഷ് കപ്പല് കാണാൻ വിടൂല. നീ നോക്കിക്കോ. ഈ നാട് കപ്പല് വന്നതോടെ നശിക്കാൻ പോവ്വാന്നാ മാഷ് പറഞ്ഞ് പരത്ത്ന്ന്. കൊവ്വലിൽ സന്ധ്യയ്ക്ക് ടോർച്ചടിച്ച് നടക്കുമ്പം വെളിച്ചം പറ്റിയ മോത്തേക്ക് നോക്കി മാഷ് പരക്കെ ഉപദേശം തൊടങ്ങീറ്റ്ണ്ട്.”

സ്കറിയ സഹദേവൻമാഷെക്കുറിച്ച് സംസാരിച്ച ദിവസം സന്ധ്യയ്ക്ക് വഴിയിൽ വെച്ച് ഞാൻ മാഷെ കണ്ടു. മൂന്നു ബാറ്ററിയുള്ള ഒരു നീണ്ട എവറെഡി ടോർച്ചെടുത്ത് നീളേയും പരത്തിയും വീശിയടിച്ചുകൊണ്ട് മാഷ് നടന്നുവരുന്നു. മാഷ് കവലയിലേക്ക് പോവുകയാണെന്ന് മനസ്സിലായി. ഇടയ്ക്ക് മാഷ് തന്റെ കവലയിലേക്കുള്ള സായാഹ്നസവാരിയും ചങ്ങാതിമാരോടൊത്ത് ഗൗരീ ടാക്കീസിൽനിന്ന് കണ്ട സിനിമകളിലെ കഥകളിൽ വിരിഞ്ഞ നേരമ്പോക്കുകളും ഉപേക്ഷിച്ച് അപ്രത്യക്ഷനാവും. മാഷ് എങ്ങോട്ടാണ് പോകുന്നത്? ആർക്കുമറിയില്ല. മാഷെ ഒരുപാട് രാത്രിയാകുമ്പോൾ

കവലയുടെ ഏതെങ്കിലും ഭാഗത്ത് കാണാറുണ്ട്. ചിലപ്പോൾ കട പ്പുറത്തെ ഇരുട്ടിൽ അസമയത്ത് മാഷ് അലിഞ്ഞുപോകും. ഇട യ്ക്കിടെ സ്കറിയ സന്ധ്യയ്ക്ക് കടപ്പുറത്തെ മങ്ങിയ വെളിച്ചത്തിൽ മാഷെ കാണാറുണ്ടത്രെ. അടുത്തു വരുമ്പോൾ മാഷ് ഒരു ജാല വിദ്യക്കാരനെപ്പോലെ ഇരുട്ടിൽ മുങ്ങിപ്പോവും. ചിലപ്പോൾ സ്കറിയ യ്ക്ക് ഒരു സ്വപ്നം കണ്ടതുപോലെ തോന്നും.

ഞാൻ, ആളുകളുടെ ഇടയിൽ മാഷെക്കുറിച്ചുള്ള അജ്ഞാനങ്ങൾ ഓർത്തുനിൽക്കെ, മാഷ് തന്റെ ടോർച്ചടിച്ച് ഇടവഴി മുറിച്ച് ഇഴഞ്ഞു പോകുന്ന ഒരു ചേരയെ വെളിച്ചത്തിൽ കൊണ്ടു വന്നു:

“കുട്ടി ഒറ്റയ്ക്ക് എങ്ങോട്ടാ പോന്ന്?” മാഷ് ശകാരമട്ടിൽ എന്നോട് പറഞ്ഞു.

“ഞാൻ മില്ലിലേക്ക് കൊറച്ച് വെളിച്ചെണ്ണ മേണിക്കാൻ.”

“ഒറ്റയ്ക്ക് പോണ്ട. ഒറ്റ എണ്ണത്തിനും കണ്ണിന് വെളിവില്ലാണ്ടായി. കേട്ടില്ലേ കപ്പലിന്റെ ഓരോ ഒച്ചപ്പാട്? ഈ നാട് ഈ മഴക്കാലം തികക്കുംന്ന് തോന്ന് ല്ല. വല്ല പേമാരിയും വന്ന് എല്ലാരും ചത്തൊ ടുങ്ങും നോക്കിക്കോ. അല്ലെങ്കിൽ പടിഞ്ഞാറ്ന്ന് വെര്ത്ത്യ വെഷ വിത്ത് ഈ നാടിന്റെ ജീവനെടുക്കും.” മാഷ് പറഞ്ഞു.

മാഷ് എന്താണ് പറയുന്നതെന്ന് എനിക്കൊട്ടും മനസ്സിലായില്ല.

“കപ്പൽ കാണാൻ പോന്നത് അത്രയ്ക്ക് മോശാ മാഷെ?” ഞാൻ ചോദിച്ചു.

അത് കേട്ടപ്പോ മാഷ് ആകെ ഒന്ന് പരുങ്ങി. പിന്നെ എന്റെ കൈ പിടിച്ച് മാഷുടെ ദേഹത്തോട് അടുപ്പിച്ച് വലിയ വാത്സല്യത്തോടെ മാഷ് തുടങ്ങി: “ആ കപ്പല് വന്നത് ഏത് നാട്ട്ന്നാന്ന് അറിയോ കുട്ടിക്ക്?”

“അറിയില്ല മാഷേ. ഏതോ പൊറംരാജ്യത്ത്ന്നാന്ന് അമ്മ പറഞ്ഞു.” ഞാൻ ഒരു നിഷ്കളങ്കനായ വിദ്യാർത്ഥിയെപ്പോലെ മാഷുടെ സാമൂഹികപാഠം പഠിപ്പിക്കുന്ന കണ്ണുകളിലേക്ക് നോക്കി.

മാഷ് ക്ലാസ്സെടുക്കുന്ന രീതിയിൽ പതിയെ, ചില രഹസ്യങ്ങൾ തുറന്നു പറയുന്ന ഗൗരവത്തോടെ പറഞ്ഞു തുടങ്ങി: “ഈ നാട്ടു കാർക്ക് ഒട്ടും ചരിത്രബോധമോ ഭൂമിശാസ്ത്രത്തിൽ അറിവോ ഇല്ല കുട്ടീ.”

രണ്ട് വിഷയങ്ങളിലും മാഷ് പഠിപ്പിച്ച അറിവിന്റെ അപ്പുറം എനിക്കുമില്ല.

“മാഷേ, ഈ കപ്പല് ഏത് നാട്ട്ന്നാ?”

"പറങ്കികളെ നാട്ട്ന്ന്," മാഷ് വലിയ അപമാനബോധത്തോടെ പറഞ്ഞു. പിന്നെ ഒരു വിശദീകരണവും നടത്തി:

"അയിറ്റിങ്ങ നമ്മളെ നാട്ടിന് പറ്റിയ ആൾക്കാരല്ല. അയിറ്റിങ്ങ തൂറ്യാ ചേരിക്കാത്ത ജാത്യാ." മാഷ് ഇത്രയ്ക്ക് ലളിതമായ നാടൻ വാക്കുകൾ ഉപയോഗിക്കുന്നത് ആദ്യമായി കേൾക്കുകയാണ്. എനിക്ക് അതുകേട്ട് ഉള്ളിൽ ചിരി പൊട്ടി. പക്ഷേ മാഷുടെ കണ്ണു കളിലും മുഖത്തും വിവരിക്കാൻ കഴിയാത്ത ഒരു ഭാവം അലയടി ക്കുന്നത് കണ്ടു. എന്തായാലും പുറങ്കരക്കടലിൽ അടിഞ്ഞ കപ്പൽ മാഷെ വല്ലാതെ അലട്ടുന്നുണ്ടെന്ന് മനസ്സിലായി.

ടോർച്ചടിച്ച് ലോകത്തെ വെളിപ്പെടുത്തുന്നതിനിടയിൽ മാഷുടെ മട്ടും ഭാവവും സൂക്ഷ്മമായി ശ്രദ്ധിച്ചു. വിളക്കുകാലിനോട് ചേർന്നും കമ്മ്യൂണിസ്റ്റ് പച്ചകളുടെ ഇടയിൽക്കൂടിയും ഇടവഴിയിലെ മൺ കയ്യാലകളുടെ ഓരം ചേർന്നും നടക്കുമ്പോൾ സ്കറിയ പറഞ്ഞതു പോലെ മാഷ് ഏതോ ദുരൂഹമായ ഒരു ഇരുട്ടിൽ സ്വയം അപ്രത്യ ക്ഷനാകുന്നുണ്ട്!

എവറെഡിയുടെ കട്ടിവെളിച്ചം ആൾക്കാരുടെ കണ്ണുകളിൽ പതിക്കുമ്പോൾ, മാഷ് ശരീരം നഷ്ടപ്പെട്ട ഒരു വെറും ഒച്ചയായി എനിക്ക് തോന്നി. മാഷ് സ്കറിയ പറഞ്ഞതുപോലെ ഒരു മായാ ജാലക്കാരൻ തന്നെയെന്ന് ഇരുട്ടിൽ കൊപ്ര ആട്ടുന്ന മില്ലിന്റെ നേർക്കു പോകുന്ന പ്രാചീനമായ ആ ഇടവഴിയിൽ മഴ വരാൻ ഭാവിച്ച് ആകാശം കലങ്ങിമറിയുമ്പോൾ എനിക്ക് ശരിക്കും അനുഭവപ്പെട്ടു.

സ്കറിയയിൽ നിന്ന് തുടങ്ങിയ എന്റെ കപ്പൽച്ചിത്രങ്ങൾ പതുക്കെ ഞങ്ങളുടെ ഗ്രാമത്തെ ആകെ അലോസരപ്പെടുത്താൻ തുടങ്ങി.

ഒട്ടും പ്രതീക്ഷിക്കാതെ, പതിവുപോലെ സന്ധ്യയ്ക്ക്, ഫസ്റ്റ് ഷോ യ്ക്ക് യേശുദാസിന്റെ നസീർപ്പാട്ടുകൾ വലിയ ശബ്ദത്തിൽ വെക്കുമ്പോൾ ഗൗരീടാക്കീസിന്റെ മുന്നിലെ കവലയിൽ ഗ്രാമത്തിലെ അവിഹിതഗർഭങ്ങളും ഇറാൻ-ഇറാക്ക് യുദ്ധവും ചർച്ച ചെയ്തു കൊണ്ടിരുന്ന ആളുകൾക്കിടയിലേക്ക് ഭീമാകാരനായ ഒരു കപ്പൽ യൂറോപ്പിൽനിന്ന് രാമന്തളിക്കടപ്പുറത്ത് വന്നടിയുകയായിരുന്നു. സാധാരണ ജൂൺ മാസത്തിൽ ആളുകൾ ചർച്ചയ്ക്കെടുക്കാറുള്ള അഹോരാത്രം പെയ്തുവീഴുന്ന മൺസൂൺ പോലും ചർച്ചയിൽ നിന്ന് വഴി മാറി. നാട്ടിലെ അവിഹിതഗർഭങ്ങൾ പതിയെ ചർച്ച കളിൽനിന്ന് അലസിപ്പോയി.

കവലയിൽ, ആളുകൾ കപ്പലിന്റെ ഭൗതിക വിസ്മയങ്ങൾ ഇട തടവില്ലാതെ ചർച്ച ചെയ്തുകൊണ്ടിരുന്നു. പതുക്കെപ്പതുക്കെ ആ

കൂറ്റൻ ജലവാഹനം സഹദേവൻ മാഷുടേയും സ്കറിയയുടേയും രഹസ്യങ്ങൾക്ക് വെളിയിലോട്ട് വളർന്നു.

എൺപതുകളുടെ തുടക്കത്തിൽ രാമന്തളിക്കടപ്പുറത്തെ വാർത്തകളും വിശേഷങ്ങളുമായി ദിനപത്രങ്ങൾ പുറത്തിറങ്ങി. കപ്പലിന്റെ വലിപ്പവും രൂപഘടനയുമെല്ലാം ഞങ്ങൾ രാമന്തളിക്കാർക്ക് അന്നുവരെ അജ്ഞാതമായിരുന്നു. പുറങ്കരക്കടലിൽ വന്നടിഞ്ഞ 'ഗുഡ് ഫോർച്യൂൺ' എന്ന ഊക്കൻ കപ്പൽ മിഥുനമാസത്തിലെ കുറ്റിരുട്ടിൽ ഞങ്ങളുടെ മനസ്സുകളിൽ ജ്വലിച്ചിരമ്പി.

പുഴ കടന്ന് വയലുകൾ താണ്ടി വർഷക്കോളിൽ കടലിരമ്പം ഞങ്ങളുടെ വീടുകളെ പ്രക്ഷുബ്ധമാക്കി. ഓരോ പുതിയ തിരമാലയും കപ്പലിന്റെ ദേഹത്തിൽ ഉടക്കി. രക്തസാക്ഷികളുടെ പേരുവിവരപ്പട്ടിക രേഖപ്പെടുത്തിയ ബോർഡിനടുത്ത് സ്ഥാപിച്ച ഒരു പഴയ കല്ലിരുത്തിയിൽ ഇരുന്നുകൊണ്ട് സൊറ പറയാറുള്ള, ചങ്ങാതിമാരായ കുറേ അധ്യാപകരുടെ കൂട്ടത്തിൽനിന്ന് സഹദേവൻ മാഷ് ഇടയ്ക്കെവിടെയോ അപ്രത്യക്ഷനായി.

കുറേ ദിവസങ്ങളായി മാഷെ കാണാതായപ്പോൾ അമ്പുവേട്ടന്റെ ചായക്കടയിൽ മാഷെക്കുറിച്ച് പ്രതിഷേധശബ്ദം ഉയർന്നു:

"സഹദേവൻ മാഷ് വെല്യ പുരോഗമനകാരിയാന്നല്ലേ വെപ്പ്? എന്നിട്ടെന്താ മൂപ്പർക്ക് കപ്പല് കാണാൻ കുഞ്ഞള കൊണ്ടോവാൻ ഒരിത്?"

എന്റെ ക്ലാസ്സിൽ പഠിക്കുന്ന വനജയുടെ അച്ഛൻ ദിവാകരൻ നായർ, സ്വദേശി വടയും ചായയും കഴിച്ചുകൊണ്ട് ഒരു സംശയം ഉന്നയിച്ചു. പതുക്കെ ചായ കുടിക്കാൻ വന്ന ആളുകൾ ഒരു വിഷയമായിത്തന്നെ അത് ഏറ്റെടുത്തു. ഒടുവിൽ മാഷ് വന്നില്ലെങ്കിലും കുട്ടികളെ കപ്പൽ കാണാൻ കൊണ്ടുപോകേണ്ടത് സാമൂഹികമായ ഒരാവശ്യമായി ചർച്ചകളിൽ ഉയർന്നു വന്നു. പിന്നീട് ദിവാകരൻ നായരും വേറെ ഒന്നു രണ്ട് രക്ഷിതാക്കളും സ്കൂളിലെത്തി കുട്ടികൾക്ക് കപ്പൽ കാണിച്ചു കൊടുക്കാൻ പ്രധാനാധ്യാപകന്റെ സമ്മതം വാങ്ങി മടങ്ങുകയും ചെയ്തു.

കവലയിലും നിരത്തുവക്കിലും വാർത്ത കേൾക്കാൻ വായനശാലയുടെ മുന്നിലെ വാൾവ് റേഡിയോവിന്റെ ചുറ്റും കൂടിയവർക്കിടയിലും കപ്പൽ ഒരു വലിയ കടൽജീവിയായി വളർന്നു കഴിഞ്ഞു.

മഴ നിൽക്കുന്ന മട്ടില്ല. ആകാശം ഇടിഞ്ഞു വീഴുന്നതുപോലെ മഴ. ഏറമ്പുഴ നിറഞ്ഞ് വയലുകൾ മുങ്ങിപ്പോയെന്ന്, ഒരു ദിവസം തോണി തുഴഞ്ഞ് സാഹസപ്പെട്ട് സ്കൂളിൽ എത്തിയ നേരത്ത്, ശീതക്കാറ്റിൽ തണുത്ത് വിറച്ചുകൊണ്ട് സ്കറിയ എന്നോട് പറഞ്ഞു.

സ്കൂളിനു മുന്നിലെ വീതി കുറഞ്ഞ മരപ്പാലത്തിൽ നിന്ന്, നിറഞ്ഞൊഴുകിയ തോടിലേക്ക് കാലുകൾ തെന്നി അനിരുദ്ധൻ വീഴാൻ ഭാവിച്ചപ്പോൾ, സ്കറിയ സകല ശത്രുതയും വെടിഞ്ഞ് അവനെ പിടിച്ച് മറുഭാഗത്തെത്തിച്ചു.

മഴ നിമിത്തം, രക്തസാക്ഷികളെ ഓർക്കാൻ കൂടിയിരിക്കാറുള്ള കവലയുടെ പിന്നിലെ മൈതാനവും കല്ലിരുത്തിയും വിജനമായി. കവലയുടെ പ്രകൃതം ആകെ മാറിപ്പോയി. ഏറമ്പുഴയ്ക്കപ്പുറത്തെ പുറങ്കരയുടെ പ്രക്ഷുബ്ധത ഞങ്ങളുടെ വീടുകളിലേക്ക് ഇരുട്ടത്ത് കടലിരമ്പമായി ചെവി തുളച്ച് കടന്നുപോയി. മഴയിലും കാറ്റിലും കാഞ്ഞരേട്ടന്റെ ഉപ്പുമാവ് ഷെഡ്ഡ് നിലം പൊത്തി! സ്കൂൾ വളപ്പിലെ കാക്കകൾ പ്ലാവിന്റെ ഇലച്ചാർത്തിനുള്ളിലെവിടെയോ തണുത്ത് അപ്രത്യക്ഷരായി.

ഇരുട്ടടച്ച് വലിയ വായിൽ വിഴുങ്ങാൻ ഭാവിച്ച് വരുന്ന പ്രളയത്തിന്റെ സാന്നിധ്യം സൂചിപ്പിച്ച് സ്കൂളിന് മുടക്ക്. ഇരുട്ട് പെയ്യുന്ന ഒരു ഉച്ചനേരത്ത് രാമന്തളിയുടെ ശരീരത്തിലെ അസംഖ്യം ഇടവഴികളിലൊന്നിൽ സഹദേവൻ മാഷ്. ഞാനും സഹദേവൻ മാഷോടൊപ്പം തിരിച്ചു നടക്കുകയാണ്.

“മാഷേ, മാഷ് പിന്നെ കപ്പല് കാണാൻ പോയോ?” അറുത്തു മാറ്റാൻ വയ്യാത്ത ഒരു ആകാംക്ഷയുടെ മുകളിൽ ഞാൻ മാഷോട് ചോദിച്ചു.

എന്റെ ചോദ്യം കേട്ടതും മുഖത്തേക്ക് ഏതോ കലിയുടെ മുഖം മൂടി വച്ചു പിടിപ്പിച്ചതുപോലെ മാഷുടെ ഭാവം അപ്പാടെ മാറി. എന്നിട്ട് മാഷ് പറഞ്ഞു, “തുണി ഉടുക്കാത്ത സായ്പ്പന്മാരീം മദാമ്മമാരീം കാണാൻ കുട്ടി പോണ്ട. അത് നമ്മളെ നെലക്കും വെലക്കും പറ്റ്യതല്ലപ്പാ.”

“മാഷേ അത് ചരക്ക് കപ്പലാ! ആളുകള് സഞ്ചരിക്കുന്ന കപ്പലല്ലാത്രെ.” ഞാൻ പറഞ്ഞു.

“ആരാ ഇങ്ങനെ ഓരോ നൊണ പറഞ്ഞ് തന്നത്?” മാഷ് സ്വന്തം അഭിപ്രായം ശരി വെച്ചുകൊണ്ട് എന്നെ രൂക്ഷമായി നോക്കി. എന്നിട്ട് തുടർന്നു: “പണ്ട് ഇങ്ങ്നൊര് കാലം രാമന്തളീന്റെ ചരിത്രത്തിലില്ല,” മാഷ് വീണ്ടും സാമൂഹികപാഠത്തിന്റെ ക്ലാസ്സിലെന്നപോലെ എന്നോട് വിശദീകരിച്ചു:

“കപ്പല് താണത് വിനാശത്തിന്റെ സൂചനന്യാ...” മാഷ് തറപ്പിച്ചു പറഞ്ഞു.

മഴ ഒന്ന് ശമിച്ചപ്പോൾ ക്ലാസ്മുറികൾ വീണ്ടും സജീവമായി.

കപ്പലിന്റെ സാന്നിധ്യമേൽപ്പിച്ച അപായസൂചനകളിൽ മാഷ് ആകുലപ്പെടുകയാണോ? അപ്പോഴേക്കും കപ്പൽ അതിന്റെ എല്ലാ പരിധികളും കവച്ചുവെച്ച് വിസ്മയത്തിന്റെ ഒരു തുറന്ന, വർണ്ണാഭ മായ ആകാശംപോലെ പുറങ്കരക്കടലിന്റെ മീതെ നിലകൊണ്ടു. അപൂർവമായി കരയ്ക്കടിഞ്ഞ ഒരു കടൽജീവിയെന്നപോലെ കപ്പൽ കാണുവാൻ ആളുകൾ വിദൂരദേശങ്ങളിൽ നിന്നുപോലും എത്തി ത്തുടങ്ങി. കപ്പൽ അതിന്റെ ഇരട്ടിമോടിയിൽ അമ്പുവേട്ടന്റെ ചായ പ്പീടികയിൽ ചിത്രീകരിക്കപ്പെട്ടു.

ആലോചിച്ചു നോക്കിയാൽ, കടലിന്റെ ആകാശത്ത് കപ്പൽ പ്രത്യക്ഷമായപ്പോൾ കടന്നുവന്നത്, പ്രകടമായ മാറ്റങ്ങൾ തന്നെ. മൺസൂൺപോലും പതിവുരീതി വെടിഞ്ഞ് ഊറ്റം കൊള്ളുക യാണോ?

“മാഷ് പുറങ്കരപ്പോയി നോക്ക്.” ചായപ്പീടികയിൽ നിന്ന് ആരോ പറയുകയാണ്. “മാഷ് പോയി കപ്പല് കാണ്. എന്താ ഒരു കാഴ്ച? കൊടിമരം ആകാശത്തിന്റെ അങ്ങേ തലയ്ക്ക്.”

സഹദേവൻ മാഷ് പക്ഷേ, ഒറ്റ തിരിഞ്ഞ് എല്ലാം എതിർക്കുക യാണ്. ഈ കാണുന്നതൊന്നും സത്യമല്ലെന്ന് സ്ഥാപിക്കുകയാണ്. സത്യമാണെങ്കിൽ തന്നെ എല്ലാം ആപത്തിന്റെ മുന്നോടിയാണെന്ന് ഉറപ്പു വരുത്തുകയാണ്. പുറങ്കരയുടെ രഹസ്യങ്ങളിലേക്ക് കൊളു ത്തിയ ഓരോ തിരിയും മാഷ് ബോധപൂർവം ഊതിക്കെടുത്താൻ നോക്കുകയാണ്.

ദാമോദരൻ പറയുന്നത് ശരിയല്ല
ഭാസ്ക്കരൻ പറയുന്നത് ശരിയല്ല
കല്യാണി പറയുന്നത് ശരിയല്ല
ഉമ്പിച്ചി പറയുന്നത് ശരിയല്ല
ശരിയല്ല; ശരിയല്ല; ശരിയല്ല!

മഴ ഒന്നടങ്ങി, വെയിൽ ചെറിയ പേടിയോടെ എത്തി നോക്കാൻ തുടങ്ങിയപ്പോൾ കുട്ടികളെ മേച്ചുകൊണ്ട് ദാക്ഷായണി ടീച്ചറും അസൈനാർ മാഷും പുറങ്കരയ്ക്ക് നടന്നു. ഒരു കടത്തുതോണി യിൽ ഞങ്ങൾ സ്കറിയയുടെ ഏറമ്പുഴ മുറിച്ച് തുഴഞ്ഞു പോയി.

ഇപ്പോൾ സ്കറിയയോടൊപ്പം ഞങ്ങൾ ഊർന്നിറങ്ങാൻ സുഖ മുള്ള പൂഴിക്കുന്നിൽ കയറി കടലിന്റെ ആകാശം നോക്കുകയാണ്. ദാക്ഷായണി ടീച്ചർ എന്റെ ചെവിക്ക് പിടിച്ച് തന്റെ വെളുത്ത് മെലിഞ്ഞ നീണ്ട വിരൽ കടലിനു നേർക്ക് നീട്ടിയെറിഞ്ഞുകൊണ്ട് പറഞ്ഞു: “ദാ, കടൽ. അതിലൊരാനക്കപ്പൽ.”

പെട്ടെന്ന് എന്റെ മനസ്സ് ഗൗരീടാക്കീസിനു പിന്നിലെ ഇടവഴിയിലൊരിടത്ത്, വിളക്കുകാലിന്റെ കീഴെ ഒന്നുടക്കി, വേഗതയോടെ മൂന്നാലുവട്ടം കറങ്ങി. അന്നേരം സഹദേവൻ മാഷ് എന്റെ മനസ്സിന്റെ ഇതളുകളിലൊന്നിൽ പതുക്കെ കൊത്തി. മാഷിപ്പോൾ എന്തു ചെയ്യുകയാവും? ഒരു വേള വീട്ടിലേക്കുള്ള വഴിയിൽ കാണുമായിരിക്കും. ഈ ഉത്സവം കാണാൻ മാഷ് വരേണ്ടതായിരുന്നു.

ഞങ്ങൾ കടലിന്റെ മുഖത്തേക്ക് അന്തം വിട്ടു. കമ്മ്യൂണിസ്റ്റ് പാർട്ടിയുടെ രക്തസാക്ഷി ദിനത്തിന് ഇത്രയും ആളുകൾ കല്ലിരുത്തിക്കവലയിൽ കൂടിയിട്ടുണ്ടാവില്ല.

ഊക്കൻ തിരമാലകളിൽ കപ്പലിന്റെ ചുവരുകൾ തകരുകയാണ്. കപ്പലിൽനിന്ന് ആരുടേയോ അടിവസ്ത്രങ്ങൾ ഏതോ ദേശാടന പ്പറവകളുടെ ഒരു കൂട്ടംപോലെ കരയിലേക്ക് കടൽവഴി നീന്തിക്കയറി. മെലിഞ്ഞ് നേർത്ത ആ പടിഞ്ഞാറൻ കോണകങ്ങൾ കണ്ട് ചിരിയടക്കാനാവാതെ ഞങ്ങൾ മണലിലേക്ക് തല താഴ്ത്തി ഒട്ടകപ്പക്ഷികളായി.

കപ്പലിന്റെ ഇളകിയ ഇരുമ്പ് ചുവരുകൾക്കിടയിൽ നിന്ന് കാഴ്ചക്കാരെ അമ്പരപ്പിച്ചുകൊണ്ട് ആരും അന്നുവരെ കണ്ടിട്ടില്ലാത്ത മോഹിപ്പിക്കുന്ന പല ഫോറിൻ സാധനങ്ങളും തിരമാലകളിൽ പൊന്തിയിറങ്ങി തീരത്തേക്ക് ഒഴുകി വന്നു. ദാക്ഷായണി ടീച്ചറുടെ ശ്രദ്ധ മുഴുവൻ ആ ഫോറിൻ സാധനങ്ങളിലാണ്.

"കപ്പിത്താൻ രത്നക്കല്ല് വിഴുങ്ങി ചത്ത്വാ ടീച്ചറേ?" ഞാൻ ടീച്ചറോട് ചോദിച്ചു.

ഒരു ഉത്തരം പറയാൻ പറ്റാതെ ടീച്ചർ ഞങ്ങൾ കുട്ടികളുടെ നേർക്ക് നിസ്സഹായയായി കൈ മലർത്തി. അപ്പോൾ തിരമാലകളിൽ പൊന്തി വന്ന ഏതോ മദാമ്മയുടെ മിനുത്ത് ജ്യാമിതീയമാനമുള്ള ബ്രാ കണ്ട് ടീച്ചർ പൊട്ടിച്ചിരിച്ചു.

കടപ്പുറത്തെ ആൾക്കൂട്ടത്തിനിടയിൽ നിന്ന് സ്കറിയയെ ഇടയ്ക്കെപ്പോഴോ ഞങ്ങൾക്ക് നഷ്ടപ്പെട്ടു. കുറേക്കഴിഞ്ഞപ്പോൾ അവൻ ഒരു സ്ത്രീയുടെ കൈയും പിടിച്ച് ഞങ്ങൾക്കരികിലേക്ക് വന്നു. ഒരു വലിയ കറുത്ത തിരമാല ഞങ്ങൾ നിൽക്കുന്ന പൂഴിക്കുന്നിലേക്ക് ഉയർന്നുരുണ്ട് വന്ന് ചിതറിത്തെറിച്ചതുപോലെ ഞങ്ങളുടെ അടുത്തെത്തിയ ആ സ്ത്രീയുടെ മുഴക്കമുള്ള ചിരി അന്തരീക്ഷത്തിൽ കലർന്നു. അവർ ദാക്ഷായണി ടീച്ചറോട് ചോദിച്ചു:

"എന്റെ മോന്റെ ടീച്ചറേ, കപ്പല് താണ ശേഷം പുറങ്കരക്കാരെ നിങ്ങക്ക് വേണ്ടാണ്ടായി അല്ലേ ടീച്ചറേ?" അതും പറഞ്ഞ് ആ സ്ത്രീ

പൊട്ടിച്ചിരി തുടരുന്നതിനിടയിൽ തന്റെ പേര് ലീലാമ്മയാണെന്ന് പരിചയപ്പെടുത്തുകയും ചെയ്തു.

ലീലാമ്മയ്ക്ക് അത്തറിന്റെ രൂക്ഷഗന്ധമുണ്ടായിരുന്നു. അവരുടെ കറുത്ത ശരീരം, അവർക്ക് ചേരാത്ത മിനുമിനുപ്പും മണവുമുള്ള വസ്ത്രങ്ങളിൽ മൂടിക്കെട്ടിയിരുന്നു. കുറേക്കൂടി അടുത്ത് ചെന്ന് ഞാൻ അവരെ സൂക്ഷിച്ച് നോക്കി. അവരുടെ ഒരു കൈയിൽ കപ്പലിൽ നിന്ന് ഒഴുകിയെത്തിയ ഏതോ അപൂർവ വസ്തുക്കൾ ഉണ്ടായിരുന്നു. നേരത്തെ കപ്പലിന്റെ ചുമരുകൾ തകർന്ന് ഇളകി വന്ന കുറേ ബ്രാ അവർ അക്കൂട്ടത്തിൽ ചുരുട്ടിയെടുത്തത് കണ്ടപ്പോൾ ദാക്ഷായണി ടീച്ചർ ഒരു കൊച്ചുകുട്ടിയെപ്പോലെ പരിസരം മറന്ന് അട്ടഹസിച്ചു.

ലീലാമ്മയ്ക്ക് വെറും അത്തറിന്റെ മണമായിരുന്നില്ല. മദാമ്മയുടെ മണമായിരുന്നു.

ഒരു വിസ്മയം പോലെ ഞങ്ങൾ സ്കറിയയുടെ അമ്മ ലീലാമ്മയെ നോക്കി നിൽക്കവെ ഒരു കാറ്റിൽ കടൽത്തീരം മണൽ കവർന്നെടുത്തപ്പോൾ ഒരു ഊക്കൻ തിരമാല കടലിറങ്ങിപ്പോയതുപോലെ ലീലാമ്മ അപ്രത്യക്ഷയായി.

“സഹദേവൻ മാഷക്ക് കപ്പല് കാണണ്ടാത്രെ,” ഞാൻ സ്കറിയയോട് പറഞ്ഞു: “നാട് നശിപ്പിക്കാൻ വന്നതാത്രെ കപ്പല്.”

സ്കറിയ ഒന്നും മിണ്ടിയില്ല. അവൻ ട്രൗസറിലെ ഉപ്പുവെള്ളം പിഴിഞ്ഞ് ഒരു കള്ളച്ചിരി ചിരിച്ചുകൊണ്ട് എന്റെ ചെവിയിൽ പറഞ്ഞു, “മാഷിന്റെ മുണ്ടിനടീലെ വെള്ള ട്രൗസറ് നീ എപ്പെങ്കിലും കണ്ടിന്യാ?”

ഞാൻ ഉവ്വെന്ന് തലയാട്ടി.

“ഈ ട്രൗസറ് ഏതാ?” അവൻ ധരിച്ചിരിക്കുന്ന സ്വന്തം ട്രൗസറ് ചൂണ്ടി എന്നോട് ചോദിച്ചു.

“മാഷതാ?” ഞാൻ ചോദിച്ചു.

“കഴിഞ്ഞ മഴക്കാലത്ത് ചായ്പില് വെച്ച് മറന്നതാ.” സ്കറിയ പിന്നെയും കള്ളച്ചിരി ചിരിച്ചു.

എനിക്ക് വിശ്വാസം വന്നില്ല. അവന്റെ ട്രൗസറിന് ലീലാമ്മയുടെ അത്തറിന്റെ മണമായിരുന്നു.

ഞാൻ അന്തം വിട്ട്, കടലിലേക്ക്, കപ്പലിനെത്തന്നെ നോക്കി നിന്നു.

■

കളിക്കോപ്പുകളുടെ ജീവിതം

കണ്ണുകൾ

വെളിച്ചത്തിന്റെ ഒരു നൂൽ അനുശ്രീയുടെ കണ്ണുകൾ ആദ്യമായി ഒപ്പിയെടുത്തു. ഇന്നലെ മുറിയിൽ വിളക്ക് കെട്ടുപോയ നേരം അവൾക്ക് ഓർമ്മ വന്നു. അച്ഛൻ ആശുപത്രിയിലേക്ക് ഇറങ്ങാൻ ഭാവിക്കുകയായിരുന്നു. ആരോ ആ സമയം അനുശ്രീയുടെ കൈകളിൽ ഒരു ചെറിയ പൊതി കൊടുത്ത് പൊടുന്നനെ അപ്രത്യക്ഷനായി. അച്ഛന്റെ ചിരകാല മിത്രം അനുശ്രീയെ താങ്ങിപ്പിടിച്ച് സാന്ത്വനിപ്പിക്കുമ്പോൾ വീണ്ടും അക്കാര്യം ഓർമ്മിപ്പിച്ചു. ആ പൊതിയുടെ കാര്യം! അതിനകത്ത് അച്ഛൻ മകൾക്കു വേണ്ടി രണ്ടു കണ്ണുകൾ കരുതിവെച്ചിരുന്നു. അച്ഛനുശേഷം മകളുടെ ദേഹത്തിനു ചുറ്റും ആളുകൾക്ക് പറഞ്ഞാലൊട്ടും വിശ്വാസം വരാത്ത ഗാഢമായ പരിചരണശേഷിയുള്ള രണ്ട് കണ്ണുകൾ.

ആശുപത്രി

ആശുപത്രിയുടെ ചെറിയ ഇടുങ്ങിയ വരാന്ത അവൾ മടങ്ങി വരുമ്പോൾ കൂടെ വന്നിരുന്നു. അതിന്റെ നേരിയ ശരീരത്തിലേക്ക് കരച്ചിലിന്റെ ഉന്തുവണ്ടികൾ അനുവിന്റെ സ്വപ്നങ്ങളിൽ കടന്നുവന്നു. ആ ഉന്തുവണ്ടികളിലൊന്നിൽ അച്ഛൻ അവളെ പറ്റിച്ചുകൊണ്ട് പുറത്തേക്കു പോയി. പിന്നീട് കുറേ ദിവസങ്ങളിൽ അവൾ അച്ഛന്റെ കട്ടിലിൽ കിടന്നുറങ്ങി. ഭ്രമാത്മകമായ ആ സ്വപ്നത്തിന്റെ പാതി വഴിയിൽ, അവളുടെ മുന്നിലേക്ക് ഒരു ഉന്തുവണ്ടി ഒഴുകിയെത്തി. ആ വണ്ടിയിൽ അവൾ ഇരിക്കുന്നു. അച്ഛൻ പതുക്കെ ആശുപത്രിയുടെ ഇടനാഴിയിലേക്ക് അത് വലിച്ചു കൊണ്ടുപോയി. അടുത്ത നിമിഷങ്ങളിൽ ആശുപത്രി പൂർണ്ണമായി ഇരുട്ടിൽ അമർന്നു. അന്ന് പുലർച്ചയ്ക്ക് മുമ്പ് അയാളുടെ ശരീരം ആശുപത്രിയുടെ മോർച്ചറിയിലേക്ക് മാറ്റപ്പെട്ടു.

തെരുവ്

അയാളുടെ മടിക്കുത്തിൽനിന്ന് അവശേഷിച്ച ഉണങ്ങിയ കുറേ ദിവസങ്ങൾ അയാൾ ആ തെരുവിന് വിറ്റു. മടിക്കുത്തിൽനിന്ന് അവ വഴുതിപ്പോകുമ്പോൾ കാലഹരണപ്പെട്ട നാണയങ്ങൾപോലെ ആത്മ നിന്ദയോടെ ആ ദിവസങ്ങൾ അയാളെ നോക്കി കളിയാക്കി. രസ കരമായ കാഴ്ചകൾ അയാളുടെ ശ്വാസം പിടിച്ച് പിന്തുടരുന്ന മകൾക്ക് പറഞ്ഞുകൊടുക്കാൻ അയാൾ അപ്പോഴും മറന്നില്ല. വഴിയിൽ പത്ത് വയസ്സുള്ള ഒരു തടിയൻ ആൺകുട്ടി അവന്റെ തുടുത്ത മുഖത്തെ അപ്രത്യക്ഷമാക്കും വിധത്തിൽ ഒരു ചിക്കൻ സാൻഡ്‌വിച്ച് കടിച്ചു കൊണ്ട് പേടിയോടെ നടന്നുപോകുന്നത് അയാൾ മകൾക്ക് വിവ രിച്ചു കൊടുത്തു.

മകൾ ചോദിച്ചു, “അച്ഛാ, ഞാനാരെപ്പോലെയാണ്? അമ്മയെ പ്പോലെയോ അതോ അച്ഛനെപ്പോലെയോ?”

ആ ചോദ്യം നല്ലവണ്ണം കേട്ടിട്ടും അയാൾ മകളോട് ഒരു മറു പടിയും പറഞ്ഞില്ല.

അതിനു പകരം കുറച്ചു മുന്നേ അവരെ കവച്ചുവെച്ച് നടന്നു പോയ ആ വെളുത്ത് തുടുത്ത തടിയൻകുട്ടി അയാളുടെ മനസ്സിലേക്ക് കടന്നുവന്നു. അയാൾ മകളെ തന്റെ ശോഷിച്ച കൈകൾകൊണ്ട് പൊക്കിയെടുത്ത് സാവധാനം നടത്തം തുടർന്നു. പതിനാറു വയസ്സ് കഴിഞ്ഞെങ്കിലും അവൾക്ക് എട്ട് വയസ്സിന്റെ ഭാരവും രൂപവുമായി രുന്നു. അയാൾ അവളുടെ മനസ്സ് ശരിക്കും വായിച്ചുകഴിഞ്ഞിരുന്നു. അതുകൊണ്ട് അവൾ വിശപ്പിന്റെ കാര്യം സൂചിപ്പിച്ചപ്പോൾ അയാൾക്ക് യാതൊരു ഭാവപ്പകർച്ചയും ഉണ്ടായിരുന്നില്ല. എങ്കിലും ആ തടിയനെ ഇനി വഴിയിൽ കണ്ടുമുട്ടരുതെന്നു തന്നെ അയാൾ ഹൃദയപൂർവം ആഗ്രഹിക്കുകയുണ്ടായി.

ശബ്ദങ്ങൾ

ഇരുട്ടിൽ എത്ര സുഖമില്ലാത്ത ശബ്ദവും അവൾ ഇഷ്ടപ്പെട്ടി രുന്നു. അച്ഛൻ പതിവായി ഉപയോഗിക്കുന്ന തെറിവാക്കുകൾ അവൾ സന്തോഷത്തോടെ കേട്ടുനിൽക്കും. അതിന്റെ ഒച്ച അവർ കിടന്നു റങ്ങുന്ന ഇടുങ്ങിയ ചായ്പിന്റെ പുറത്തേക്കൊഴുകിപ്പോകുന്നതാ യിരുന്നു അവൾക്ക് സങ്കടം. അയാൾ മദ്യപിച്ചാൽ അവളെ സ്ഥിര മായി വഴക്കു പറയും. മകൾ അപ്പോൾ അച്ഛനെ ശാന്തനാക്കാൻ അമ്മയുടെ അവസാനനിമിഷങ്ങൾ ഓർമ്മിപ്പിക്കും. ഒരു ദിവസം നഗരത്തിന്റെ നാറുന്ന ശരീരത്തിൽ നിന്നുയർന്ന ഒരു ചെറിയ രോദനം അയാൾക്ക് ഓർമ്മ വന്നു. ഇരുട്ടിൽ രൂപരഹിതമായി

ആധിയുടെ പ്രഹരങ്ങൾ ഇരമ്പി. അന്ന് അയാളുടെ അഴുകിത്തുടങ്ങിയ ദേഹം ഒരു നദിയുടെ സങ്കടത്തോട് ലയിച്ചുചേർന്നു.

പ്രാവുകൾ

പ്രാവുകൾക്ക് ആഹാരം കൊടുത്തില്ലെങ്കിലും അവ ഒരു ഉപദ്രവവും ചെയ്യില്ലെന്ന് അവൾക്കറിയാം. രാത്രിയെപ്പോലെ അവയ്ക്ക് ശാന്തരായി അഭിനയിക്കാനറിയാം. അസ്വസ്ഥതകൾ ഉള്ളിൽ മറച്ചു പിടിക്കാനറിയാം. ഒരു ദിവസം ഒരു കുഞ്ഞ് അവൾക്കു മുന്നിൽ പ്രാവുകൾ ചിറകടിക്കുന്നതു പോലെ പട്ടം പറത്തി. ഉഷ്ണം സഹിക്കവയ്യാതെ കടലാസുവിശറികൾ വീശുകയാണെന്ന് അച്ഛൻ പറഞ്ഞപ്പോൾ അവൾക്ക് വിശ്വാസം വന്നില്ല. സ്വപ്നങ്ങൾ അന്ധകാരത്തെ ഭയപ്പെടുന്നില്ല. കാരണം അവയുടെ ശരീരം ഇളങ്കാറ്റുപോലെ മൃദുലമാണ്.

ഘടികാരം

സമയം അയാളെ പാവങ്ങളുടെ, മാലിന്യത്തിന്റെ വ്യാളീമുഖമുള്ള, ദുർഗന്ധത്തിന്റെ പനിനീരു തളിച്ച ആശുപത്രിയുടെ വരാന്തകളിൽ തളച്ചിട്ടു. സമയം അവൾക്ക് ഇരുട്ട് സമ്മാനിച്ചു. ശരീരത്തിന്റെ വേദനകളിൽ സമയം പിന്നെയും അലസമായി ഇഴഞ്ഞുനീങ്ങി. അവൾ ഒറ്റയ്ക്ക് നിന്നപ്പോൾ സമയം അവളുടെ ദേഹത്തെ സമാനതകളില്ലാതെ വേദനിപ്പിച്ചു. സമയത്തിന്റെ ഒരു കപ്പൽ, കുറേക്കാലം പരിക്കുകളില്ലാതെ, ഇരുട്ടത്ത് യാത്ര ചെയ്തുകൊണ്ടിരുന്നു. സമയം അവർക്കിരുവർക്കും ഒട്ടും ആവശ്യമില്ലാത്ത ഒരു പാഴ്വസ്തു മാത്രമായിരുന്നു.

ഇടം

ഉറക്കം വരാതെ അനുശ്രീ അച്ഛന്റെ മടിയിലിരുന്ന് അർദ്ധരാത്രിയുടെ അനക്കങ്ങൾ ചെവിയോർത്തു. തുറന്നു വെച്ച ഒരു കച്ചവടകേന്ദ്രത്തിലെന്നപോലെ ആരോ അസമയത്ത് പഴയതുപോലെ കടന്നു വരുമെന്നും അയാൾ അച്ഛന്റെ കഴുത്ത് ഞെരിച്ച ശേഷം രാത്രിയുടെ ഒരു കടൽവേദന തന്നിലേക്ക് ഇരമ്പിമറിയുമെന്നും അവൾ ഉറച്ച് വിശ്വസിച്ചു. അവൾ അച്ഛനെ ചേർത്ത് പിടിച്ച് വിതുമ്പി:

"അച്ഛാ, ഇപ്പോൾ അയാൾ വീണ്ടും വന്നാൽ നമ്മളെന്തു ചെയ്യും?"

അയാൾക്ക് അപ്പോൾ അതിന് വ്യക്തമായ മറുപടി ഉണ്ടായിരുന്നില്ല. വരാതിരിക്കില്ലെന്ന് യാതൊരു ഉറപ്പും അയാൾക്കും ഉണ്ടായിരുന്നില്ല. കഴിഞ്ഞ ദിവസം അയാളുടെ അസാന്നിധ്യത്തിൽ

ചായ്പിൽ അവളെ കടിച്ച് തിന്ന് അപ്രത്യക്ഷനായത് ഒരു പൊലീസുകാരനായിരുന്നു. അയാൾ അടുത്ത ദിവസം ഒരു സാന്മാർഗ്ഗിക സന്ദേശവുമായി അവിടെ കോർപ്പറേഷന്റെ പ്രതിനിധി ആയി എത്തുകയും ചെയ്തു. ആ പ്രദേശത്ത് രാത്രിയും പകലുമായി നടക്കുന്ന അനാശാസ്യപ്രവർത്തനങ്ങൾ കോർപ്പറേഷന്റെ ശ്രദ്ധയിൽ പെട്ടിട്ടുണ്ടെന്നും അതുകൊണ്ട് ഒരാഴ്ചയ്ക്കകം ആ ചേരിനിവാസികൾ അവിടം വിട്ടു പോകണമെന്നും അടുത്ത വ്യാഴാഴ്ച രണ്ട് ബുൾഡോസറുകൾ വന്ന് ആ പ്രദേശം ഒരു ഷോപ്പിങ് മാളിനുവേണ്ടി കുഴിയെടുത്തു തുടങ്ങുമെന്നുമുള്ള സന്ദേശം അയാൾ വായിച്ചു കേൾപ്പിച്ചു. അയാളുടെ ആലോചനയിലേക്ക് ആ പ്രദേശം തഴച്ചു വളർന്നു. പൊടുന്നനെ ഒരു ഇരുൾത്തിര വന്ന് അവിടമാകെ കടലെടുത്തു.

അമ്മ

അവൾ അച്ഛന്റെ മടിയിൽ കിടന്ന് അമ്മയുടെ വിശേഷങ്ങൾ സംസാരിച്ചുകൊണ്ടിരുന്നു. തെരുവിലെ ഇറച്ചിവെട്ടു കടയിൽ അയാൾക്ക് ഒരു ചെറിയ പണി കിട്ടിയ സമയത്താണ് അയാൾ അവളെ കാണുന്നത്. അയാൾ കാണുമ്പോൾ അവളുടെ ദേഹത്ത് മാന്യന്മാരുടെ അടയാളങ്ങൾ വേണ്ടുവോളം ഉണ്ടായിരുന്നു.

ഇരുപത് വയസ്സുണ്ടായിരുന്നു അവൾക്ക്. ആ പ്രായമോ അതിൽ കുറഞ്ഞ പ്രായമോ ഉള്ള, ആ പരിസരത്ത് കഴിയുന്ന, എല്ലാ ഭിക്ഷാടകർക്കും അതുപോലെ മാന്യന്മാരുടെ അടയാളങ്ങൾ ശരീരത്തിൽ ആവശ്യത്തിന് ഉണ്ടായിരുന്നു. അയാൾ കാണുമ്പോൾ അവൾ ഒരു സ്വർണ്ണക്കച്ചവടക്കാരന്റെ കാര്യം പറഞ്ഞു.

ചെറിയ തുകയ്ക്ക് കഴിഞ്ഞ മൂന്നാലു മാസമായി അർദ്ധരാത്രിയിൽ അവളെ ആ ചെറുകിട പണക്കാരൻ കൂട്ടിക്കൊണ്ടുപോകും. ഒന്നുരണ്ട് മണിക്കൂറുകൾ കഴിഞ്ഞ് തിരിച്ച് അപരിചിതമായ മറ്റൊരു ജംഗ്ഷനിൽ ഇറക്കി വിട്ട് അയാൾ തന്റെ ഇടത്തരം കാറ് ഓടിച്ചു പോകും. അയാൾ ആ തെരുവിൽ തന്റെ അപരിചിതത്വം നിലനിർത്താൻ വല്ലാതെ പാടുപെടുന്നുണ്ടെന്ന് അവൾക്ക് മനസ്സിലായി. അയാൾ അവളെ എടുക്കാൻ വരുമ്പോൾ മുഖം കോട്ടി വെച്ച് കണ്ണുകൾ എങ്ങോട്ടോ പായിച്ച് ആവുന്നതും പുറത്തെ കാഴ്ചകളെ അവഗണിച്ച് കാറിനുള്ളിലേക്ക് മുഖവും തന്റെ ശരീരം തന്നെയുമൊതുക്കി വെക്കാൻ ശ്രമിക്കും. അക്കാര്യം ഓർക്കുമ്പോൾ അവൾക്ക് അയാൾ അർദ്ധരാത്രിയിൽ അയാളുടെ ഒറ്റമുറി ഫ്ളാറ്റിൽ നിന്ന് ഏൽപ്പിക്കുന്ന വേദനകളിൽനിന്ന് ചെറിയ ആശ്വാസം ലഭിക്കും.

ഉച്ച

ഉച്ചയിലേക്ക് ആളുകൾ ധൃതി വെച്ച് നടന്നുനീങ്ങി. തെരുവിന്റെ കുടൽ ആൾത്തിരക്കിൽ വീർത്ത് വന്നു. ഓർക്കാപ്പുറത്താണ് അയാൾക്ക് അസഹ്യമായ വേദന തുടങ്ങിയത്. വായിൽ ആരോ വലിയ ഇരുമ്പ് സൂചി പഴുപ്പിച്ച് കയറ്റുന്നതുപോലെ!

അയാൾ അർദ്ധബോധാവസ്ഥയിൽ ശരിക്കും പിടഞ്ഞു. തൊട്ടപ്പുറത്തും ഇപ്പുറത്തും അയാൾക്ക് മുന്നിലൂടെ ആൾക്കടൽ തിരയിളക്കി ഇരമ്പി കടന്നുപോയി. പുതിയ ചേരിയിലേക്ക് കുടിയേറിയിട്ട് നാലഞ്ച് ദിവസങ്ങളേ ആയിട്ടുള്ളൂ. മകൾ അവളുടെ കളിപ്പാട്ടത്തിന്റെ ഓർമ്മയിൽ ആ ചെറിയ മൺപുറത്ത് കിടക്കുകയായിരുന്നു, അയാൾക്കരികിൽ.

പതിവുപോലെ അച്ഛൻ അവളെ തനിച്ചാക്കി പാഴ്വസ്തുക്കൾക്ക് പോവാൻ ഒരുങ്ങിയതായിരുന്നു. ആ (വെളുത്ത) കിളവി പോയതിനുശേഷം അവൾ വലിയ മനോവിഷമത്തിലായിരുന്നു. കോർപ്പറേഷന്റെ വണ്ടിയിൽ കിളവിയെ പൊതിഞ്ഞെടുത്ത് കൊണ്ടു പോകുമ്പോൾ അവൾക്ക് അമ്മൂമ്മ നഷ്ടമായതുപോലെ തോന്നി. കിളവിയുടെ ബന്ധുക്കൾ ആരുംതന്നെ അവകാശവുമായി വന്നില്ല. അങ്ങനെയാരും അവർക്കുണ്ടായിരുന്നില്ല. പക്ഷേ, ആ കിളവിക്ക് ലോകം മുഴുവൻ ബന്ധുക്കളുണ്ടെന്നായിരുന്നു ഭാവം. ഒരാൾക്ക് പോലും ആ തെരുവിലൂടെ അവരുടെ മോണ കാട്ടിയുള്ള നിഷ്കളങ്കമായ ചിരി ഏറ്റുവാങ്ങാതെ കടന്നുപോവാൻ പറ്റിയിരുന്നില്ല. അവരുടെ ചിരി ആ തെരുവിന് ശരിക്കും ശല്യവും കുറച്ച് ഭാരവും തന്നെയായിരുന്നു.

പ്രണയം

ആ കിളവിക്ക് ശരിക്കും കരിക്കട്ടയുടെ നിറമായിരുന്നു! പക്ഷേ, അവൾ അങ്ങനെ വിശ്വസിച്ചിരുന്നില്ല. അവർക്ക് നല്ല വെളുപ്പുണ്ടെന്ന് അവൾ ഉറച്ചുവിശ്വസിച്ചു. (അവളുടെ ഉൾക്കണ്ണിൽ ആളുകൾക്ക് നല്ല വെളുത്ത നിറം തന്നെയായിരുന്നു!) അവളുടെ ഏറ്റവും അടുത്ത കൂട്ടുകാരൻ അവളോട് പറഞ്ഞുകൊടുത്തത് അങ്ങനെയാണ്. കിളവിക്ക് ഒരുപാട് സഹായം ചെയ്തുകൊടുത്തിരുന്ന ഒരു തോട്ടിപ്പയ്യനായിരുന്നു അവളുടെ ഏറ്റവും അടുത്ത കൂട്ടുകാരൻ. അവന് നല്ല കാഴ്ചശക്തിയുണ്ടായിരുന്നു.

അവളുടെ അച്ഛൻ പാഴ്വസ്തുക്കൾ ശേഖരിക്കാൻ പോയപ്പോൾ, ആ പൊലീസുകാരന്റെ രണ്ടാമതൊരു വട്ടംകൂടിയുള്ള വരവിന്റെ സൂചന, അവൻ ദൂരെ നിന്ന് അവൾക്ക് നൽകി. അവൾ പീടികയുടെ

ഓരത്തെ ഒരു പഴകിയ ചാക്കിനടിയിൽ പാഴ്വസ്തുപോലെ അനങ്ങാതെ കിടന്നതുകൊണ്ട് അന്ന് രക്ഷപ്പെട്ടു. അടുത്ത ദിവസംതന്നെ അവർ മറ്റൊരു ചേരിയിലേക്ക് മാറിത്താമസിച്ചു.

ആ പയ്യൻ വലിയ തമാശക്കാരനായിരുന്നു. ഒരു ദിവസം അവൻ സെപ്റ്റിക്ക് ടാങ്കിൽനിന്ന് മലംകോരിക്കളയാൻ ഒരു പണക്കാരന്റെ വീട്ടിൽ പോയ കാര്യം പറഞ്ഞു. ആ പണക്കാരന് തന്റെ ഭാരമേറിയ ശരീരം കാരണം കക്കൂസിലെ ക്ലോസറ്റിൽ അധികനേരം ഇരിക്കാൻ കഴിയാറില്ല. മാത്രമല്ല, അയാൾ കക്കൂസിൽ പ്രവേശിച്ച് കഴിഞ്ഞാൽ ഒരു കാൽ ദിവസമെങ്കിലും കഴിഞ്ഞേ പുറത്തേക്ക് വരികയുള്ളൂ. വിലപിടിപ്പുള്ള സാമഗ്രികൾ ഘടിപ്പിച്ച ആ ശൗചാലയം, പുറത്ത് അവൻ മലം നീക്കംചെയ്ത ടാങ്കിനേക്കാൾ മലിനമാണെന്ന് പറഞ്ഞപ്പോൾ അവർക്ക് രണ്ടുപേർക്കും ചിരിയടക്കാൻ കഴിഞ്ഞില്ല. അവർ ഉപയോഗിക്കുന്ന ഒരു ചെറിയ മൺകുഴി കക്കൂസ് അതിനേക്കാൾ ശുദ്ധമാണെന്ന് പറഞ്ഞപ്പോൾ അവൾക്ക് അവന്റെ മനോഭാവം ഓർത്ത് വലിയ അഭിമാനവും ഇഷ്ടവും തോന്നി.

റെയിൽവേ സ്റ്റേഷൻ

അച്ഛൻ പതിവില്ലാതെ കളിപ്പാട്ടങ്ങൾക്കിടയിൽ തളർന്ന് കിടന്നു. മകൾക്ക് അച്ഛനെ ആ ദിവസം കളിക്കാൻ കിട്ടുമെന്ന് കരുതി അവളുടെ ഉള്ളിലേക്ക് നിറമില്ലാത്ത ഒരു വെളിച്ചം പരന്നു. അപ്പോൾ അച്ഛൻ അവളെ നിരാശനാക്കിക്കൊണ്ട് പറഞ്ഞു:

"മോളേ, അച്ഛന് വയ്യ. നിന്നെ കൊണ്ടുപോകാൻ ഒരു പയ്യൻ വരും. അവന്റെ കൂടെ ചെന്ന് നീ അവൻ പറയുന്നിടത്ത് ഇരിക്കണം. ഒരു കീറിയ പഴന്തുണി വിരിച്ച്. ആളുകൾ എറിയുന്ന നാണയത്തുട്ടുകൾകൊണ്ട് വൈകുന്നേരം തിരിച്ചുവരുമ്പോൾ നിന്റെ വിശപ്പടക്കാൻ പറ്റിയാൽ എനിക്ക് കുറച്ച് സമാധാനമാകും."

തിരക്ക്

ആ തോട്ടിപ്പയ്യന്റെ അടുത്തായി, പ്ലാറ്റ്ഫോമിന്റെ സിമന്റടർന്ന നിലത്ത് തീവണ്ടികളുടെ ഒച്ച വിരിച്ച്, അവൾ നാണയങ്ങളുടെ കിലുക്കം പ്രതീക്ഷിച്ചിരുന്നു. യാത്രക്കാരെ നിരാശരാക്കി, ഒരു കിളവൻ ഗുഡ്സ് ട്രെയിൻ, പാളങ്ങളിൽ കാസരോഗിയെപ്പോലെ ആഞ്ഞുകിതച്ചുകൊണ്ട്, പെട്ടെന്ന് കടന്നുപോയി. ഒരു പ്രതീക്ഷ എത്ര പെട്ടെന്നാണ് ശൂന്യതയെ പ്രാപിക്കുന്നത്?

കാക്കക്കരച്ചിൽ പോലെ ശബ്ദായമാനമായ പ്ലാറ്റ്ഫോമിനെ നിശ്ശബ്ദതയുടെ ഒരു ബിന്ദുവിലേക്ക് പരാവർത്തനം ചെയ്തുകൊണ്ട് ഇനിയും കാത്തിരിക്കാൻ വേണ്ടി ഒരറിയിപ്പ് എത്തി.

“അടുത്ത വണ്ടിയിൽ പോയാലും അവർക്ക് ഉദ്ദേശിച്ച സ്ഥല ങ്ങളിൽ എത്താമല്ലോ? എന്നിട്ടും അവർ പരസ്പരം വഴക്കിട്ട്, ഇനി ഒരാഴ്ചയെങ്കിലും ഈ സങ്കടവും പേറി, യാത്രയുടെ ചില നിമിഷ ങ്ങളുടെ സന്തോഷങ്ങൾപോലും മറന്നുപോകും, നോക്കിക്കോ.” ആ പെട്ടിയും ബാഗുകളും പിടിച്ച് മൊബൈൽ ഫോണിൽ തുരു തുരെ സംസാരിച്ചുകൊണ്ടിരുന്ന ആളുകളെക്കുറിച്ച് പെൺകുട്ടിയോട് അനായാസം വിവരിച്ചുകൊണ്ട്, അവൻ ചിരിച്ചു.

മറുജീവിതം

പ്ലാറ്റ്ഫോമിൽ, വേനലിന്റെ വരണ്ട സിമന്റ് നിലത്ത്, ആ പയ്യൻ നിവർത്തിയിട്ട പത്രത്താളിലേക്ക് ചില നാണയങ്ങൾ ശബ്ദിച്ചു തുടങ്ങിയപ്പോൾ അവളൊരു കാര്യം സൂക്ഷ്മമായി തന്റെ ഉൾക്കണ്ണ് കൊണ്ട് കാണാൻ തുടങ്ങി. മുന്നിലെ ഇരുട്ടിലേക്ക്, അവർ തങ്ങളുടെ അശുദ്ധിയെ സധൈര്യം തുറന്നു വിട്ടശേഷം സ്റ്റേഷനിലെ അസൗ കര്യങ്ങളെ പ്രാകിക്കൊണ്ടിരുന്നു. ഒരു കൂസലും കൂടാതെ അവർ, മനുഷ്യരുടെ ദൗർബല്യം പുറത്തെടുത്ത് തങ്ങളുടെ മിടുക്കുമായി തട്ടിച്ചുനോക്കി സ്വയം അഭിമാനപുളകിതരായി. തിരക്ക് ആഭരണ മാക്കി അണിഞ്ഞുകൊണ്ടുള്ള ആ യാത്രികരുടെ ഇരിപ്പ്, അവരുടെ അനക്കങ്ങളിലൂടെ അവൾക്ക് ഹൃദിസ്ഥമായിരുന്നു. സ്റ്റേഷനിലെ സ്റ്റീലിരിപ്പിടങ്ങളിൽനിന്ന് അസഹ്യമായ ചേഷ്ടകളോടെയുള്ള അവരുടെ ആ ഇരിപ്പിൽ അവൾക്ക് വല്ലാത്ത അശ്ലീലം തോന്നി:

“ഇതെന്തൊരു മര്യാദയില്ലാത്ത ആളുകളാണ്?” അവൾ കൂട്ടു കാരനോട് പറഞ്ഞു.

അവൾ അങ്ങനെ പറയവെ, ആ അശ്ലീലം ചുമന്നുകൊണ്ട്, മന സ്സമാധാനത്തിന്, ഒട്ടകപ്പക്ഷികളെപ്പോലെ തുണികളുടെ അലങ്കാര വസ്ത്രങ്ങളുടെ ആവരണത്തിനുള്ളിൽ വ്യാജമായി ഒളിപ്പിച്ചു വെച്ച, അവരുടെ ശരീരം ചീഞ്ഞളിയാൻ തുടങ്ങി. ക്രമേണ ആ തീവണ്ടി യാപ്പീസ്, ദുർഗ്ഗന്ധം നിറഞ്ഞ ഒരു മാലിന്യക്കൂമ്പാരംപോലെ അവ ളുടെ മൂക്കിനെ വരിഞ്ഞുകെട്ടി.

സ്വന്തം ശരീരം ഇത്ര മാത്രം ദുർഗ്ഗന്ധപൂരിതമായിട്ടും കടുത്ത രക്തസമ്മർദ്ദത്തോടെ അടുത്ത വണ്ടി വൈകുന്നതിൽ ഒട്ടും ക്ഷമ കാണിക്കാതെ അവർ പരസ്പരം പഴിചാരിക്കൊണ്ടിരുന്നു.

“നമുക്ക് പോകാം, അപ്പൻ കാത്തിരിക്കുന്നുണ്ടാവും.” കിട്ടിയ കുറച്ച് നാണയങ്ങൾ ഒരു ചെറിയ കടലാസിൽ പൊതിഞ്ഞെടുത്തു കൊണ്ട് അവൾ കൂട്ടുകാരനോട് പറഞ്ഞു.

ഇടയ്ക്ക് കൂട്ടുകാരൻ അവളെക്കുറിച്ചുതന്നെ ആലോചിക്കുകയായിരുന്നു. അവളുടെ സമ്മതം കിട്ടിയപ്പോൾ, അവൾക്കരികെ നിന്ന് പതുക്കെ എഴുന്നേറ്റ് അവളുടെ കരം ഗ്രഹിച്ചു. അവന്റെ കണ്ണുകളിൽ വല്ലാത്ത ആശ്ചര്യം തുടിച്ചു നിന്നിരുന്നു. പെൺകുട്ടിയുടെ രക്ഷകനെപ്പോലെ അവൻ അവളെയും കൂട്ടി പതുക്കെ നടന്നു തുടങ്ങി.

അനുശ്രീ എപ്പോഴാണ് അച്ഛന്റെ കണ്ണുകൾ ഊരിയെടുത്ത് സ്വന്തം വെളിച്ചത്തിന് ഉപയോഗിച്ചു തുടങ്ങിയത്? അവൾ, ആ അന്തരീക്ഷത്തെ പുതുക്കിപ്പണിതുകൊണ്ട് അവന്റെ കൈയും വിടുവിച്ച്, ഒട്ടും ആശങ്കകൾ കൂടാതെ മുമ്പോട്ട് നടന്നുതുടങ്ങി. അപ്പോൾ അവളുടെ നെറ്റിയിൽ, അപൂർവമായി മാത്രം സംഭവിക്കുന്ന, ബൾബുകൾ പോലെ തെളിഞ്ഞു കത്തുന്ന പക്വതയുള്ള രണ്ട് പ്രകാശഗോളങ്ങൾ അവൾക്ക് സമാന്തരമായി, സഞ്ചരിച്ചുകൊണ്ടിരുന്നു.

ലയം

അവളുടെ പ്രസരിപ്പ് കണ്ടപ്പോൾ, ഒരു വേള ചായ്പിലേക്ക് അവളെ തിരിച്ചു കൊണ്ടുപോകണോ എന്ന് കൂട്ടുകാരൻ സംശയിച്ചുപോയി. പതിവിലേറെ അവൾ ഉത്സാഹവതിയായിരുന്നത് അവനെ ഭയപ്പെടുത്തി. അവൻ മനസ്സിന്റെ നിഗൂഢതയിൽ ഉടക്കി നിന്ന ഒരു തോന്നൽ ഒരു തത്ത്വജ്ഞാനിയെപ്പോലെ ദിശ മാറ്റി അവൾക്ക് മുന്നിൽ അവതരിപ്പിച്ചു:

“നമുക്ക് രാത്രിവണ്ടിയുടെ കാഴ്ചകൾ കാണാൻ സ്റ്റേഷനിലേക്ക് മടങ്ങിപ്പോയാലോ? കുറച്ചു കൂടി നാണയങ്ങൾ ലഭിച്ചാൽ നിന്റെ അപ്പന് പ്രാതലുമായി നേരം വെളുക്കവെ നമുക്ക് ചായ്പിൽ തിരിച്ചെത്തുകയും ചെയ്യാം.”

പക്ഷേ, അവൾ വാശിപിടിക്കുക തന്നെ ചെയ്തു.

“വേണ്ട, എനിക്ക് ഒരു രാത്രിയും അപ്പനെ പിരിഞ്ഞിട്ട് ശീലമില്ല.” അവൾ ഏതോ കൃത്രിമ വെളിച്ചത്തിന്റെ സഹായത്താലെന്ന പോലെ അവന്റെ കൈ തട്ടിയകറ്റി മുന്നോട്ട് നടന്നു.

മടക്കം

ചായ്പിലേക്ക് അടുക്കുന്തോറും അഭൗമമായ ഒരു ശാന്തത, തുരുമ്പ് പൊതിഞ്ഞ് ശ്വാസം വലിക്കുന്ന ആ കെട്ടിടക്കൂമ്പാരങ്ങൾക്ക് നടുവിലെത്തിയപ്പോഴേക്കും അവർക്ക് അനുഭവപ്പെട്ടു.

തെണ്ടികൾ കൂർക്കം വലിച്ചുറങ്ങുന്നത് നോക്കിക്കൊണ്ട് അവളുടെ തൊട്ടുമുന്നിൽ ആശങ്ക മുറ്റിയ മനസ്സോടെ അവളുടെ കൂട്ടുകാരൻ പയ്യൻ നടന്നു. ചിലന്തിവല പോലുള്ള ഇരുമ്പ് ഗോഡൗണുകൾ കഴിഞ്ഞപ്പോൾ മാലിന്യത്തിന്റെ ദുർഗന്ധം തുടങ്ങി. അവിടെ നിന്നും അര കിലോമീറ്റർ പോയാൽ അവളുടെ ചായ്പിലെത്തും. ചായ്പിനടുത്തെത്തിയപ്പോൾ തനിക്ക് പരിചയമുള്ള പാഴ്‌വസ്തുക്കളുടെ സാന്നിധ്യം അവൾ ഉള്ളിൽ അനുഭവിച്ചുതുടങ്ങി.

ശ്വാസം

ചായ്പിൽ അവൾ അച്ഛന് കാവലിരുന്നു. അയാളുടെ ശരീരത്തിൽനിന്ന് കുറച്ച് ജീവൻ പുറത്തേക്ക് പോകാതെ ബാക്കിയായിരുന്നു. അപ്പോൾ അയാൾക്ക് നേരിയ ഓർമ്മ ഉണ്ടായിരുന്നു: ആ ഓർമ്മയിൽ അയാൾ ആ പരിഭവം തീരെയില്ലാത്ത കിളവിയെ ഓർത്തു. പിന്നെ, അയാൾ പാഴ്‌വസ്തുക്കൾ ശേഖരിക്കാൻ പോയപ്പോൾ മകളെ നോവിച്ച ആ വൃത്തികെട്ടവനെയും. കുറ്റബോധം കൊണ്ട് അയാൾക്ക് ഒരു നിമിഷം മുന്നേ മരിച്ചുപോയെങ്കിൽ എന്ന് തോന്നി. അവൾ കുറച്ചു നേരത്തേക്ക് കൂടി അയാൾ ജീവിക്കാൻ ആത്മാർത്ഥമായി പ്രാർത്ഥിച്ചു. അയാളുടെ ശ്വാസം കുറച്ചിടകൂടി ആ ദേഹത്ത് തങ്ങി, പിന്നീട് ഒഴിഞ്ഞുപോയി.

തണുപ്പ്

ഉടഞ്ഞ ഇരുമ്പ് സാമഗ്രികൾക്കിടയിൽ, അവൾ ഒരു ജീവനില്ലാത്ത കളിക്കോപ്പ് തിരഞ്ഞു. പതുക്കെ ആ പാഴ്‌വസ്തുക്കൾ അവളെ കളിയാക്കി ചിരിക്കാൻ തുടങ്ങി. വാ കോടിപ്പോയ ഒരു അലുമിനിയക്കുടം അവളുടെ നെറ്റിയിൽ വന്നിടിച്ചു, ആത്മവിശ്വാസം നഷ്ടപ്പെട്ട ഈച്ചകൾ അവൾക്ക് ചുറ്റും പരിഭ്രാന്തിയോടെ പറന്നു. കൂട്ടുകാരൻ വില പേശിയപ്പോൾ ആ തെരുവിന്റെ രൂപസാദൃശ്യമുള്ള ഒരു പിക്കപ്പ് ടാക്സിക്കാരൻ ഒടുവിൽ അവരുടെ യാചന സ്വീകരിച്ചു. അപ്പന്റെ തണുത്ത ശരീരം വില്പനമൂല്യം ഒട്ടും ഇല്ലാത്ത ചൈതന്യമറ്റ ഒരു ആക്രിപ്പണ്ടാരംപോലെ മറ്റ് പാഴ്‌വസ്തുക്കൾക്കിടയിൽ അപകർഷത പേറി നിലകൊണ്ടു!

തുരുമ്പെടുത്ത ലോഹവസ്തുക്കൾ അയാളുടെ കോടിപ്പോയ വായ നോക്കി കളിയാക്കി. ടാക്സിക്കാരൻ ശ്രദ്ധയോടെ കയറ്റിയ ആക്രിസാമാനങ്ങൾക്കു മീതെ, അപ്പന്റെ ദേഹം, ഉദാസീനതയിൽ ഉലഞ്ഞു കിടന്നു. സ്വന്തം ശരീരം ഒളിപ്പിച്ചുവെക്കാൻ ഒരു ശ്മശാനം തിരയവെ, ആക്രിസാമാനങ്ങൾ ഒട്ടും മയമില്ലാതെ അയാളെ കളിയാക്കി ഒച്ചവെച്ചുകൊണ്ടിരുന്നു.

ആ കളിപ്പാട്ടങ്ങൾ ഒരു ദിവസത്തിന്റെ ജനിമൃതിയുടെ നെടു നീളൻ നിമിഷച്ചങ്ങലയിലേക്കായി ആഗ്രഹിക്കരുതായിരുന്നുവെന്ന വലിയ കുറ്റബോധം അവളുടെ കുഞ്ഞുമനസ്സിൽ, അന്നേരം നിറഞ്ഞു നിന്നു.

ഇരുൾവെളിച്ചം

ഇരുട്ട് അഗതിയുടെ ഉറഞ്ഞു പോയ, ശീതീകരിക്കപ്പെട്ട പ്രകാശ മാണ്. നഗരത്തിന്റെ ആഴങ്ങളിലും ഫ്ളൈഓവറിന്റെ കീഴിലും മുറിഞ്ഞുവീണ ഇരുട്ട് പാവപ്പെട്ടവന്റെ സുരക്ഷിതത്വവും പ്രചോദ നവുമാണ്.

തമോഗർത്തത്തിന്റെ ശാസ്ത്രമൊന്നും അനുശ്രീക്ക് അറിയു മായിരുന്നില്ല. മനുഷ്യൻ കണ്ണുകൾ അടച്ച് കൃത്രിമമായി ആന്ധ്യം സ്വീകരിച്ച് മഹാവെളിച്ചം തേടുന്നതുപോലെ, അവൾ സഹജമായ ആന്ധ്യത്തിന്റെ ഔദാര്യത്തിൽ ഇരുളിൽ ലയിച്ചുചേർന്ന പ്രകാശം തൊട്ടു. അല്ലെങ്കിലും ഏത് ജ്ഞാനിക്കാണ്, സ്വന്തം കണ്ണുകൾ അട യ്ക്കാതെ, സ്വയം ആന്ധ്യം സ്വീകരിക്കാതെ ഈ പ്രപഞ്ചത്തിൽ സ്വച്ഛമായ പ്രകാശത്തെ ഉൾക്കൊള്ളാൻ കഴിഞ്ഞിട്ടുള്ളത്? ■

ഈജിപ്ത്

ചിലപ്പോൾ, ചിലതൊക്കെ സംഭവിക്കണമെന്നത് കാലത്തിന്റെ തീരുമാനമാണ്.

ഒരു വേള നിർമ്മലയുടെ അവസ്ഥ അങ്ങനെയായിരുന്നു.

വലിയൊരു സമരത്തിലേക്ക് തന്റെ ജീവിതം വഴുതി വീഴുമെന്ന് നിർമ്മലയും കരുതിയിരുന്നില്ല. സിവിൽ എഞ്ചിനീയറുടെ പണി ചെയ്യുന്ന ഉഗ്രപ്രതാപിയായ തന്റെ ഭർത്താവിനെ, ഈ മരുഭൂമിയിൽ വെച്ച് ചിലതൊക്കെ പഠിപ്പിച്ച് കൊടുക്കണം; ഒരു ബുദ്ധിജീവിയുടെ വ്യാജജീവിതത്തിന്റെ തോട് പൊട്ടിച്ച് വെളിച്ചത്ത് കൊണ്ടുവരണം. അത്രമാത്രം!

സമയം രാവിലെ ആറര, ആറേ മുക്കാൽ. ടോയിലറ്റിനകത്ത് അരവിന്ദൻ പതിവിൻപടി തപസ്സിലാണ്. മക്കൾ രണ്ടുപേരും കുളിക്കാൻ പുറത്ത് കാത്തുനിൽക്കുന്നു. സി.ബി.എസ്.സിയുടെ കീഴിലുള്ള പ്രശസ്തമായ ഒരു വിദ്യാലയത്തിൽ അദ്ധ്യാപികയായ നിർമ്മലയ്ക്ക് കാലത്ത് ഏഴിന്, ബസ്സ്റ്റോപ്പിലേക്ക് നടന്നാലേ സ്കൂൾ ബസ്സിന് പോകാനൊക്കൂ.

ചേതൻ ഭഗത്തിന്റെ 'ദെ ത്രീ മിസ്റ്റെയ്ക്സ് ഓഫ് മൈ ലൈഫു' മായി ടോയ്‌ലറ്റിൽ കടന്നുകൂടിയതാണയാൾ. സമയം ഏഴായിട്ടും അയാൾ പുറത്തേക്ക് വന്നില്ല. അരവിന്ദൻ കാരണം നിർമ്മലയുടെ ബസ് മിസ്സായി. തിരികെ വന്നപ്പോൾ കാണുന്നതോ ഒരു തണുതണുപ്പൻ രീതിയിലുള്ള അരവിന്ദന്റെ പല്ലുതേപ്പ്! കുട്ടികൾ സ്കൂളിൽ വൈകിയെത്തുമെന്ന ചിന്ത ഇപ്പോഴും അരവിന്ദനെ അലട്ടുന്നില്ല. അരവിന്ദൻ, നിർമ്മലയുടെ നേർക്ക് ചേതൻശൈലിയുടെ 'മസാലച്ചുവ' പകരാൻ ഓങ്ങിയപ്പോൾ, നിർമ്മല തന്റെ ദേഹത്ത് രൂപപ്പെട്ട ഉരുൾപൊട്ടൽ തടുത്തു നിർത്തി:

"അരവിന്ദേട്ടൻ വേഗം റെഡിയാവാൻ നോക്ക്; എനിക്ക് എട്ടു മണിക്കെങ്കിലും സ്കൂളിലെത്തണം. മക്കളെ വിട്ട് എന്നെ ഡ്രോപ്പ്

ചെയ്യുമ്പോഴേക്കും, സമയത്ത് പഞ്ച് ചെയ്യാത്തതിന് ഹാഫ് ഡേ ലീവെടുക്കേണ്ടി വരും."

"എന്റെ തലയിലേക്ക് ഇത്തരം കാര്യങ്ങൾ കയറ്റണ്ടാന്ന് ആയിരം വട്ടം പറഞ്ഞാലും നിനിക്ക് തിരിയൂല; ഏഴ്മണീന്റെ ബസ്സിന് ഏഴി നിറങ്ങും! കോമൺസെൻസ് പ്രയോഗിക്കൂല." അരവിന്ദൻ നിർമ്മല യുടെ നേർക്ക് ചൂടായി.

"ഇനി അടി കൂടാൻ ഞാനില്ല. എന്റെ ഫുൾഡെയും പോയി ക്കിട്ടും. കുട്ട്യൾക്ക് ആൾറെഡി ക്ലാസ് തൊടങ്ങിക്കാണും."

മെരുങ്ങിയ തത്തയെപ്പോലെ ചിറകുകൾ ഒതുക്കി നിർമ്മല നിസ്സ ഹായയായി. മുരടിച്ചുപോയ സർഗ്ഗാത്മകതയെ ദ്യോതിപ്പിക്കു മ്പോലെ, അവരുടെ കിടപ്പുമുറിയുടെ ജാലകച്ചില്ലുകൾക്ക് വെളി യിൽ, ഒരു പുളിമരം വളർന്നു നില്പുണ്ട്.

അരവിന്ദന്റെ പകൽനേരങ്ങളെ അലസവും ശൂന്യവുമാക്കി തീർ ക്കുന്നതിൽ ഈ പുളിമരത്തിന് നല്ല പങ്കുണ്ടെന്ന് നിർമ്മല ഉറച്ചു വിശ്വസിക്കുന്നു. നിർമ്മലയുടെ നിർഭാഗ്യത്തിന്, ഫ്ളാറ്റിന്റെ തൊട്ട ടുത്ത മരുപ്പറമ്പിൽ പാതി പച്ചപ്പും പാതി വാർദ്ധക്യവുമായി ജീവിച്ചു പോരുന്ന ഈ പുളിമരം, നാട്ടിൽവെച്ച് എഴുത്തോ വായനയോ വേണ്ടത്ര ആവേശിക്കാതിരുന്ന ഈ പ്രവാസിയുടെ സർഗ്ഗാത്മക തയുടെ 'പ്രചോദനകേന്ദ്ര'മാണെന്ന് അരവിന്ദൻ സ്വയം ആണ യിടുന്നു! യാതൊരു ഉളുപ്പുമില്ലാതെ പ്രവാസപ്പതിപ്പുകളിലേക്ക് കഥയും കവിതയും ലേഖനവും നിരൂപണവും ഫലിതവും കത്തു കളും അയച്ചു കൊടുക്കാനുള്ള ത്രാണിയും ചങ്കൂറ്റവും അരവിന്ദൻ നേടിയെടുത്തത് ഈ പുളിമരച്ചുവട്ടിൽ നിന്നു തന്നെ.

പതിവിനു വിപരീതമായി, തന്റെ സർഗ്ഗാത്മകതയുടെ ഉറവിട മായ പുളിമരത്തെ ജാലകച്ചില്ലുകൾക്കപ്പുറം ഉപേക്ഷിച്ച് അരവിന്ദൻ 'സാ' മട്ടിൽ കുളിമുറിയിൽ കയറി കൊളുത്തിട്ടു. രണ്ട് നിമിഷങ്ങൾ ക്കുള്ളിൽ കുളിമുറി വീണ്ടും തുറക്കപ്പെട്ടു.

"നിർമ്മലേ, നീയാ മൊബൈൽ ഇങ്ങ് താ; ഇന്നൊരു കോൺ ക്രീറ്റുള്ളതാ. വല്ല വിളിയും വരും."

നിർമ്മല മൊബൈൽ തപ്പിപ്പിടിച്ച് അരവിന്ദന് എറിഞ്ഞു കൊടുത്തു. "പ്ലീസ്, വേഗം നോക്ക് അരവിന്ദേട്ടാ."

നിർമ്മലയുടെ അപേക്ഷ. കുളിമുറിയിൽ വെള്ളത്തിന്റെ പൊട്ടലും ചീറ്റലും ഏറെ നേരം തുടർന്നശേഷം കുളിക്കിടയിൽ അവിചാരിതമായി ബീജാവാപം ചെയ്ത ഒരു കഥയുടെ പ്ലോട്ടു മായി അരവിന്ദൻ പുറത്തു വന്നു.

അയാൾ അലസമായി നടന്ന് പുളിമരത്തിനു നേർക്കുള്ള ജാലകത്തിന്റെ കർട്ടൻ വലിച്ചു നീക്കി. പുറത്തെ ഈന്തപ്പനകൾക്കിടയിൽ മനസ്സ് മരവിച്ച്, പുക പിടിച്ച് കിടക്കുന്ന പുളിമരം വീക്ഷിച്ചുകൊണ്ട് അകത്ത് ഊറിക്കൂടിയ കഥാബീജം വികസിപ്പിച്ചെടുത്ത് സ്വന്തം ബ്ലോഗിൽ പോസ്റ്റ് ചെയ്യുന്നതിനെക്കുറിച്ച് ആലോചിച്ചു തുടങ്ങി.

ഇത്രയുമായപ്പോൾ നിർമ്മലയുടെ സമനില തെറ്റി.

“ഇതിപ്പോ അരവിന്ദേട്ടന് സമയത്തെത്തേണ്ട വല്ല മീറ്റിംഗോ മറ്റോ ആണെങ്കിൽ എന്നെ ജീവനോടെ ദഹിപ്പിച്ചേനേ.”

അത് പറഞ്ഞവസാനിപ്പിച്ചതും അരവിന്ദൻ കൈലി അഴിച്ച് അണ്ടർവെയർ ഒന്നുകൂടി വലിച്ചു കയറ്റി ടൈറ്റാക്കി കണ്ണാടിക്ക് മുമ്പിൽ നിന്നു.

അടുത്ത ക്ഷണത്തിൽ അന്തരീക്ഷത്തിലെ ഓക്സിജൻ ശ്രമകരമായി സ്വന്തം മൂക്കിലേക്കു വലിച്ചു കയറ്റുകയും ശ്വാസകോശം നിറഞ്ഞ വായു പതിയെ പിൻവലിക്കുകയും ചെയ്തുകൊണ്ട് യോഗാക്ലാസ് അനുസ്മരിപ്പിക്കും വിധത്തിൽ അരവിന്ദൻ നില കൊണ്ടു. ഈ രീതി പലവട്ടം ആവർത്തിച്ചശേഷം അയാൾ പറഞ്ഞു.

“ഇങ്ങനെ പതിവായി ചെയ്താൽ ദെവസം മുഴുവൻ നല്ല ഉണർവ് കാണും; മാത്രല്ല ശ്വാസകോശ സംബന്ധമായ സകല അസുഖങ്ങളും മാറിക്കിട്ടൂം ചെയ്യും.”

അതും പറഞ്ഞ് അരവിന്ദൻ, പുറംകഴുത്തിലെ സെർവിക്കൽ സ്പോണ്ടിലോസിസ് മൂലമുള്ള കഴപ്പ് മാറ്റാൻ ആയുർവേദ ഡോക്ടർ ഹരികുമാർ നിർദ്ദേശിച്ച കഴുത്തിന്റെ എക്സർസൈസ്, കണ്ണാടിക്കു മുമ്പിൽ സശ്രദ്ധം, സാവധാനത്തിൽ ചെയ്തു തുടങ്ങി.

കാര്യങ്ങൾ അവിടെയെത്തിയപ്പോൾ നിർമ്മലയ്ക്ക് ശരിക്കും കരച്ചിൽ വന്നു. സങ്കടം കടിച്ചമർത്തി നിർമ്മല നിശ്ശബ്ദയായി. മൂകതയുടെ ഏറ് കൊണ്ടെങ്കിലും അരവിന്ദൻ ജറൂറ് (ഉത്സാഹം) കാണിക്കുമെന്ന് കരുതിയ നിർമ്മലയ്ക്ക് തെറ്റി.

പിന്നീടയാൾ അലസമായി പാന്റ്സിൽ ഇറങ്ങുകയും ഷർട്ടിടുകയും ബെൽറ്റണിയുകയും ചെയ്തു. ഒതുക്കമുള്ള കുഞ്ഞു ചീർപ്പ് കൊണ്ട് മീശ ചീകിയൊതുക്കി. മൂക്കിന്റെ ഇറയത്ത് ഷോ കാണിച്ച് നിന്ന വെള്ള രോമം സിസ്സേഴ്സ് വെച്ച് നീക്കം ചെയ്തു. ഡ്രസ്സിംഗ് ടേബിളിന്റെ കീഴ്ക്കള്ളിയിൽനിന്ന് അത്തറിന്റെ കുഞ്ഞു കുപ്പിയെ ടുത്ത് രണ്ട് തുള്ളി കൈ വെള്ളയിൽ ഉരസി. ശേഷം തളിപ്പു മുന കുപ്പിയിൽ മുക്കി ഷർട്ടിന്റെ അഷ്ടദിക്കുകളിലും ഇറ്റിച്ചു. ഈ നിമിഷങ്ങളിൽ ഉരുണ്ടുകൂടിയ സംഘർഷം നിശ്ശബ്ദതയിൽ മുക്കി, ഉരച്ച്

മുനപ്പിച്ചിട്ടും നിർമ്മലയുടെ നേർക്ക് സോപ്പ് കുമിളപോലെ ഒരു വിശദീകരണം വീണുടഞ്ഞു.

"ബോസ് ഔട്ട് ഓഫ് സ്റ്റേഷൻ പോയാൽ കാലത്ത് ഭയങ്കര സ്റ്റാർട്ടിങ് ട്രബിളാ." അയാൾ തുടർന്നു:

"നീ അഭിമന്യൂനേം ആദർശിനേം കൂട്ടി താഴേക്ക് നടക്ക്. ഞാനിതാ എത്തിപ്പോയി." അരവിന്ദൻ സഹജമായ ലാഘവത്വം കൈവിടാതെ തന്നെ, വേഗതയുടെ ഒരു നാട്യം എടുത്തണിഞ്ഞു!

സ്റ്റെയർകെയ്സിറങ്ങി, പാർക്ക് ചെയ്ത കാറിനടുത്തേക്ക് നിർമ്മലയുടെയും കുട്ടികളുടെയും പിന്നാലെ അരവിന്ദനും എത്തി. അയാൾ റിമോട്ടമർത്തി ഡോർ തുറന്നതും സ്വന്തം മറവിയെ പഴിച്ച് മലക്കം മറിഞ്ഞു: "വെറും റ്റൂ മിനിറ്റ്സ്. ക്യാമറ എടുക്കാൻ മറന്നു; കോൺക്രീറ്റ് ദെവസല്ലെ, സൈറ്റ് ഫോട്ടോസ് ഇല്ലാതെ പറ്റില്ല."

ഇത് കേട്ടതോടെ നിർമ്മല വലിഞ്ഞുപൊട്ടി: "അരവിന്ദേട്ടന് അരവിന്ദേട്ടന്റെ കാര്യം മാത്രം." ആരോഹണക്രമത്തിൽ നിർമ്മലയുടെ ശബ്ദം പതഞ്ഞു പൊന്തി:

"അരവിന്ദേട്ടന്റെ കുളി; അരവിന്ദേട്ടന്റെ കക്കൂസ്സ് പോക്ക്; അരവിന്ദേട്ടന്റെ ജപം; അരവിന്ദേട്ടന്റെ വായന; അരവിന്ദേട്ടന്റെ ചിക്കൻ ഫ്രൈ; അരവിന്ദേട്ടന്റെ കള്ള് കുടി..."

മേലേക്ക് കുതിച്ച രക്തസമ്മർദ്ദംകൊണ്ട് അരവിന്ദൻ നിർമ്മലയുടെ ശബ്ദത്തെ തടഞ്ഞു നിർത്തി: "ലാസ്റ്റ് മോമന്റിൽ ബസ്സ് മിസ്സായതിന് ഞാനെന്ത് പിഴച്ചു?"

അയാൾ ഭാരരഹിതനായി, ഒരു ശൂന്യാകാശ സഞ്ചാരിയെപ്പോലെ മുകളിലേക്ക് കയറിപ്പോയി.

സദാ അമൂർത്തമായി നിലകൊള്ളുന്ന, നിർമ്മലയ്ക്കെന്നും അപ്രാപ്യമായ ഒരു താക്കോൽക്കിലുക്കമാണ് ഈ വീടിന്റെ വിധി നിർണ്ണയിക്കുന്നത്.

പതിനൊന്നു വർഷങ്ങൾക്കു മുമ്പ് പൊതുസമ്മതമായ ഒരു കരാറിൽ തുടങ്ങിയതാണ് കാര്യങ്ങൾ. വീട്ടുകാർ പറഞ്ഞുറപ്പിച്ച വിവാഹം. ആദ്യദിനം കറകളഞ്ഞ ജനാധിപത്യവാദിയായി അരവിന്ദൻ നിർമ്മലയുടെ മുന്നിലേക്ക് പതുക്കെ രംഗപ്രവേശം ചെയ്തു. ആദ്യമാദ്യം നിർമ്മല പടർന്നിറങ്ങുമ്പോൾ ഒരു ഉപഭൂഖണ്ഡം വെട്ടിപ്പിടിച്ച ലഹരിയിലായിരുന്നു അയാൾ. ഒപ്പം നാളിതുവരെ താൻ കൊണ്ടു നടന്ന അലിഖിതമായ ഒരു ഭരണഘടന നിർമ്മലയിലേക്ക് അവളറിയാതെ പതുക്കെ വ്യാപിപ്പിക്കുകയായിരുന്നു. എന്നിട്ടും അയാളതൊന്നും പുറത്തു കാട്ടാതെ ഭാര്യയെ കിടപ്പുമുറിയിൽ വിലങ്ങനെ ഉയർത്തി ചുഴറ്റിയെറിയുകയും സാവധാനം ചുംബിക്കുകയും

നേരമെടുത്ത് വിവസ്ത്രയാക്കുകയും ചെയ്തു. കുറഞ്ഞ ദിനങ്ങളിൽ അരവിന്ദന്റെ കീഴ്ക്കശേരുവിൽ അദൃശ്യമായി നിലകൊണ്ട അപരിചിതത്വത്തിന്റെ വാൽ ഉപേക്ഷിച്ച് ആ ഭരണകൂടത്തിലേക്ക് മെല്ലെ കലർന്നു.

തർക്കവിഷയങ്ങൾ സംവാദമേശയിലേക്ക് നയിക്കാനുള്ള സാവകാശംപോലും അനുവദിക്കപ്പെടാതെ യുദ്ധം പൊട്ടിപ്പുറപ്പെടുകയായിരുന്നു. 'ഉരുളക്കിഴങ്ങ് സ്റ്റ്യൂവും ഉപ്പും' എന്നതായിരുന്നു ഒരു തർക്കവിഷയം!

യുദ്ധം തുടങ്ങി. അടുക്കളയിലെ പ്ലാസ്റ്റിക് ട്രേയിൽ വിശ്രമിക്കുകയായിരുന്ന ഒന്നര കിലോ സവാള ചോരയിറ്റിച്ച് ഫ്ളാറ്റിനകത്ത്, കിച്ചൻ ക്യാബിനറ്റിന്റെ മുകളിലും കിച്ചൻ സിങ്കിനകത്തും നിലത്തെ കാർപ്പെറ്റിലും കിടന്ന് നിലവിളിച്ചു. അരവിന്ദന്റെ ദൗർബല്യമാണ് അപ്പവും സ്റ്റ്യൂവും. അയാളുടെ രക്തസമ്മർദ്ദം ക്രമാതീതമായി ഉയരുകയും ഒടുക്കം ഒന്നര കിലോ സവാള തലങ്ങും വിലങ്ങും ഏറ് നടത്തുന്നതിലേക്ക് ആ രംഗം കലാശിക്കുകയും ചെയ്തു.

അഭിമന്യുവും ആദർശുമടങ്ങുന്ന കുട്ടിപ്പട്ടാളം, നിർമ്മലയ്ക്കെതിരെ പട നയിച്ച് അരവിന്ദന്റെ ചെങ്കോലും കിരീടവും ഇക്കാലമത്രയും നിലനിർത്തിപ്പോന്നു. നാളിതുവരെ ഹോം വർക്കിന്റെ കാര്യത്തിൽ യാതൊരുവിധ വിട്ടുവീഴ്ച്ചയ്ക്കും നിർമ്മല തയ്യാറായിരുന്നില്ല. അമ്മയുടെ ഒരു നിഴൽ ഇരുവരെയും സദാ പിന്തുടരുകയായിരുന്നു.

നിർമ്മല തന്നെയാണ് നാട്ടിൽനിന്ന് ഇറക്കുമതി ചെയ്ത ചൂരൽ വടികൾ വിൽക്കാൻ വെച്ച മലയാളിക്കട കണ്ടെത്തിയതും നാട്ടുകണക്കനുസരിച്ച് ഇരുനൂറ് രൂപയോളം വരുന്ന വിദേശപ്പണം രണ്ട് വടികൾക്കായി മുടക്കിയതും. വടിയുടെ മുനമ്പിൽ ചിട്ടയും വെടിപ്പും നിർമ്മലയ്ക്ക് എളുപ്പമായി. അതോടെ നിർമ്മലയ്ക്കെതിരെ കുട്ടിപ്പട്ടാളം രഹസ്യമായി കരുനീക്കങ്ങൾ തുടങ്ങി. അങ്ങനെ അച്ഛനുമായി സഖ്യപ്പെട്ട ഈ മൂവർസംഘം നടത്തിയ ഒരു പടനീക്കമായിരുന്നു നിർമ്മലയുടെ തലയിൽ ഇടിത്തീപോലെ പതിച്ച ഭാരിച്ച പാചക, ശുചീകരണ ഉത്തരവാദിത്തങ്ങൾ!

അഞ്ചുവയസ്സുകാരൻ ആദർശിന് വാക്സിനേഷൻ കുത്തി വെച്ച് മടങ്ങുന്ന നേരം. കുത്തിവെപ്പിന്റെ അരിശം ആദർശിന്റെ കണ്ണുകളിൽ ചുറ്റിത്തിരിഞ്ഞ്, കരഞ്ഞു വിങ്ങിയ കൺപോളകൾ. ഏതോ ഒരു നുണയുടെ പഞ്ഞിയിൽ മുക്കി നഴ്സിന്റെ ട്രീറ്റ് മെന്റ് മുറിയിലേക്ക് പൊക്കിയതിന്റെ ഉത്തരവാദി നിർമ്മലയാണെന്ന ഒറ്റക്കാരണംകൊണ്ട് അമ്മയൊപ്പിച്ച ഒരു കെണിയായി കുത്തിവെപ്പിനെ ആദർശും അഭിമന്യുവും വ്യാഖ്യാനിക്കുകയും ചെയ്തു.

പിസ്സാ ഹട്ടിന്റെ അരികിലെത്തിയപ്പോൾ അഭിമന്യു, പിസ്സ കഴിക്കണമെന്നായി. പിസ്സയില്ലാതെ താൻ വീട്ടിലേക്കില്ലെന്ന് രണ്ടാം ക്ലാസ്സുകാരൻ കരഞ്ഞുതിമിർത്തു. അപ്പോൾ അരവിന്ദൻ സൂത്രത്തിൽ അഭിമന്യുവിന്റെ നേർക്ക് ജങ്ക് ഫുഡ്ഡിന്റെ ദോഷവശങ്ങൾ ചൊരിയുകയും വയറ് കേടായാൽ ഇതുപോലെ കുത്തിവെപ്പേ പോംവഴി എന്ന തരത്തിൽ നിർമ്മലയുടെ നേരെ ഒളിയമ്പെയ്യുകയും ചെയ്തു. അഭിമന്യു അരവിന്ദന്റെ കെണിയിൽ വീണു. സൂചി കുത്തിന്റെ ഭയം അവന്റെ നേത്രങ്ങളിൽ പുളഞ്ഞു കളിച്ചു.

മുമ്പൊരിക്കൽ ഓട്ടം പിഴച്ച്, താടിപ്പുറം വിണ്ടു കീറിയപ്പോൾ, കിട്ടിയ സ്റ്റിച്ചിന്റെ ഓർമ്മ, കഴിഞ്ഞ അഞ്ചാറ് മാസമായി, അഭിമന്യുവിനെ സംബന്ധിച്ചിടത്തോളം, ഡ്രാക്കുള സിനിമയ്ക്ക് തിയേറ്ററിൽ ഒറ്റയ്ക്കിരിക്കുന്നതുപോലെ ഭയാനകമാണ്. ഇതോടെ നിർമ്മലയ്ക്കു നേരെ തുടങ്ങിവെച്ച ശീതയുദ്ധം അരവിന്ദൻ ഫലപ്രാപ്തിയിലെത്തിച്ചു. ഭക്ഷണനിർമ്മാണത്തിന്റെ പൂർണ്ണമായ ഭാരം അതോടെ നിർമ്മലയിലേക്ക് ഒഴുകിയെത്തി:

പുലർച്ചെ സൈറ്റിലേക്ക് പോകവെ അരവിന്ദന് ബ്രേക്ക് ഫാസ്റ്റായി ഇഡ്ഡലിയും തേങ്ങാചട്ടിണിയും നിർബ്ബന്ധം. ഒപ്പം ഉച്ചഭക്ഷണമായി അടുക്കുപാത്രങ്ങൾ നിറയെ ചോറ്, ചിക്കൻ ഫ്രൈ/മീൻ ഫ്രൈ, ചീരത്തോരൻ തുടങ്ങിയവയും. മക്കൾക്കു വേണ്ടി ജങ്ക് ഫുഡ്ഡിന് പകരം വെക്കാവുന്ന 'ഹോം ലി ഫുഡ്'. ചിന്തിച്ചു ചിന്തിച്ച് നിർമ്മലയുടെ തല ചുട്ടുപഴുത്തു.

പതിവായി മക്കൾക്ക് ചിക്കൻ ബർഗറോ ചീസ് സാൻഡ്‌വിച്ചോ ഉണ്ടാക്കിക്കൊടുത്ത് സ്കൂളിലയച്ച ശേഷം ഇളവെയിലിൽ മനസ്സമാധാനം നിലനിർത്തിയിരുന്ന നിർമ്മലയ്ക്ക് അരവിന്ദൻ അവിടെയും പാരയായി.

ഇത്തോതിൽ വശങ്ങളിൽനിന്നും മുകളിൽനിന്നും താഴേ നിന്നും ആനച്ചവിട്ടേറ്റ്, ഒരു ദിവസം നിർമ്മലയുടെ കണ്ണുകൾ നിറഞ്ഞൊഴുകാൻ തുടങ്ങി: "ഇങ്ങനെ തൊട്ടതിനും പിടിച്ചതിനും മനുഷ്യരെ ഇറിറ്റേറ്റ് ചെയ്ത് വീട്ടിൽ ബഹളമുണ്ടാക്കാൻ വലിയ കഴിവൊന്നും വേണ്ട. കൊറേ വായിച്ചതുകൊണ്ടോ ചിന്തിച്ചതുകൊണ്ടോ ഒരു കാര്യൂല്ല. പരസ്പരം മനസ്സിലാക്കി പെരുമാറാൻ അരവിന്ദേട്ടന് അറിഞ്ഞൂടാ." അങ്ങനെ പറഞ്ഞുപറഞ്ഞ് ഒരു പുഴയുടെ സങ്കടം നിറച്ച് നിർമ്മല വാടിക്കരിഞ്ഞു.

അന്നേരം അരവിന്ദൻ വലിയ സാത്വികഭാവം പുറത്തെടുത്തു:

"തെറ്റുകൾ ആവർത്തിക്കുന്നതാണ് എന്നെ ഭ്രാന്ത് പിടിപ്പിക്കുന്നത്."

"എന്ത് തെറ്റ്? പോയിപ്പണി നോക്ക്." നിർമ്മല അപ്രതീക്ഷിതമായി അരവിന്ദന് ഒരാട്ട് കൊടുത്തു.

"വിമർശനം അസഹിഷ്ണുതയോടെ കാണുന്നതാ നിന്റെ കുഴപ്പം. ആദർശ് പറയുമ്പോൾപോലും ഞാൻ ശ്രദ്ധയോടെ കേൾക്കും." അരവിന്ദൻ കുറേക്കൂടി ഉദാരനായി.

"അരവിന്ദേട്ടന് ആരെയും കേൾക്കാം. കാരണം എല്ലാം നിശ്ചയിക്കുന്നത് അരവിന്ദേട്ടനാണ്. പക്ഷേ ഞാനനുഭവിക്കുന്ന പീഡനം അതല്ല. ഇതിലും ഭേദം കുത്തിക്കൊല്ലുന്നതാണ്."

ഇടയ്ക്കിടെ വിമർശനത്തിന്റെ കനം കുറഞ്ഞ ഒച്ചകൾ നിർമ്മലയിൽ നിന്ന് പൊന്തി വന്നിരുന്നു. സഹികെട്ട മറ്റൊരു നാൾ നിർമ്മല അരവിന്ദന് നേരെ തിരിഞ്ഞ് പതിവുരീതി വെടിഞ്ഞ് ഇങ്ങനെ ആക്രോശിക്കുകയുണ്ടായി, "അരവിന്ദേട്ടൻ വലിയ ബുദ്ധിജീവിയായിപ്പോയി. എനിക്ക് പറ്റിയത് അരവിന്ദേട്ടനല്ല."

നിർമ്മല ചായക്കുടുക്ക ഗ്യാസിൽ വെച്ച് മറന്നു പോയതാണ്. ഷോപ്പിങ് കഴിഞ്ഞ് തിരിച്ചെത്തിയപ്പോൾ അലുമിനിയക്കുടുക്ക പാതിയും ചാരമായിക്കഴിഞ്ഞിരുന്നു.

യുദ്ധം തുടങ്ങിയാൽ അരവിന്ദൻ അവസാനിപ്പിക്കില്ല. ഒരു തരത്തിലുള്ള വെടിനിർത്തലിനും അയാൾ തയ്യാറല്ല. ഒരു തരം ലഹരിയോടെ അയാൾ പതുക്കെ പുകഞ്ഞു തുടങ്ങും. ആദ്യം കുറ്റപ്പെടുത്തലിന്റെ ചവിട്ടി മെതിക്കൽ; തോലുരിയുന്ന പരിഹാസങ്ങൾ; പിന്നെ ശകാരംകൊണ്ടുള്ള മലർത്തിയടി! എല്ലാം കഴിഞ്ഞ് ചോക്കലേറ്റ് പരുവത്തിൽ ഫിലോസഫിക്കൽ ടീച്ചിങ്സിന്റെ കുഞ്ഞു പൊതികൾ; അലർജിയുണ്ടാക്കുന്ന ഉപമകൾ. ഒടുക്കം ഒന്നിന് പത്തെന്ന കണക്കിൽ മാർക്കറ്റിൽ ലഭ്യമായ മുന്തിയ ഇനം അലൂമിനിയക്കുടുക്കകൾ സമ്മാനിച്ചെങ്കിലും വന്യമായ ഈ തേജോവധത്തിൽ നിന്ന് രക്ഷപ്പെട്ടെങ്കിൽ എന്നാശിച്ച് കൊതിച്ച് നിർമ്മല കണ്ണീർ വാർക്കും.

അങ്ങനെയിരിക്കെ ലോകം ഇളക്കി മറിക്കുന്ന ഒരു മഹാമൗനം അതിന്റെ അപാരമായ കരുത്തോടെ അരവിന്ദനെ ഞെക്കിച്ചുരുക്കി. അയാൾ കിടക്കയിൽനിന്ന് ഉരുണ്ട് താഴെ വിട്രിഫൈഡ് ടൈൽസിന്റെ തണുത്ത പ്രതലത്തിലേക്ക് വീണു പോയി. ബെഡ്ലാമ്പിന്റെ കുഞ്ഞുവെളിച്ചത്തെ ശ്രമകരമായി ആവാഹിച്ച് ചുമരിലെ ഘടികാരസൂചികളിൽനിന്ന് അയാൾ സമയം പുറത്തെടുത്തു: പുലർച്ചെ രണ്ട് മണി.

നാളെ എന്തോ സംഭവിക്കാൻ പോകുന്നുവെന്ന് സിവിൽ എൻജിനീയറായ അരവിന്ദന് ഉൾവിളിയുണ്ടായി. നിലത്തെ തണുപ്പിൽ നിന്ന് അസ്വസ്ഥതയോടെ സ്വന്തം ശരീരം കട്ടിലിലേക്കുയർത്തി.

ശൂന്യമായ കിടക്കവിരിപ്പിലേക്ക് അനിവാര്യമായ ഭയത്തോടെ അരവിന്ദൻ ചുഴിഞ്ഞ് നോക്കി. നിർമ്മലയും മക്കളും അവിടെയില്ല. ഒരുതരം അരിശത്തോടെ അയാൾ അനാവശ്യമായ ആലോചനകളിൽ മുഴുകി. അന്നേരം അപ്രതീക്ഷിതമായി കടന്നു വന്ന ഒരു കാറ്റിന്റെ പ്രഹരമേറ്റ് കിടപ്പുമുറിയുടെ വാതിൽ പാതി തുറക്കപ്പെട്ടു.

വിങ്ങുന്ന നിശ്ശബ്ദതയെ മുറിച്ച്, ലിവിങ് റൂമിൽ നിന്ന്, പതിഞ്ഞ ടെലിവിഷൻ ശബ്ദം കേൾക്കാം. ജീവിതത്തിൽ ഇന്നുവരെ അനുഭവപ്പെട്ടിട്ടില്ലാത്ത ഒരു തകർച്ചയും ഉൾഭയവും അരവിന്ദന്റെ ഉള്ളിലേക്ക് മിന്നലുപോലെ പ്രസരിച്ചു. ബി.ബി.സി.യുടെ ഇംഗ്ലീഷ് പെരുമഴയ്ക്കിടയിൽ മലയാളം കുശുകുശുത്തുകൊണ്ട് നിർമ്മലയും മക്കളും ലിവിങ് റൂമിൽ ഉപവസിക്കുന്നു! അതോടെ അരവിന്ദന്റെ ദേഷ്യവും അരിശവും ഇരട്ടിക്കുകയും മുഖപേശികൾ വലിഞ്ഞ് മുറുകുകയും ചെയ്തു.

അടുത്തിടെ, പതിവില്ലാത്ത ആവേശത്തോടെയാണ് നിർമ്മല മക്കളെ ടി.വി. കാണിക്കുന്നത്. കുട്ടികൾക്കാകട്ടെ, ആ കാഴ്ചകൾ ഒട്ടും ഉന്മേഷം നൽകിയതുമില്ല. അർദ്ധരാത്രിയിൽ ഉറക്കം പിടിച്ച കണ്ണുകളുമായി സോഫയിൽ, അഭിമന്യുവും ആദർശും അമ്മയുടെ മടിയിലേക്ക് ഒട്ടിച്ചേർന്നു. എൽ.സി.ഡി. മോണിറ്റർ ആൾക്കടലിൽ നുരഞ്ഞു പൊന്തി തെഹരീർ ചത്വരം (ഈജിപ്തിൽ പ്രക്ഷോഭകാരികൾ സംഘടിച്ച കേന്ദ്രം) മൂടുന്നത് കണ്ടപ്പോൾ നിർമ്മലയുടെ നെഞ്ച് തുളുമ്പി.

പാതിയടഞ്ഞ ലിവിങ് റൂമിന്റെ വാതിൽ, കിടപ്പുമുറിയിലെ അരവിന്ദനെ അഭിമുഖീകരിക്കാതെ, നിർമ്മല സൂത്രത്തിൽ വലിച്ചടച്ചു. നനഞ്ഞു കത്തുന്ന കരിയിലക്കൂമ്പാരംപോലെ അവൾ പുകഞ്ഞ് തുടങ്ങി.

കുറേ ദിവസങ്ങളായി അരവിന്ദൻ പൂർവാധികം ജാഗരൂകമായി കാര്യങ്ങളിൽ ഇടപെടുകയാണ്. നാൽപ്പത്തിരണ്ട് വയസ്സുള്ള ഒരു പ്രൊഫഷണൽ ഇടപെടാൻ കൊള്ളാത്ത ഇടങ്ങളിൽ അയാൾ ചാടിക്കേറി ഇടപെടുന്നു. ഒരു പട്ടിയെപ്പോലെ മണം പിടിച്ച് വീട്ടിനകത്ത്, അടുക്കളയിലും ബാൽക്കണിയിലും കിടപ്പുമുറിയിലും സ്വീകരണമുറിയിലും കുളിമുറിയിലും കക്കൂസിലും ജോലി കഴിഞ്ഞെത്തുന്ന നേരങ്ങളിൽ മാറിമാറി കയറിയിറങ്ങുന്നു. അയാൾക്കെന്തോ, ഒരുതരം ഉറപ്പില്ലായ്മ അനുഭവപ്പെടുന്നുണ്ടെന്ന് നിർമ്മല ഊഹിച്ചെടുത്തു. അതോടെ നിർമ്മല ഉത്സാഹവതിയായി.

പക്ഷേ, അരവിന്ദനെ അവഗണിക്കാൻ മാത്രം നിർമ്മല വിഡ്ഢിയുമല്ല. സ്ഥാനാരോഹണശേഷം യാതൊരു ഉളുപ്പുമില്ലാതെ അധികാരത്തിൽ അള്ളിപ്പിടിച്ചിരിക്കുന്ന ഒരാൺപ്രജ ചരിത്രം അബലത്വം

ആരോപിച്ച വീട്ടമ്മയ്ക്കു നേരെ കസേര നീക്കിയിട്ട് കൊടുക്കുമെന്ന യാതൊരു വ്യാമോഹവും നിർമ്മലയ്ക്കില്ല. അതിനാൽ നിർമ്മല യുടെ നീക്കങ്ങൾ കരുതലോടെയായി.

പക്ഷേ, കുട്ടിപ്പട്ടാളം അരവിന്ദന്റെ കൂടെയാണ്. കുറേക്കാലമായി അരവിന്ദൻ അതങ്ങനെത്തന്നെ നിലനിർത്തിയിരിക്കുകയാണ്. ബാറിൽനിന്ന് മദ്യപിച്ചെത്തുമ്പോൾ കിറ്റ്കാറ്റോ ഡെയറി മിൽക്കോ കിൻഡർ ജോയിയോ കുറഞ്ഞപക്ഷം കടലാസ് കോണുകളിൽ നില ക്കടലയോ കരുതാൻ അരവിന്ദൻ മറക്കാറില്ല. ഭൂരിപക്ഷം തീർത്ത് നിർമ്മലയുടെ പരാജയം നിലനിർത്താൻ അയാൾ അഭിമന്യുവി നെയും ആദർശിനെയും സദാ കൂട്ടുപിടിച്ചു. ജനാധിപത്യമര്യാദ പാലിക്കുന്നില്ലെന്ന്, നിർമ്മല, അരവിന്ദന്റെ നേർക്ക് ഒരിക്കൽപ്പോലും വിരൽ ചൂണ്ടാതിരിക്കാൻ അയാൾ നിർമ്മലയുടെ ശബ്ദം ഫ്രീസ റിലെ തണുത്ത മാംസംപോലെ ശീതീകരിച്ചു.

പതിവിനു വിപരീതമായി, രാത്രിയേറെ ആയിട്ടും കിടപ്പുമുറി യിൽനിന്ന് കൂർക്കംവലി കേൾക്കാത്തപ്പോൾ നിർമ്മല പതുക്കെ അരവിന്ദൻ കിടക്കുന്ന മുറിയുടെ കതകിന് സമീപം, ശ്വാസോച്ഛ്വാസ ങ്ങൾ നിയന്ത്രിച്ച് കാതോർത്തു നിന്നു. വേദന കിനിയുന്ന ഇക്കിളി പ്പെടലിന്റെ വായ്ത്താരി വായുസഞ്ചാരത്തോടൊപ്പം ഉത്ഭവിക്കുന്ന തായി നിർമ്മലയ്ക്ക് ബോധ്യപ്പെട്ടു. സ്വന്തം മേൽക്കോയ്മ തകരുന്ന തിന്റെ ആധിയാവണം ദുഃഖഭരിതമായ ഈ ആത്മഭാഷണം! പതി വനുസരിച്ച് പകുതി തുറന്നിട്ട വായിലൂടെ കൊഴുത്ത് മലിനമായ ഒരു ദ്രാവകം പുറന്തള്ളുന്ന നേരമാണിത്. വായുടെ പാതിയടഞ്ഞ സുഷിരത്തിലൂടെ വായുവിന്റെ സീൽക്കാരവും പുറപ്പെടേണ്ട നേര മായി. ഒപ്പം ഉച്ചസ്ഥായിയിലേക്കും തിരിച്ചും കുതിച്ച് കുന്നിറങ്ങുന്ന വഷളൻ കൂർക്കംവലിയും.

ഉറക്കം നഷ്ടപ്പെട്ട് തുടങ്ങിയതിന്റെ സൂചനയാവാം അർദ്ധരാ ത്രിയിലെ ഈ അസ്വസ്ഥതകൾ! ഫ്ളാറ്റിലെ വായുസമ്മർദ്ദത്തിന്റെ സ്വാഭാവികമായ ഇടപെടലോടെ, ആശങ്കകൾ കോറിയിട്ട മനസ്സോടെ തിരിച്ച് ലിവിങ് റൂമിലേക്ക് നടക്കാനോങ്ങിയ നിർമ്മലയുടെ ആഗ്രഹ പൂർത്തീകരണമായി.

അരവിന്ദൻ കിടക്കുന്ന മുറിയുടെ വാതിൽ പാതി സ്വയം തുറക്ക പ്പെട്ടു. നിർമ്മല വാഷ്ബേസിൻ സ്ഥിതിചെയ്യുന്ന ആർച്ചിന്റെ ഇരുണ്ട ഷെയ്ഡിലേക്ക് അലിഞ്ഞുചേർന്നു. അന്നേരം ഞൊടിയിടയിൽ മുളപൊട്ടിയ ഹാസ്യം നിർമ്മല തന്റെ മുഖപേശികളിലേക്ക് വികസി പ്പിക്കാതെ അമിഞ്ഞുനിർത്തി.

മുറിയിൽ ചുവന്ന ടേബിൾ ലാമ്പിന്റെ ഇലകളിലേക്ക് ഉറുമ്പിൻ പറ്റം മാർച്ച് ചെയ്യുന്നു. വെളിച്ചത്തെ പൂർണ്ണമായും ആഗിരണം

ചെയ്യുന്ന കരിയുറുമ്പുകൾ. കിടക്കവിരിയിലെ പൂക്കളിലേക്ക് ഉരുണ്ടു കയറുന്ന ഉറുമ്പിൻകൂട്ടങ്ങൾ അരവിന്ദന്റെ കൈലിയുടെ പഴുതിലൂടെ അയാളുടെ ഗുരുത്വകേന്ദ്രത്തെ ലക്ഷ്യമാക്കി ഇഴഞ്ഞു കയറി. ഉറുമ്പിൻകടിയേറ്റ് ദേഹം തലങ്ങും വിലങ്ങും ചൊറിയാൻ തുടങ്ങി. ബെഡ്ലാമ്പിന്റെ വെളിച്ചം തട്ടി ചുവരിൽ ഭീമൻ ഇരുൾരൂപങ്ങൾ പൊന്തിവന്നു. ഈ സമയം നിർമ്മല, ഡ്രസ്സ് ഏരിയയിൽ, വാഷ് ബെയ്സിന്റെ മുകളിലെ കണ്ണാടിയിലൂടെ ഗ്രഹണം ബാധിച്ച അരവിന്ദന്റെ കിടപ്പുമുറിയുടെ പാർശ്വവീക്ഷണം സ്വീകരിച്ചു.

അരവിന്ദനിൽനിന്ന് മദ്യത്തിന്റെ ലഹരി കരിയുറുമ്പുകൾ മുള്ള് കുത്തി വലിച്ചെടുത്തു. മുറിയിലെ ചുവന്ന സീറോ ബൾബും ഉറുമ്പിൻകൂട്ടവും ഭീമൻ കരിനിഴലുകളും ഒക്കെക്കൂടി അരവിന്ദന് പന്തികേട് തോന്നി. തനിക്കെതിരെ അവഗണിക്കാൻ വയ്യാത്ത വിധത്തിൽ ഗൂഢാലോചനകൾ പെരുകുകയാണ്.

മദ്യം ഒഴിഞ്ഞു പോയപ്പോൾ അരവിന്ദൻ തന്റെ ശരീരത്തെ ആഴത്തിൽ ചൊറിയുകയും നിർമ്മലയ്ക്ക് ഡ്രൈവിങ് ലൈസൻസ് ലഭിച്ചാലുണ്ടാകുന്ന പ്രത്യാഘാതങ്ങളെക്കുറിച്ച് ആകുലനാവുകയും ചെയ്തു. കന്നി ടെസ്റ്റ് പരാജയപ്പെട്ടെങ്കിലും ഈ വിദേശരാജ്യത്ത് അതാരും പരാജയത്തിന്റെ കള്ളിയിൽ പെടുത്താറില്ല. നാട്ടിൽ തീ പാറുന്ന ഓട്ടക്കേമന്മാർപോലും മരുഭൂമിയിൽ വണ്ടിയോട്ടം പരിശീലിക്കവേ ടെസ്റ്റുകൾ തോറ്റ് ആത്മവീര്യം ചോർന്ന് തകർന്നടിയും. പക്ഷേ, നിർമ്മലയെ അങ്ങനെയങ്ങ് അവഗണിക്കാൻ അരവിന്ദൻ തയ്യാറല്ല. നിർമ്മല ഒരിടത്ത് വാശിയുടെ ഉയരം അടയാളപ്പെടുത്തിയത് എം.എസ്.സി.യുടെ ഒന്നാം റാങ്കിന്റെ നേർക്കാണ്. (ഇവിടെ 'രണ്ടാം ടെസ്റ്റിൽ' നിർമ്മല വിജയിയായി)

രണ്ട്

"വേദികളിൽ സട കുടഞ്ഞെഴുന്നേൽക്കുകയും തിരികെ അടുക്കളയിൽ അടുപ്പത്ത് ആവിയായിപ്പോവുകയും ചെയ്യുന്ന ഫെമിനിസമല്ലിത്; നിങ്ങളുടെ വീട്ടിൽ ഒരു സ്ത്രീ ജീവനോടെ നിലനിൽക്കുന്നുവെന്നതിന്റെ ഒരോർമ്മപ്പെടുത്തൽ." നിർമ്മല ഫെയ്സ്ബുക്കിൽ ഒരു ചുവരെഴുത്ത് നടത്തിക്കൊണ്ട് തുടങ്ങുകയായിരുന്നു. സ്വാഭാവികമായും അടുത്ത കുറേ മണിക്കൂറുകൾക്കുള്ളിൽ നിർമ്മലയുടെ ഫെയ്സ്ബുക്ക് പരിസരങ്ങൾ വീട്ടമ്മമാരെക്കൊണ്ട് സജീവമായി.

"എന്താണ് നിർമ്മല ഉദ്ദേശിക്കുന്നത്?"നിർമ്മലയുടെ കൂട്ടുകാരി ഷെറിൻമാത്യുവിന്റെ കമന്റ്.

നിർമ്മല ഫെയ്സ്ബുക്കിലേക്ക് തന്റെ മനസ്സ് മലർത്തി വെച്ചു. അവൾ ഷെറിൻ മാത്യുവിന് മറുപടി നൽകി:

“ന്യൂക്ലിയാർ വാർ! പെൺവസന്തത്തിന് കാത്തിരിക്കുക.”

രണ്ടാമതൊരു കമന്റ് കൂടി തുന്നിച്ചേർത്തു: “വീട്ടിലെ തീൻമേശകളെ ഫ്രീസ് ചെയ്തുവെക്കാൻ തക്ക ഊർജ്ജശേഷിയുള്ള നിസ്സഹകരണ പോരാട്ടങ്ങൾ. തീൻമേശയിലും ഡ്രോയിങ് റൂമിലും ബെഡ്റൂമിലും വിലസുന്ന ഏകാധിപത്യത്തെ തുരത്താൻ വേണ്ടിയുള്ള പെൺയുദ്ധം.”

ഊണിനു മുമ്പുള്ള വിടവിലും രാത്രിയുടെ മദ്യവിരസതയിലും നെറ്റിനു മുന്നിൽ അലയുന്ന വീട്ടമ്മമാർ എലി (മുഅമ്മർ ഗദ്ദാഫി തനിക്കെതിരെ പ്രക്ഷോഭം നയിച്ച ജനതയെ പരിഹസിച്ചത് എലികൾ എന്നായിരുന്നു)കളെപ്പോലെ പെറ്റു പെരുകി. പിന്തുണയുമായി വനിതകൾ സമരപ്പനിയുടെ മെസ്സേജുകൾ തൊടുത്തു വിട്ടു. പതുക്കെ സൈബർ ആക്ടിവിസം പെൺശബ്ദം ഉറഞ്ഞുപോയ ആയിരക്കണക്കിന് വീടുകളിലേക്ക് അസ്വസ്ഥതയോടെ ഒഴുകിയെത്തി.

കാര്യങ്ങൾ എങ്ങനെ ആയിത്തീരുമെന്ന് തിട്ടപ്പെടുത്താൻ വയ്യാത്ത ഒരു സന്ദിഗ്ദ്ധഘട്ടത്തിലാണ് അരവിന്ദൻ കെട്ടിപ്പൊക്കിയ ഒരു എട്ട് നിലക്കെട്ടിടത്തിന്റെ ഫിനിഷിങ് പണികൾ നടക്കുന്നത്. എലികൾ പതിവില്ലാത്തവിധം മരുഭൂമിയിൽ മാളങ്ങൾ പണിയുകയാണ്. അതിനിടയിൽ ഒരു കണക്കിലും വരുതിയിൽ നിൽക്കാത്ത മധ്യവയസ്കയായ ക്ലയന്റും ഓരോ ദിവസത്തിന്റേയും തുടക്കത്തിൽ അരവിന്ദനു നേരെ പിരിമുറുക്കം സൃഷ്ടിക്കുന്ന ഈജിപ്ഷ്യനായ വെളുത്ത താടിയുള്ള കൺസൾട്ടന്റ് എമാദും.

നിർമ്മലയുടെ പ്രക്ഷോഭം അരങ്ങു തകർക്കവെ എമാദിന്റെ വിളി അരവിന്ദനെ തേടിയെത്തി. എമാദിന്റെ ശല്യം തുടങ്ങിയെന്ന് കരുതിയ അരവിന്ദൻ മനമില്ലാമനസ്സോടെ ഫോണെടുത്തു.

പക്ഷേ, പതിവിനു വിപരീതമായി എമാദ് വലിയ സന്തോഷത്തിലായിരുന്നു. കാർക്കശ്യം വിട്ടുമാറാത്ത അയാളുടെ ശൈലി സംഭാഷണത്തിൽ അനുഭവപ്പെട്ടില്ല. അയാൾ വലിയ ആവേശത്തോടെ അരവിന്ദനോടു പറഞ്ഞു:

“പണി തീർത്തോളൂ, ഞാനെല്ലാം അപ്രൂവ് ചെയ്തു തരാം. വാർത്തകൾ അറിഞ്ഞുകാണുമല്ലോ? എന്റെ ഭാര്യ തെഹ്‌രീർ ചത്വരത്തിൽ കറങ്ങിയടിക്കുകയാണ്.”

സ്വതവെ ജോലിയുടെ കാര്യത്തിൽ എമാദ് സ്ട്രിക്റ്റാണ്. കോൺക്രീറ്റിന്റെ ഗുണനിലവാരത്തിന്റെ കാര്യത്തിൽ യാതൊരു വിട്ടു

വീഴ്ചയ്ക്കും അയാൾ നിൽക്കില്ല. അതുപോലെ ബിൽഡിങ് മെറ്റീരിയൽസിന്റെ കാര്യത്തിലും. സൈറ്റിൽ പണിക്കാർക്കിടയിലൂടെ മണംപിടിച്ച് സംശയത്തിന്റെ കണ്ണുകളോടെ സഞ്ചരിക്കും.

എഞ്ചിനീയറിങ് കൺസൾട്ടൻസിയിൽ പ്രവേശിക്കുന്നതിനു മുമ്പ് ഒരു കോൺട്രാക്ടിങ് കമ്പനിയിൽ അയാൾ അഞ്ച് വർഷം ജോലി ചെയ്തിരുന്നു. അതിനാൽ നിർമ്മാണ പ്രവർത്തനത്തിലെ അപാകതകളും കള്ളത്തരങ്ങളും വിദഗ്ധമായി കണ്ടെത്താൻ കഴിയുന്ന ഒരു സൂപ്പർവൈസിങ് ഓഫീസറായിരുന്നു എമാദ്. അലസമെന്ന് മറ്റുള്ളവർ ധരിച്ചേക്കാവുന്ന ഒരു നോട്ടത്തിലും വിരൽസ്പർശത്താലും അയാൾ കെട്ടിടങ്ങൾ വിലയിരുത്തുകയും സർട്ടിഫൈ ചെയ്തു കൊടുക്കുകയും ചെയ്തു.

പക്ഷേ, ഇത്തവണ എമാദിന്റെ സൂക്ഷ്മദൃഷ്ടിയും മാന്ത്രികവിരലുകളും കോൺട്രാക്ടറുടെ കുറുക്കുവഴികൾക്ക് പ്രതിരോധം തീർത്തില്ല. തെഹരീർ ചത്വരം അയാളെ മോഹിപ്പിക്കുകയാണ്. അതിനിടയിൽ മാർബിളിന്റെയും പെയിന്റിങ്ങിന്റെയും സൂക്ഷ്മമായ വിലയിരുത്തലുകളിൽ അയാൾ അലസനായി.

അരവിന്ദന്റെ രാത്രികൾ പരിഹാസ്യമാവുകയാണ്. ആത്മവിശ്വാസത്തിന്റെ ചോർച്ച മദ്യംകൊണ്ട് പരിഹരിക്കാൻ അയാൾ ശ്രമം നടത്തി.

ബാറിലെ നീണ്ട ഇരിപ്പിനുശേഷം അർദ്ധരാത്രിയിൽ പമ്മിപ്പതുങ്ങി, ആവുന്നത്ര ചലനങ്ങൾ ക്രമീകരിച്ച്, കിടപ്പുമുറിയിൽ അപ്രത്യക്ഷനാകാൻ ശ്രമിക്കുന്നത് തീവ്രമായ ആഹ്ലാദത്തോടെ നിർമ്മല ഉൾക്കൊണ്ടു.

മക്കൾ നിർമ്മലയെ തുണച്ചതോടെ വീടിന്റെ പതിവുരീതികൾ കീഴ്മേൽ മറിഞ്ഞു. കുട്ടികൾക്ക് ഹോം വർക്കിന് ഇളവനുവദിച്ചു. പാർക്കിലേക്ക് അവരെ കൂട്ടി കാൽനടയായി യാത്ര ചെയ്തു. ഇടയ്ക്കിടെ ജങ്ക്ഫുഡ് കൊടുത്തു.

സാവധാനം വീട്ടിലെ മുറികൾ അസ്വസ്ഥതയോടെ അരവിന്ദനെ ഉറ്റുനോക്കിത്തുടങ്ങി. അടിക്കടി മൊബൈലിലേക്ക് വരുന്ന സന്ദേശങ്ങൾക്കനുസരിച്ച് വീട് സമരത്തെ ഏറ്റെടുത്തു. മാളങ്ങൾ ഉപേക്ഷിച്ച് ഗദ്ദാഫിയുടെ എലികളെപ്പോലെ നിർമ്മലയും കുട്ടികളും പോരടിച്ചു തുടങ്ങി.

ഒരു ദിവസം മുഷിഞ്ഞു നാറിയ അരവിന്ദന്റെ വസ്ത്രങ്ങൾ സോപ്പ് പൊടി കലക്കിയ ബക്കറ്റിൽ അപ്പടി കിടക്കുന്നത് കണ്ടപ്പോൾ അയാളുടെ സമനില തെറ്റി. ഒരു അണ്ടർവെയർ മാത്രം

ധരിച്ച് വാർഡ്രോബിന്റെ ഡോർ തുറന്നു. നഗ്നമായ ഹാങ്ങറുകൾ! ഒരിംഗ്ലീഷ് ഡെയിലിയുടെ മറ പറ്റി ബാൽക്കണിയിൽ ചെന്നു.

ശൂന്യമായ ബാൽക്കണിയിൽ നിന്ന് വർദ്ധിതമായ രക്തസമ്മർദ്ദത്തോടെ അയാൾ കുളിമുറിയിലേക്ക് പോയി. ജലസ്പർശമേൽക്കാത്ത അഴുകിയ തുണിക്കുന്നുകൾ! ഒറ്റക്കുതിപ്പിന് ഹാളിലെത്തി. നിർമ്മലയുടെ നേർക്ക് അരവിന്ദന്റെ കയ്യേറ്റശ്രമം.

നിർമ്മല അന്നേരം നെറ്റിന് മുന്നിൽ പടിഞ്ഞിരിക്കുകയായിരുന്നു. ഓൺ ആയി കിടക്കുന്ന വീഡിയോ ക്യാമറയിൽ അയാളുടെ അണ്ടർവെയർ തെളിഞ്ഞപ്പോൾ ഓൺലൈനിൽ സമരത്തിന്റെ ചില തന്ത്രങ്ങൾ ഓതിക്കൊടുക്കുകയായിരുന്ന ആനി കുര്യൻ നിഷ്കളങ്കമായി ടൈപ്പ് ചെയ്തു: "ഹൂ ഈസ് ദാറ്റ് ഒറിജിൻ ഓഫ് സ്പീഷീസ്?"

അകമ്പടിയായി ആനി കുര്യൻ ശബ്ദിച്ചു: "അതേതാടീ ഒരു വാനരൻ?"

കേട്ട പാതി കേൾക്കാത്ത പാതി അരവിന്ദൻ കസേരയിൽ നനഞ്ഞു കിടക്കുന്ന ഒരു തോർത്ത് മുണ്ട് വാരിച്ചുറ്റി എങ്ങോട്ടോ അപ്രത്യക്ഷനായി.

സമരം അനിശ്ചിതമായി നീളാൻ തുടങ്ങി. ഒരു സന്ധ്യയ്ക്ക് നിർമ്മലയുടെ മൊബൈലിലേക്ക് എസ്.എം.എസ് എത്തി:

"ഇന്ന് അത്താഴം മുടക്കുക..."

നിർമ്മല അടുക്കളയുടെ വാതിൽ വലിച്ചടച്ച് കുറ്റിയിട്ടു. സമയം രാത്രി പത്തുമണിയോടടുത്തപ്പോൾ വിശപ്പിന്റെ അകമ്പടിയോടെ അരവിന്ദൻ വീട്ടിലെത്തി. അപ്പോഴേക്കും നിർമ്മലയും കുട്ടിപ്പട്ടാളവും സ്ഥലം വിട്ടിരുന്നു.

അരവിന്ദൻ നിർമ്മലയെ ട്രൈ ചെയ്തു. മൊബൈൽ ഫോൺ സ്വിച്ചോഫ്! താക്കോൽ തപ്പിപ്പിടിച്ച് വീട് തുറന്നപ്പോഴേക്കും അടുക്കള, പുറത്തുനിന്നും പൂട്ടിയിട്ടിരിക്കുന്നു. തലയ്ക്കു പിടിച്ച ബക്കാർഡി റം പൊടുന്നനെ പടിയിറങ്ങിപ്പോയി. വല്ലാത്ത ദാഹം. നോക്കിയപ്പോൾ ജഗ്ഗ് കാലി. സ്വീറ്റ് വാട്ടറിന്റെ ഭാരമുള്ള ക്യാൻ എടുത്തുപൊക്കി ജഗ്ഗിലേക്ക് പകർന്ന വെള്ളം അയാൾ ആർത്തിയോടെ കുടിച്ചു.

സമരം പതിയെപ്പതിയെ ദിശാബോധം കൈവരിച്ചു. സോഷ്യൽ നെറ്റ് വർക്കുകളിൽ അസംഖ്യം വീട്ടമ്മമാർ അണിചേർന്നു. ചെറ്റിട, വെർചൽ സ്പെയിസിൽ നിന്ന് ഫാഷൻ ട്രെൻഡുകളും പാചകവിധികളും ഒഴിഞ്ഞുപോയി.

സജീവമായ സമരപ്പന്തലുകളെ അനുസ്മരിപ്പിക്കുന്ന വിധത്തിൽ അടുക്കളയുടെ ചുവരുകളിലും ടോയിലറ്റിന്റെ വാതിൽക്കലും വാർഡ്രോബിന്റെ ഡോറിലും കുഞ്ഞുപോസ്റ്ററുകൾ പ്രത്യക്ഷമായി. ഉലകം സേവിച്ച് മൺമറഞ്ഞുപോയ ജനാധിപത്യവാദികളുടെ ചിത്രങ്ങൾ ഇടനാഴിയുടെ ചുവരുകളിൽ നിറഞ്ഞു.

തുടക്കത്തിൽ ഈ 'തോന്നിയ വാസത്തെ' എതിർക്കാൻ അരവിന്ദൻ ശ്രമിച്ചു നോക്കി. ഒന്നുരണ്ട് ദിവസങ്ങൾ കൊണ്ടുതന്നെ നെറ്റിലെ സമരാഹ്വാനത്തിന്റെ സിഗ്നൽ അരവിന്ദന്റെ പരിധിക്ക് പുറത്തായി. അയാളുടെ ശരീരം പോഷകാഹാരക്കുറവ് അടയാളപ്പെടുത്തിക്കൊണ്ട് വിളറിത്തുടങ്ങി. കണ്ണാടിക്കു മുമ്പിലെ വ്യായാമമുറകൾ മുടങ്ങി. പലപ്പോഴും ടോയ്‌ലറ്റിൽനിന്ന് അസ്വസ്ഥതയോടെ പാതിവഴിക്കിറങ്ങി വന്നു. മനസ്സിൽ താലോലിച്ചു നടന്ന പ്രവാസകഥകളുടെ ദുഷിച്ച പ്ലോട്ടുകൾ പഴുത്ത് ചലംകെട്ടി.

കടലിൽ നങ്കൂരമിട്ട ശൂന്യമായ ജലവാഹനം പോലെ അരവിന്ദന്റെ ഫ്ളാറ്റ് കാറ്റും കോളും മാത്രം സ്വീകരിച്ചു. ദിവസങ്ങളായി അടുക്കളയും കിടപ്പുമുറിയും നിശ്ചലമാണ്. കിടപ്പുമുറിയിൽ ഒറ്റപ്പെട്ടവന്റെ വേദന അരവിന്ദന് അനുഭവപ്പെട്ടു തുടങ്ങി. തീരുമാനങ്ങളിൽ അയാൾക്കുള്ള പിടി നഷ്ടപ്പെടുകയാണ്. ആകപ്പാടെയുള്ള കലക്കിൽ കുട്ടിപ്പട്ടാളം ആഘോഷിക്കുകയാണ്.

ഒരു ദിവസം കാലത്ത് ടൈ വലിച്ചുകെട്ടി അരവിന്ദൻ കാർപോർച്ചിലേക്കിറങ്ങുമ്പോൾ നിർമ്മല ഓങ്ങിപ്പറഞ്ഞു:

“വൈകീട്ട് വണ്ടി വേണം.”

അരവിന്ദൻ പതിവുപോലെ രോഷാകുലനായില്ല. ചോർന്ന ആത്മവിശ്വാസത്തോടെ അയാൾ നിശ്ശബ്ദനായി കാർ സ്റ്റാർട്ട് ചെയ്ത് ഓടിച്ചുപോയി.

ഹാളിലെ ബി.ബി.സി കാഴ്ചകളിലേക്ക് നിർമ്മല അലിഞ്ഞു. പ്രസംഗവേദിയിൽ എൽബറാദി (മുഹമ്മദ് എൽബറാദി: ഈജിപ്തിലെ പ്രതിപക്ഷ നേതാവ്) തകർക്കുകയാണ്. ഇനിയൊരു തിരിച്ചുപോക്കിന് ഈജിപ്ഷ്യൻ ജനത തയ്യാറല്ല. മുബാറക്കിന്റെ പട്ടാളത്തിൽ ഒരു വിഭാഗം പ്രക്ഷോഭകർക്ക് കൂറ് പ്രഖ്യാപിച്ചിരിക്കുകയാണ്. തെഹരീർ ചത്വരം ശ്വസിക്കുന്ന കടലായി. തന്റെ ഇരുമുറി ഫ്ളാറ്റ് ഇരമ്പി മറിയുന്നതുപോലെ നിർമ്മലയ്ക്ക് തോന്നി.

ടീപ്പോയിയിൽ തുറന്നുവെച്ച ലാപ്ടോപ്പിലേക്ക് നിർമ്മല കണ്ണോടിച്ചു. 'ജനാധിപത്യം വിജയം കൊയ്യു'മെന്ന് ഷെറിൻ മാത്യു കമന്റ് ചെയ്തിരിക്കുന്നു.

ഒപ്പം ഹോസ്നി മുബാറക്കിന്റെ ഉടലറ്റുപോയ ഒരു കാർട്ടൂണും. ഒരു വീട്ടമ്മ ഭർത്താവിനെ ഭീഷണിപ്പെടുത്തി ഫിഷ് മോളി ഉണ്ടാക്കിച്ചതായി മറ്റൊരു കമന്റ്.

അന്ന് രാത്രി ഏറെ വൈകിയിട്ടും അരവിന്ദൻ തിരിച്ചെത്തിയില്ല. സമയം പന്ത്രണ്ട് കഴിഞ്ഞപ്പോൾ സ്വാഭാവികമായി നിർമ്മലയ്ക്ക് അകത്തൊരു ആന്തൽ!

അരവിന്ദൻ ഭ്രാന്ത് പിടിച്ച് എന്തെങ്കിലും കടുംകൈ കാട്ടുമോ? ക്ഷിപ്രകോപികൾ അങ്ങനെ ചെയ്യാം. നിർമ്മലയുടെ മനസ്സ് ഉഴറി നടക്കവെ, അപ്രതീക്ഷിതമായി, ചുവടുറയ്ക്കാത്ത പാദങ്ങളോടെ അരവിന്ദൻ എത്തി. അയാൾ ബോധം മറയുവോളം മദ്യപിച്ചിരുന്നു. പിച്ചവെച്ച് കട്ടിലിലേക്ക് മറിഞ്ഞ് വീണു. ആളിക്കത്തിയ നിർമ്മല വാതിൽ പുറത്തുനിന്ന് തള്ളി കുറ്റിയിട്ടു.

പിറ്റേന്ന് കാലത്ത് നിർമ്മല മുറി തുറന്നുനോക്കി. അയാൾ ഉണർന്നു കഴിഞ്ഞിരുന്നു. അവൾ രോഷത്തോടെ അരവിന്ദന്റെ നേർക്ക് കുതിച്ചു. അയാൾ ഒരു ഭീരുവിനെപ്പോലെ ചുരുങ്ങി.

“താക്കോൽ?” നിർമ്മലയുടെ ശബ്ദം മുഴങ്ങി.

അരവിന്ദൻ മണിച്ച(താക്കോൽ കിലുക്കം)ലോടെ പാന്റ്സിന്റെ പിൻകീശയിൽനിന്ന് താക്കോൽക്കൂട്ടം എടുത്ത് നിർമ്മലയ്ക്ക് നീട്ടി.

അരവിന്ദന്റെ വരണ്ട ചുണ്ടുകൾ കണ്ട് ആ സമയം കട്ടിലിനടുത്ത് സ്റ്റൂളിനു മീതെ കിടന്ന ജഗ്ഗിലെ വെള്ളം ആത്മാർത്ഥമായിട്ടെന്നപോലെ തുളുമ്പി.

നിർമ്മലയ്ക്കും അരവിന്ദനുമിടയിൽ ചിരിയുടെ ഒരു പാലം തെളിഞ്ഞു.

അരവിന്ദന്റെ ദേഹത്തു നിന്നും കിൽറ്റ് വലിച്ചുമാറ്റി അയാളുടെ ദേഹം മറച്ചുകൊണ്ട് നിർമ്മേല കമിഴ്ന്നുവീണ് കണങ്കാലുകൾ കൊണ്ട് അയാളെ കുടുക്കി.

“സമയാസമയത്ത് ഉണ്ണാതെയും ഉറങ്ങാതെയും കുറേ ദിനരാത്രങ്ങൾ കടന്നുപോയി. ഇതാ, ഈ മാറ്റത്തിനു വേണ്ടി.” അവൾ മൊഴിഞ്ഞു.

“അമ്മേ മുല്ലപ്പൂവിന്റെ മണം” അഭിമന്യു മൂക്ക് വിടർത്തി അരൂപിയായ ആ മണം കവർന്നെടുത്തു.

“അതെ എവിടെയോ മുല്ലപ്പൂ വിരിഞ്ഞതിന്റെ വാസന.” നിർമ്മലയ്ക്കും അനുഭവപ്പെട്ടു.

“പക്ഷേ മുല്ലപ്പൂ?” തന്റെ കീഴെ അമർന്നുപോയ അരവിന്ദനെ കിടക്കയിൽനിന്നും അടർത്തിയെടുത്ത് അവൾ ഫ്ളാറ്റ് അരിച്ചു

പരതി. ബാൽക്കണിയിലെ ചെടിച്ചട്ടിയിൽ മുല്ലമൊട്ടുകൾ കൂമ്പി ത്തെളിഞ്ഞിരിക്കുന്നു.

കുട്ടിപ്പട്ടാളം ബാൽക്കണിയിലേക്കു മാർച്ച് ചെയ്തു:

"അമ്മേ നമ്മളെന്തിനാ കൊറേ ദിവസം വീടിങ്ങനെ കൊളമാക്കി യത്?" ആദർശ് ചോദിച്ചു.

"യു നൊ വൈ? ന്യൂക്ലിയർ വാർ." അഭിമന്യു മൊഴിഞ്ഞു.

"മുല്ലപ്പൂ വിപ്ലവം." നിർമ്മല തിരുത്തി.

അരവിന്ദൻ നിസ്സഹായതയോടെ ചിരിച്ചു.

ഡ്രോയിങ് മുറിയിൽ, നാൽവർ സംഘത്തിനു നേരെ തുറന്നു വെച്ച നെറ്റിൽ യാഹൂ വാർത്തകൾ പ്രത്യക്ഷമായി:

ഈജിപ്ഷ്യൻ ശൈലിയിൽ സിറിയയിലും യെമനിലും പ്രക്ഷോഭം രൂക്ഷം. ലിബിയയിൽ ഗദ്ദാഫിയുടെ 'എലികൾ' നഗരത്തോടടു ക്കുന്നു.

അരവിന്ദൻ നിരുദ്ധകണ്ഠനായി നോക്കിനിൽക്കെ, കുട്ടിപ്പട്ടാളം നിർമ്മലയിൽനിന്ന് ഗാർഡ് ഓഫ് ഓണർ സ്വീകരിച്ച് അടുക്കളയി ലേക്ക് മാർച്ച് ചെയ്യാൻ തുടങ്ങി.

അന്നേരം, മദ്യപിച്ച അവസ്ഥയിലെന്നപോലെ പിരിമുറുക്കമേ തുമില്ലാതെ ഹാളിന്റെ സമരസ്മൃതികൾ അവസാനിപ്പിച്ചുകൊണ്ട് അരവിന്ദൻ പുറത്തു നിന്നും വാതിൽ വലിച്ചടക്കുകയും നിർമ്മല യോടും കുട്ടികളോടുമായി മൊഴിയുകയും ചെയ്തു:

"ഈ സുഖമില്ലാത്ത ഓർമ്മകൾ കളഞ്ഞ് നമുക്ക് പുതിയൊരു ഫ്ളാറ്റിലേക്ക് മാറാം."

അരവിന്ദന്റെ നേർക്ക്, പെരുകി വന്ന സംശയവും ഞെട്ടലും പ്രസരിപ്പിച്ച് നിൽക്കെ, ഒരു സ്വപ്നത്തിലെന്നോണം, മുന്നിലെ ഫ്ളാറ്റ് കാലിയാക്കപ്പെടുന്നതും ഒരു സിക്സ് വീലറിൽ സാധന ങ്ങൾ നിറയ്ക്കുന്നതും നിർമ്മല നോക്കിനിന്നു.

ലിഫ്റ്റിറങ്ങവെ, ഒട്ടേറെ വീട്ടമ്മമാരുടെ തകർന്നു പോയ ഒരു ഉദ്യമത്തെച്ചൊല്ലിയുള്ള നിലവിളി നിർമ്മലയുടെ ഇരുകാതുകളിലും ആർത്തലയ്ക്കാൻ തുടങ്ങി.

അനന്തരം ഗദ്ദാഫിയുടെ എലികൾ, ഉണക്കാനിട്ടിരുന്ന സ്വന്തം കുപ്പായങ്ങൾ, അബദ്ധവശാൽ കരണ്ടു തിന്നുതുടങ്ങി.

■

ആട്ടക്കഥ

"ദാലിവരകൾ ജീവിതമാണ്, അവയെ അവഗണിക്കരുത്," ആൻ മേരിയുടെ ചേട്ടൻ സിറിളിന്റെ ഉപദേശമാണത്.

വെറുതെ ഉച്ചയുടെ തുമ്പിൽ തൂങ്ങി ഉറക്കം പറ്റവെ, നമുക്ക് ഒട്ടു വളരെ പരിചയമുള്ള ഒരു രോഗത്തിന്റെ പിടിയിൽ പെട്ട് ജയിംസ് വിയർത്തു. യാതൊരു മുന്നറിയിപ്പുമില്ലാതെ മനുഷ്യനെ വെറും ഓർമ്മയാക്കി തീർക്കാൻ കെല്പുള്ള നെഞ്ചുവേദനയുടെ ആധിയിൽ ഭാര്യ ലോലിയും മകൾ ആൻ മേരിയും നിലവിളിച്ചു. ഞായറാഴ്ച ആയതിനാൽ, ഒരു ആഡംബരം എന്ന നിലയ്ക്ക് ലോലി ടീച്ചർ ഒരു വീട്ടമ്മയുടെ ഗെറ്റപ്പിൽ വെളുത്ത എംബ്രോയ്ഡറിയിലുള്ള നീല ഉടുപ്പിട്ട് അടുക്കളമുറിയിൽ നിലകൊണ്ടിരുന്നു. ആൻ മേരി ലോസ് ആഞ്ചെലെസ്സിലുള്ള ജോണിക്ക് വാട്ട്സാപ്പിൽ പ്രണയം രേഖപ്പെടുത്തിക്കൊണ്ടിരുന്നു.

അവധി ദിവസത്തെ രൂപപ്പെടുത്തിയെടുക്കാൻ പ്രത്യേകിച്ച് ബിംബങ്ങളൊന്നും വേണ്ടല്ലോ. അടച്ചിട്ട ഫ്ളാറ്റിന്റെ സിറ്റിങ് റൂമിൽ ചിതറിക്കിടക്കുന്ന പൈങ്കിളി വാരികകൾ, ടെലിവിഷനിൽ ഓങ്ങി നിൽക്കുന്ന സീരിയൽ ദുഃഖപുത്രികൾ, പരസ്യങ്ങളുടെ മാറാപ്പിൽ നിന്ന് തലനീട്ടി പുറത്തേക്ക് വളരുന്ന ചിരിപ്പടങ്ങൾ ലോലിടീച്ചർ ഒരു സാധാരണ ദിവസത്തെ ശരാശരിപ്പരുവത്തിൽ തളച്ചുവെച്ച് അലസയായി കിടപ്പുമുറിക്കും അടുക്കളയ്ക്കും സിറ്റിങ് റൂമിനുമിടയിലൂടെ ചലിച്ചുകൊണ്ടിരുന്നു.

സാൽവഡോർ ദാലിയുടെ സർ റിയലിസ്റ്റിക് രചനകളെ അനുസ്മരിപ്പിക്കുംവിധത്തിൽ, അടുക്കള ദൃശ്യങ്ങൾക്കിടയിൽ ലോലി ടീച്ചർ, രുചികരമാവാൻ സാധ്യതയില്ലാത്ത ഒരു ഗന്ധം ഉത്പാദിപ്പിച്ചുകൊണ്ട് ഉച്ചഭക്ഷണത്തിന് തൊട്ടുകൂട്ടാനുള്ള ഒരു കറിപ്പരീക്ഷണം നടത്തവെ, ആൻ മേരി വാട്ട്സാപ്പിൽ സന്ദേശങ്ങൾ കൈമാറവെ, പിഴച്ചുപോയ താളം ഉണർത്തിയ കടുംവേദനയിൽ ജെയിംസ് വെള്ളം ചോദിച്ചു പിടഞ്ഞു.

മിക്സിയിൽ പാതി അരഞ്ഞുതീർന്ന തേങ്ങ, സിങ്കിൽ കുമിഞ്ഞു കൂടിയ ദുർഗന്ധം വമിക്കുന്ന പാത്രങ്ങൾ, കുക്കറിൽ നിന്നും മർദ്ദം തേവുന്ന പന്നിയിറച്ചി, നിലത്ത് വീണു കിടക്കുന്ന സ്റ്റീലിന്റെ കത്തികൾ, അടുപ്പത്ത് എണ്ണയിൽ പൊരിഞ്ഞമരുന്ന മീൻ കഷണങ്ങൾ, ചപ്പാത്തിക്ക് കുഴച്ചു വെച്ച ആട്ട, ഊരി വെച്ച ഹെയർ ക്ലിപ്പ്, ക്യൂട്ടെക്സ് റിമൂവർ, ബൗളിൽ കലക്കി വെച്ച ഹെയർ ഡൈ, മേശ തുടയ്ക്കുന്ന ജയിംസിന്റെ ഉപേക്ഷിച്ച അണ്ടർവെയർ, നിലത്തെ ഡസ്റ്റ്ബിന്നിൽ ചുവന്നു കിടക്കുന്ന സാനിറ്ററി പാഡ് എന്നിവ അടുക്കളയുടെ വിശാലമായ കാൻവാസിന്റെ പശ്ചാത്തലത്തിൽ വരച്ചുചേർത്ത ഭ്രമിപ്പിക്കുന്ന ദാലിച്ചിത്രം ഉപേക്ഷിച്ച് ജയിംസിന്റെ ലോലി, തല കീഴായി മറിഞ്ഞു വീണ്, നെഞ്ചിലമർന്നു കിടക്കുന്ന കെട്ടിടത്തെ നീക്കം ചെയ്യാൻ പാടുപെടുന്ന ഭർത്താവിന്റെ അടുത്തേക്ക് ഓടി. ആൻ മേരി വാട്ട്സാപ്പിലൂടെ ജോണിയിലേക്ക് നിലവിളിയുടെ ആക്കം പകർന്ന് മൊബൈൽ ഫോൺ സ്വിച്ചോഫ് ചെയ്തു.

ഇനി എല്ലാം നമ്മൾ കണ്ടുമടുത്ത അതിസാധാരണ ദൃശ്യങ്ങൾ അടുത്ത ഫ്ളാറ്റിലെ ആദ്യമായി കണ്ടുമുട്ടിയ അന്തേവാസികൾ, ആംബുലൻസ്, ആശുപത്രി... ആശുപത്രിയിൽ ഇന്റൻസീവ് കെയർ യൂണിറ്റ്, ഡോക്ടർമാർ, വെളുത്ത കുപ്പായമിട്ട നഴ്സുമാർ, ജയിംസിന്റെ ബന്ധുക്കൾ, സുഹൃത്തുക്കൾ, ലോലിയുടെ ബന്ധുക്കൾ, സുഹൃത്തുക്കൾ, രോഗിയുടെ നേർക്ക് ബന്ധുക്കൾ ചൊരിയുന്ന അമിതാഭിനയത്തിന്റെ പ്രകടന സന്ധികൾ..

ജയിംസ് മരിച്ചുപോകാതെ അഞ്ചാറ് ദിവസങ്ങൾക്കുശേഷം ആശുപത്രിയിൽ നിന്ന് ഫ്ളാറ്റിൽ തിരിച്ചെത്തി. ജയിംസിനെ കൂടാതെ ലോലിയും ആൻ മേരിയും അയാൾക്കൊപ്പം അവരുടെ ഹോണ്ടയിൽ ഫ്ളാറ്റിലേക്ക് മടങ്ങി. ജയിംസും ആൻ മേരിയും പിന്നിലെ സീറ്റിൽ ഇരുന്നു. ലോലി ധൃതിവെക്കാതെ പതുക്കെ ഡ്രൈവ് ചെയ്തു.

അന്നു രാത്രി, ലോലിക്ക് ജീവിതം നീണ്ടുവളഞ്ഞ് പോകുന്ന ഒരു പാതയായി അനുഭവപ്പെട്ടു. അവൾ ഓർമ്മയുടെ ഒരു കവലയിൽ എത്തിപ്പെട്ടതുപോലെ തോന്നി. വേണമെങ്കിൽ സാഹിത്യ ഭാഷയിൽ ഓർമ്മയുടെ നിലാവെളിച്ചം തൂവിയ രാത്രി എന്ന് ഈ രാത്രിയെ വിശേഷിപ്പിക്കാം. ആൻ മേരി അപ്പോൾ ജോണിക്ക് അഞ്ചാറ് ഉമ്മകൾ കൊടുത്ത ശേഷം അമേരിക്കയിൽ ക്രിയേറ്റീവ് ആർട്ട് പഠിക്കുന്ന സഹോദരനുമായി വാട്ട്സാപ്പിൽ ചാറ്റാൻ തുടങ്ങി. മുമ്പ് ബെർലിനിൽ വെച്ച് അയാൾ കണ്ട ദാലിച്ചിത്രങ്ങളുടെ ഒരു പ്രദർശനം സമ്മാനിച്ച കാഴ്ചയുടെ ആവേശത്തിൽ നിന്നാണ് ജയിംസിന്റെ കുടുംബം ദാലിയെയും അയാളുടെ ചിത്രങ്ങളെയും പറ്റി കേട്ടുതുടങ്ങിയത്. അതുവരെ നേരമ്പോക്ക് എന്ന നിലയിൽ

ആൻ മേരി വരച്ചു വെച്ചിരുന്ന ഊച്ചാളി വരകൾ അതോടെ അവ ളെടുത്ത് അടുക്കളയിലെ ഡസ്റ്റ് ബിന്നിൽ നിക്ഷേപിച്ചു.

അപ്പന് ഭേദമായെന്ന് അവൾ സഹോദരൻ സിറിളിന് വാട്ട്സാപ്പ് ചെയ്തു. ലോലി ചൂടുവെള്ളവും മരുന്നുകളുമായി ജയിംസിനെ ചുറ്റിപ്പറ്റി നിന്നു. ആൻ മേരി വാട്ട്സാപ്പിന്റെ ലോകത്തുനിന്ന് യഥാർ ത്ഥമായി ഉറങ്ങാൻ പോയി.

ഒറ്റപ്പെട്ട ഒരു മനുഷ്യജീവിയായി ജയിംസ് കിടക്കയിൽ തിരിഞ്ഞും മറിഞ്ഞും ഉറക്കം വരാതെ കിടന്നു. ക്ലബ്ബിലെ വിശുദ്ധമായ ഓർമ്മ അയാളിലേക്ക് ഇറങ്ങി വന്നു. ക്ലബ്ബിലെ ഹാളിൽ ജയിംസ്, ലോലി, ആൻ മേരി പിന്നെ ക്ലബ്ബ് ഭാരവാഹികൾ, സുഹൃത്തുക്കൾ...

ക്ലബ്ബിന്റെ ആരാധ്യനായ പ്രസിഡന്റ് സണ്ണിച്ചനും ചങ്ങാതിമാരു മൊത്തുള്ള കള്ളുകുടിയുടെ ഓർമ്മ ജയിംസിന്റെ മുറിയിൽ ചുറ്റി ക്കറങ്ങി ക്ലബ്ബിലേക്ക് മിന്നൽപോലെ ഓടിപ്പോയി. ഒരു തർക്കത്തെ അഭിസംബോധന ചെയ്യാനുള്ള ഊഴമടുത്തു എന്ന് ഏവരുടെയും അബോധം അംഗീകാരം കൊടുത്തപ്പോൾ വർക്കിച്ചൻ കള്ളുകുടി യുടെ ഉദാത്തലക്ഷ്യത്തെക്കുറിച്ച് പ്രസംഗിച്ചു തുടങ്ങി. കൺവീനർ സുഗതൻ ഒരു ക്വാർട്ടർ പിന്നിട്ടപ്പോൾ വർക്കിച്ചന്റെ കോളറിൽ പിടിച്ച് തെറി വിളിച്ച് സീനുണ്ടാക്കി. മൽപ്പിടുത്തവും തെറിയും പല കാല ങ്ങളിൽ കൊട്ടിക്കയറി.

ജയിംസിന്റെ ഓർമ്മ ഒരിടവഴി ചുറ്റി പിന്നെയും ക്ലബ്ബിലേക്ക് നടന്ന് അകത്തെ ‘മാത്തുക്കുട്ടിഹാളി’ലേക്ക് പോയി. ആൻ മേരി പ്രസംഗപരിശീലനത്തിന് ചെന്ന ഓർമ്മ ഹൃദയരോഗത്തിന്റെ ഗുളിക ച്ചുവയ്ക്കിടയിൽ തികട്ടി വന്നു.

പ്രസംഗപരിശീലനത്തോടൊപ്പം വ്യക്തിത്വ വികസന ക്രാഷ് കോഴ്സുകൾ, നേതൃത്വ പരിശീലന ക്ലാസ്സുകൾ തുടങ്ങിയവയിൽ മുടങ്ങാതെ പങ്കെടുക്കുക ആൻ മേരിയുടെ ഒരു ശീലമായിരുന്നു. ഒന്നിലും പിന്നിൽ ആവരുത്. ആരുടെയും പിന്നിലും ആവരുത്. അങ്ങനെ ഒരു വാശി ആൻ മേരിക്ക് ഉണ്ടായിരുന്നു. ഇത്തരം ചില നമ്പറുകൾ ലോലിക്ക് ഒരു ബലമായിരുന്നു. (ആൻ മേരിയുടെ അഭി പ്രായത്തിൽ മമ്മിക്ക് നീതു ആന്റിയുമായും സൂസൻ ആന്റിയുമായും പിടിച്ചു നിൽക്കാൻ പറ്റിയ വിഭവങ്ങൾ. അവരാണ് ക്ലബ്ബിൽ ലോലി യുടെ വെല്ലുവിളികൾ!)

ജയിംസിന് ഒട്ടും ഉറക്കം വന്നില്ല. മരുന്നുകളേക്കാൾ ഉറക്കം കെടുത്തുന്നത്, അസമയത്ത് കയറിവരുന്ന ഓർമ്മകളാണ്.

അയാൾ ഹോട്ട് കഴിക്കില്ല. പക്ഷേ ബിയർ കഴിക്കുന്നതിൽ ഒരു ലോഭവും അയാൾ വരുത്താറില്ല. അഞ്ചാറ് വലിയ ബിയർ കുപ്പികൾ

ഒറ്റയിരിപ്പിൽ തീർക്കും. പഴയ സംഭാഷണങ്ങൾ നേരിയ മയക്കത്തിൽ ആത്മഗതമായി അയാൾ ആവർത്തിക്കാൻ തുടങ്ങി. ക്ലബ്ബിലെ മങ്ങിയ വെട്ടത്തിൽ കടമ്മനിട്ടയുടെ 'ശാന്ത' ചൊല്ലിക്കൊണ്ട് മേലുദ്യോഗസ്ഥന്റെ നേർക്ക് തന്റെ കീഴിൽ ജോലി ചെയ്യുന്ന ആന്റണിയുടെ രംഗപ്രവേശം!

മദ്യപന്റെ കഥകളി മുദ്രകൾ: രൗദ്രം!

ആന്റണിയുടെ നെഞ്ചത്തമരുന്ന ജയിംസിന്റെ കാലടി: 'കഴുവേറീടെ മോനേ, പൂരപ്പാട്ട് തൊടങ്ങ്!'

ചവിട്ടേറ്റ് നിലം പൂകിയ ആന്റണി. മെല്ലെ എഴുന്നേറ്റ് ഓച്ഛാനിച്ച് കെട്ടിപ്പുണരുന്ന ആന്റണി.

ഉറക്കം ഗാഢമായി ആശ്ലേഷിക്കുന്നതിന് തൊട്ടുമുമ്പ് ജയിംസിന്റെ തലച്ചോറിന്റെ വേരുകളിൽ ഓർമ്മയുടെ മറ്റൊരു തെളിച്ചം: വാട്ട്സാപ്പിൽ, ആന്റണിയുടെ കെട്ടിയോൾ ലിസിയുടെ സന്ദേശങ്ങൾ അയാളെ കൊളുത്തി വലിച്ചു:

"ഇച്ചായൻ ട്രെയിനിങ്ങും കഴിഞ്ഞ് മറ്റന്നാൾ ഇങ്ങെത്തും ട്ടോ." കാത്തിരിപ്പ് അവസാനിപ്പിച്ചുകൊണ്ട് ജയിംസ്, ലിസിയുടെ കിടപ്പുമുറിയിൽ ചെന്ന് അവളിൽ അവശേഷിച്ച എല്ലാ സാധ്യതകളും കവർന്നെടുത്തു. അയാൾ കുറച്ചു സമയം ഒളിച്ചു നിൽക്കാൻ ലോലിയോട് ഒരു കള്ളം പറഞ്ഞ് മുങ്ങിയതായിരുന്നു.

ജയിംസ്, ആലക്കോട്ടെ കുട്ടിക്കാലം ഓർത്തെടുത്തു. അപ്പന്റെ വിരലിൽ തൂങ്ങി കഥകളി കാണാൻ പോയതായിരുന്നു. മലഞ്ചെരിവിലെ ഉണക്കം പിടിച്ച മേടമാസത്തിൽ ആട്ടം കണ്ടിരിക്കാൻ ഉറക്കത്തെ തോൽപ്പിക്കാൻ ശേഷിയില്ലാതെ ജയിംസ് അപ്പൻ നിവർത്തിക്കൊടുത്ത പായയിൽ മയങ്ങി. അരങ്ങിൽ കല്യാണസൗഗന്ധികം! ഭീമന്റെ അലർച്ചയിൽ ജയിംസ് ഉറക്കം ഞെട്ടി.

ലിസി പറഞ്ഞു: "എനിക്കാ മൂന്നാറിലെ അൻപത് സെന്റ് എഴുതിത്തന്നൂടേ? ഒന്നൂടി പറഞ്ഞോട്ടെ. ദുബായ് ഷോപ്പിങ് ഫെസ്റ്റിവൽ കുറേ കാലത്തെ മോഹാണ്. എനിക്കും ഇച്ചായനും ഒരു ടിക്കറ്റ്." അവൾ കടൽത്തിരപോലെ അയാളിലേക്ക് ഉരുണ്ട് കയറി.

കാട്ടിലേക്ക് സൗഗന്ധികം തേടിപ്പോകുന്ന ഭീമന് ദ്രൗപദിയുടെ ശൃംഗാരം പൊതിഞ്ഞ യാത്രയയപ്പ്. കൃഷ്ണൻ നായരുടെ ഭീമൻ. ശിവരാമന്റെ ദ്രൗപദി. തൃത്താലയുടെ ചെണ്ട. അരങ്ങിന് പിന്നിൽ നമ്പീശനും ഹൈദരാലിയും. അർദ്ധരാത്രിയുടെ സുഖാലസ്യത്തിൽ മയങ്ങി വീഴുന്ന ജയിംസ്. ഹൃദയത്തെ സമാധാനിപ്പിച്ചു നിർത്താൻ കൊടുത്ത ഗുളികൾ ഇനം തിരിച്ച് ജയിംസിനെ വലംവെച്ചുകൊണ്ട് ലോലി. ആ സമയം ആൻ മേരി വീണ്ടും വാട്ട്സാപ്പ് ഗ്രൂപ്പുകളിൽ ആക്ടീവായി. ജോണി ഓൺലൈനിൽ ഉണ്ട്. അവൾ ജോണിയുടെ

മെസ്സേജുകളിലേക്ക് ശ്രദ്ധിച്ചു. ഉടുതുണിയില്ലാത്ത കുറേ പോൺ വീഡിയോ ജോണി അയച്ചത് ശബ്ദം മ്യൂട്ട് ആക്കി ആൻ മേരി തുറന്നു നോക്കി. സ്വന്തം ദേഹത്തുനിന്ന് ജോണി മായാവിയെ പോലെ വസ്ത്രങ്ങൾ വലിച്ചൂരുന്നതുപോലെ തോന്നി അവൾക്ക്. അവൾ പതിവില്ലാതെ നാണിക്കുകയും വാട്ട്സാപ്പിലൂടെ ഓടിയ കലുകയും ചെയ്തു.

അരങ്ങിൽ വീണ്ടും കൃഷ്ണൻ നായർ. കഥ ഇത്തവണയും കല്യാണസൗഗന്ധികം തന്നെ. നമ്പീശനും ഹൈദരാലിയും മത്സ രിച്ച് പാടുന്നു. കാട്ടിൽ ഹനുമാനെ കണ്ടുമുട്ടുന്ന ഭീമൻ. സ്വപ്ന ങ്ങളുടെ മഞ്ഞുരുകി ഞെട്ടിയുണരുന്ന ജയിംസ്. അടുത്ത് കിടക്ക യിൽ കൂർക്കം വലിച്ചുറങ്ങുന്ന ലോലി.

പുലർച്ചെയുടെ മലഞ്ചെരിവുകളിൽ ആൻ മേരി സ്വപ്നങ്ങളിൽ വ്യാപൃതയായി. അപ്പാപ്പനിൽനിന്ന് കേട്ട കഥകളിയോർമ്മയുടെ വിശേഷങ്ങളിൽ അവൾ ഉണരാതെ കിടന്നു. ഭീമസേനന്റെ വേഷ പ്പകർച്ചയിൽ വിസ്മയിച്ച് അപ്പാപ്പൻ പാലക്കീഴിൽ ഔസേപ്പ് അണി യറയിൽ ചെന്ന് കൃഷ്ണൻനായരുടെ പാദങ്ങളിൽ വീണ് നമ സ്കരിച്ചു. ചുട്ടി മായ്ക്കുന്നതിനിടയിൽ കൃഷ്ണൻനായർ ഔസേ പ്പിനെ തിരിഞ്ഞുനോക്കി. അവർക്കിടയിലെ അപരിചിതത്വം ഔസേപ്പ് തന്റെ കണ്ണുകളിൽ തെളിഞ്ഞ വിസ്മയം കൊണ്ട് മായ്ച്ചു കളഞ്ഞു: “എന്താ ഒരു മനോധർമ്മം, വിസ്മയിച്ചു പോയി.” അതു കേട്ട് ഔസേപ്പിന്റെ നേർക്ക് കൃഷ്ണൻ നായർ തന്റെ കണ്ണുകളിൽ ശാന്തവും കരുണവും വിരിയിച്ചു.

നിലാവിന്റെ പ്രളയം ഉണങ്ങിയ ഭൂമിയെ തെളിയിച്ചെടുത്തു. അപ്പൻ ജയിംസിന്റെ കൈ തട്ടി മാറ്റി ആൻ മേരി അപ്പാപ്പൻ ഔസേ പ്പിന്റെ കൈപിടിച്ച് നിലാവിലൂടെ മലഞ്ചെരിവ് ഇറങ്ങി വീട്ടിലേക്ക് തിരിച്ചു നടന്നു. ആലക്കോടിന്റെ ചരിവുകൾ ഉപേക്ഷിച്ച് പിറ്റേന്ന് നേരം ഒരുപാട് വൈകുംവരെ അവൾ പിന്നെയും മതി മറന്നുറങ്ങി.

അടുത്ത ദിവസം, നെഞ്ചുവേദന ഇനി ആർക്കും വരാതിരിക്കേ ണമേ എന്ന പ്രാർത്ഥനയോടെ ലോലിയും വെളിച്ചത്തിലേക്കു ണർന്നു. കഥകളി യോഗങ്ങളുമായുള്ള ചങ്ങാത്തം അപ്പൻ തുടങ്ങി വെച്ചതാണെന്ന്, കുറ്റബോധം കിനിഞ്ഞിറങ്ങുന്ന മനസ്സോടെ ജയിംസ് ഓർമ്മപ്പെട്ടു.

അപ്പോൾ സ്വപ്നസദൃശമായ സ്ഥലകാലങ്ങളിൽ, സകല വേഷ ക്കാരുടെയും ചുട്ടി അക്രമണോത്സുകതയോടെ ഏതോ വെർച്വൽ സാങ്കേതികവിദ്യ അത്ഭുതകരമായി മായ്ച്ചു തുടങ്ങി.

■

ഗൗതമബുദ്ധൻ

രവിയുടെ മുത്തച്ഛന്റെ സംഭവബഹുലമായ ജീവിതം, ഒരു മിത്തിന്റെ പരിവേഷത്തോടെ ഓർക്കാനാണ് അനിതയ്ക്കിഷ്ടം. മരണത്തിന് മുമ്പ് ശയ്യാവലംബിയായ മുത്തച്ഛനെ കണ്ട നേരിയ ഓർമ്മ മാത്രമേ അനിതയ്ക്കുള്ളൂ. അദ്ദേഹത്തിന്റെ ഭൂതകാലം രവിയുടെ അമ്മ പറഞ്ഞറിഞ്ഞ കേട്ടറിവുകളാണ്.

ഭാവനയുടെ ഉറവ് സഹജമായി കിട്ടിയതുകൊണ്ട് അനിതയ്ക്ക് മുത്തച്ഛന്റെ ഓർമ്മകൾ കഷ്ടപ്പാടിന്റെ കാല്പനികസങ്കടങ്ങളാണ്. രവിയുടെ പൊങ്ങച്ചങ്ങളെ പ്രതിരോധിക്കാനെന്നപോലെ മകനെ ശാന്തനായി ഉറക്കാനും ചിലപ്പോൾ അനിത മുത്തച്ഛനെ കൂട്ടുപിടിക്കാറുണ്ട്.

നേരം ഒരുപാട് വൈകിയ ഒരു രാത്രിയിൽ, വെറും ആലോചനകളിലും തന്റെ തീരാത്ത സംശയങ്ങളിലും അജ്ഞാനങ്ങളിലും മുഴുകി മകൻ ഗൗതം രവികുമാർ, അമ്മയുടെ ദേഹത്തോട് പറ്റി ഇടയ്ക്കിടെ കെട്ടിപ്പിടിച്ചും ഉമ്മ കൊടുത്തും ഉറക്കം വരുന്നില്ലെന്ന് സങ്കടപ്പെടുകയും പുതിയ കഥകൾക്ക് വേണ്ടി അമ്മയെ നിർബന്ധിക്കുകയും ചെയ്തുകൊണ്ടിരുന്നു. അപ്പോഴാണ് രവിയുടെ മുത്തച്ഛന്റെ ഓർമ്മ ഗൗതമിനു വേണ്ടി അനിതയ്ക്ക് വീണ്ടും തുണയായത്.

“പണ്ടു പണ്ടൊരു മുത്തച്ഛൻ” എന്നൊരു വായ്ത്താരി ഉൾക്കൊണ്ട്, മുത്തച്ഛന്റെ ഓർമ്മകൾ ജിജ്ഞാസയുടെ മുനയിൽ പ്രതിഷ്ഠിച്ചുകൊണ്ട് അനിത മകനോട് മുത്തച്ഛനെപ്പറ്റി പറയാൻ തുടങ്ങി.

“സ്വാതന്ത്ര്യസമരത്തിൽ പങ്കെടുക്കവെ പൊലീസിന്റെ അടിയേറ്റ് മുത്തച്ഛൻ ആറേഴു മാസം കിടപ്പിലായി. ഒരിക്കൽ മുത്തച്ഛനെ കാണാൻ അദ്ദേഹത്തിന്റെ ആരാധികയും സുന്ദരിയുമായ ഏതോ ഒരു ശിഷ്യ വന്നിരുന്നുവെന്ന് അമ്മ പറയാറുണ്ട്.” ഗുരുശിഷ്യബന്ധത്തിന്റെ പ്രാചീനവും അപരിചിതവുമായ ലോകത്തേക്ക് അനിത ഗൗതമിനെ കൂട്ടിക്കൊണ്ടുപോയി.

"ഒറ്റയ്ക്ക്, മുത്തശ്ശി മരിച്ചശേഷവും ആ വലിയ വീട്ടിൽ തികച്ചും ഏകാന്തമായ ഒരു ജീവിതം നയിക്കുകയായിരുന്നു ശിഷ്ടകാലം അദ്ദേഹം. അരയ്ക്കു താഴെ സ്വാധീനം കുറഞ്ഞിട്ടും ഒരു വടി കുത്തി സാഹസപ്പെട്ട് ആ നെടുനീളൻ ജീവിതത്തിന്റെ പിൽക്കാലമത്രയും മുത്തച്ഛൻ തന്റെ പറമ്പിലെ ചെടികളോടും കിളികളോടും ഇരുണ്ട മണ്ണിൽ പുളഞ്ഞുകളിക്കുന്ന മണ്ണിരകളോടും ഒരു കിറുക്കനെപ്പോലെ സംസാരിക്കുമായിരുന്നു."

ശിഷ്യ കാണാൻ വന്ന നേരത്ത് അദ്ദേഹം പതിവിലും ആഹ്ലാദ വാനായിരുന്നുവെന്ന് അനിത, ഗൗതമിന്റെ കണ്ണുകളിൽ ഉറങ്ങാനുള്ള ഒരു നോട്ടം സമ്മാനിച്ചുകൊണ്ട് നേരിട്ടറിഞ്ഞതുപോലെ കവയിത്രി യുടെ ആവിഷ്കാരമികവോടെ മകന്റെ ചെവിയിലേക്ക് അനുഭവി പ്പിച്ചു.

സ്വാതന്ത്ര്യത്തിന്റെ പച്ചക്കാടിലേക്ക് സ്വയം നഷ്ടപ്പെട്ടുകൊണ്ട് മുത്തച്ഛനന്നേരം തന്റെ അരുമശിഷ്യയുടെ മെലിഞ്ഞ് വെളുത്ത കൈത്തണ്ട കവർന്നു. സന്ധ്യയുടെ ഇലയനക്കങ്ങളും പക്ഷിച്ചിലപ്പു കളും പടർത്തിയ സാത്വികഭാവത്തിലേക്ക്, ഒട്ടും നിരാശനാവാതെ സ്വയം നഷ്ടപ്പെട്ട്, ധ്യാനനിരതനായി.

മനസ്സിൽ നിരന്തരം കവിതകളെഴുതുകയും കീറിക്കളയുകയും ചെയ്യുന്ന സ്വഭാവം അനിതയ്ക്ക് മലയാള സാഹിത്യത്തോട് അഭി നിവേശം തോന്നിയ കുട്ടിക്കാലംതൊട്ടേ തുടങ്ങിയതാണ്. സംസാ രിച്ചു തുടങ്ങുമ്പോൾ സംഭാഷണത്തെ മോടി പിടിപ്പിച്ചുകൊണ്ട് വാക്കുകൾ മത്സരിക്കാൻ തുടങ്ങും.

പന്ത്രണ്ടു വയസ്സുള്ള ഗൗതമിന്റെ മനസ്സിന് ഗ്രഹിച്ചെടുക്കാവുന്ന കാര്യങ്ങളാണോ താനീ നട്ടപ്പാതിരയ്ക്ക് പറയുന്നതെന്നൊന്നും ആലോചിക്കാതെ, അടുത്ത് കിടക്കുന്ന രവികുമാറിന്റെ ശ്രദ്ധയി ലേക്ക് അവൾ ഒരുതരം ആവേശത്തോടെ, അയാളെ പ്രകോപിപ്പി ക്കാനെന്നോണം തുടർന്നു:

"പയ്യന്നൂരിൽ നിന്ന് തൃക്കരിപ്പൂരിലേക്ക് കോൺഗ്രസ്സുകാരുടെ കൂടെ നടന്നുചെന്ന് ഉപ്പുകുറുക്കിയിട്ട് ഒരു വർഷത്തിനു ശേഷമാണ് പൊലീസിന്റെ അടിയേറ്റ് മുത്തച്ഛൻ ഗൃഹസ്ഥാശ്രമം പൂകുന്നത്. അക്കാലത്ത് അമൂർത്തവും അപ്രാപ്യവുമായി മുത്തച്ഛൻ കാത്തിരുന്ന സ്വാതന്ത്ര്യത്തെ പ്രണയിച്ചുകൊണ്ട് മുത്തശ്ശിയോട് വർത്തമാനം പറയാൻപോലും അദ്ദേഹം അമിതമായി പിശുക്ക് കാട്ടിയിരുന്നു."

രവിയുടെ അമ്മയിലൂടെ പകർന്നു കിട്ടിയ അക്കാലത്തെ ഓർമ്മ കളുടെ വെളിച്ചം ആ ഇരുട്ടിൽ, അനിത, കാലത്തിന്റെ ഭാവുകത്വം തിരസ്കരിച്ച ഒരു മുട്ടവിളക്കുപോലെ കാവ്യപ്രഭയോടെ കത്തിച്ചു വെച്ചു.

അഗാധമായ രണ്ട് തുറസ്സുകൾപോലുള്ള തന്റെ കണ്ണുകൾ താഴ്ത്തി മുത്തച്ഛൻ മണ്ണിരകളുടെ സന്തോഷം ഉൾക്കൊള്ളാൻ ശ്രമിച്ചിരുന്നു. രവിയുടെ അമ്മയൊരിക്കൽ മുത്തച്ഛന്റെ കാവ്യാദ്ധ്യാപനത്തിന്റെ പൊടിപിടിച്ചു തുടങ്ങിയ ക്ലാസ്സുകൾ തുടച്ചെടുത്ത് അനിതയ്ക്ക് പകർന്നു കൊടുത്തിരുന്നു. തീരെ കുട്ടിയായിരുന്നപ്പോൾ ആശാൻ കവിതകളിൽ ഒളിഞ്ഞുകിടക്കുന്ന പേരുകൾ ഇനിയും നൽകപ്പെടാത്ത ഏതോ നക്ഷത്രസമൂഹം മുത്തച്ഛന്റെ കണ്ണുകളിൽ അവയുടെ സൂക്ഷ്മാവസ്ഥയിൽ പ്രകാശിച്ചിരുന്നത് പിന്നീട് കുറേ കഴിഞ്ഞപ്പോൾ അനിതയ്ക്ക് ബോധ്യമായി.

ഗൗതമിന്റെ അച്ഛനമ്മമാരുടെ ജനനത്തിനും മുമ്പായിരുന്നു അക്കാര്യങ്ങളൊക്കെ സംഭവിച്ചത്. പിന്നീട് വളരെ കാലത്തിനു ശേഷം, ആ പച്ചപ്പ് തെഴുത്ത് നിന്ന, വിശാലമായ പറമ്പിന്റെ ബലിമൂലയിലേക്ക് ശാന്തമായി പിൻവാങ്ങുന്നതിനു മുമ്പ്, അദ്ദേഹം ആഘോഷിച്ച സ്വയംനിർമ്മിത സ്വാതന്ത്ര്യത്തിന്റെ വ്യാപ്തി ശ്രദ്ധിക്കുന്നതിൽ, മുത്തച്ഛന്റെ അവസാന നാളുകളിൽ ആരും അത്ര ഗൗനിച്ചില്ല.

പിൽക്കാലത്ത് മുത്തച്ഛൻ അവശത മറക്കാൻ ഭ്രാന്ത് അഭിനയിക്കുകയായിരുന്നുവെന്ന് ആ സാഹസികമായ അതിജീവനശ്രമങ്ങൾക്ക് വീട്ടുകാർ ലാഘവത്വത്തിന്റെ തിരുത്തലുകൾ വരുത്തി. പിന്നീട് മധുവിധുകാലത്ത് കൊടൈക്കനാലിലേക്കും കന്യാകുമാരിയിലേക്കും മാറിമാറി സഞ്ചരിച്ചുകൊണ്ട് അനിതയ്ക്കും രവിക്കുമിടയിലെ അപരിചിതത്വം കരിച്ചുകളയുന്നതിൽ രണ്ടുപേരും ദത്തശ്രദ്ധരാകവെ, മുത്തച്ഛന്റെ ഓർമ്മകൾക്ക് ശക്തി കുറഞ്ഞുവന്നു.

ഗൗതം രവികുമാർ അമ്മയ്ക്ക് കെട്ടിപ്പിടിച്ച് ഒരു ഉമ്മ കൊടുക്കുമ്പോലെ കറുപ്പിലും വെളുപ്പിലുമുള്ള ഒരു ചിത്രത്തെ ഓർമ്മിപ്പിച്ചുകൊണ്ട്, സൈഡ് ടേബിളിൽ മങ്ങി പ്രകാശിച്ചുകൊണ്ടിരുന്ന, അലങ്കാരപ്പണികളാൽ സമൃദ്ധമായ, വില പിടിപ്പുള്ള ഒരു മേശവിളക്കിന്റെ സാന്നിധ്യത്തിൽ, അതേപടി ഉറങ്ങിപ്പോയി. പുറത്ത് ഈന്തപ്പനകൾക്കിടയിലെ സ്വപ്നഗേഹങ്ങളെ വിറപ്പിച്ചുകൊണ്ട് ഒരു മണൽക്കാറ്റ് ദുബായി നഗരത്തെ വലംവെച്ച് ഓടിപ്പോയി.

“നീ കുട്ടിക്ക് വേണ്ടാത്ത കാര്യങ്ങൾ പറഞ്ഞു കൊടുത്ത് നശിപ്പിക്കുകയാണ്.”

തൊട്ടടുത്ത് ആധിയോടെ, ഉറക്കം വരാതെ കിടന്നിരുന്ന രവികുമാർ ഭാര്യയോട് പറഞ്ഞു.

“അവനോട് എന്ത് പറയണം എന്ത് പറയരുത് എന്ന് നിനക്കൊട്ടും അറിഞ്ഞു കൂടാ.” അയാൾ പതിവുപോലെ ഒരു ഇളവും അനുവദിക്കാതെ അനിതയെ കുറ്റപ്പെടുത്തി.

ഗൗതം നല്ല ഉറക്കത്തിലാണെന്ന് ബോധ്യമായപ്പോൾ ആ ദമ്പതികൾ പരസ്പരം കലഹിച്ചുതുടങ്ങി. ഉറങ്ങുന്നതിനു മുമ്പ് ഒരു ദിനചര്യയെന്നോണം ഇത്തരം വഴക്കുകൾ അവർക്കിടയിൽ പതിവാണ്. ചില ദിവസങ്ങളിൽ അവരുടെ വഴക്ക് ഒന്നോ രണ്ടോ മണിക്കൂറുകൾപോലും നീണ്ടുപോകും.

രവികുമാർ, പതിവുപോലെ തന്റെ സ്കൂൾ കാലഘട്ടത്തിന്റെ ഓർമ്മകളിലേക്ക് സഞ്ചരിക്കാൻ തുടങ്ങി. വല്ലാത്തൊരു ക്ലീഷേയായി അയാളെ നിരന്തരം പിടികൂടി ആധിയിലാഴ്ത്തുന്നത് ഈ ഒരു സംഗതിയാണ്. ചെറുപ്പകാലത്തെ തെളിച്ചം ഒട്ടും മങ്ങിയിട്ടില്ലാത്ത കുറേ 'ചലച്ചിത്രങ്ങൾ'.

വളർന്നു കഴിഞ്ഞപ്പോൾ അയാൾക്ക് ആ കാഴ്ചകളോട് അസഹ്യമായ അനിഷ്ടം കലർന്ന ഒരു മാനസികഭാവം കൈ വന്നു. പ്രൈമറി ക്ലാസ്സുകൾ കറുപ്പിലും വെളുപ്പിലുമുള്ള പഴയ കാല ചലച്ചിത്രങ്ങൾ പോലെ അയാളെ തേടി തന്റെ പതിനാറാം നിലയിലെ ജനറൽ മാനേജരുടെ വിശാലമായ ഓഫീസ് മുറിയിലേക്ക് നിരന്തരം കടന്നുവരും. അയാളുടെ ഓഫീസിന്റെ ഇലക്ട്രോണിക് വാതിലിന്റെ ആക്സെസ് കാർഡ് അവഗണിച്ചുകൊണ്ട്, അയാൾ കുഴിച്ചു മൂടാനാഗ്രഹിക്കുന്ന ആ ഓർമ്മകൾ അകത്തെത്തി ഒരു ജെ.സി.ബി കൊണ്ടെന്നപോലെ, നിസ്സാരതകളിൽ തിളച്ചുമറിയുന്ന ഉള്ളം മറിച്ചിട്ട്, സന്ദർശകരെ കടത്തിവെട്ടും വിധം ദീർഘനേരം രവികുമാറിനെ അലോസരപ്പെടുത്തിക്കൊണ്ടിരിക്കും.

“നിങ്ങൾ എന്താണ് ഉറങ്ങാതെ ഇങ്ങനെ ഞെളിപിരി കൊള്ളുന്നത്?” ഭാര്യ അനിത അയാളുടെ കിടക്കയിൽ നിന്നുള്ള ദയനീയമായ അനക്കങ്ങൾ കാണുമ്പോൾ എല്ലാ ദിവസവും ചോദിക്കും. രവികുമാറിന് ആ ചോദ്യത്തിന് ഒരു വ്യക്തമായ ഉത്തരം കൊടുക്കാൻ സാധിക്കാറില്ല. പക്ഷേ, അയാൾക്ക് മുറിച്ചുകടക്കാൻ സാധിക്കാത്ത ഒരു കടൽപോലെ, വിശദീകരണക്ഷമമല്ലാത്ത കടുത്ത ഒരു വിങ്ങൽ ഉള്ളിലെവിടെയോ നിലനിൽക്കുന്നുണ്ട്.

ഉറക്കത്തിലേക്ക് സഞ്ചരിച്ചുകൊണ്ട് കൂർക്കം വലിക്കാൻ തുടങ്ങിയ അനിതയെ ഭർത്താവ് രവികുമാർ തട്ടി ഉണർത്തി:

“ഞാൻ നാട്ടിലേക്ക് മോനേയും കൂട്ടി പോകാൻ മടിക്കുന്നതിൽ തക്കതായ കാരണമുണ്ടെന്ന് നീ മനസ്സിലാക്കണം.”

അയാൾ മേശവിളക്കിന്റെ ചെറിയ വെളിച്ചത്തിൽ പറഞ്ഞുതുടങ്ങി:

“അനാകർഷകമായ ഒരു ചുറ്റുപാട് അവൻ വളർച്ചയ്ക്കിടയിൽ അറിയരുത്. യൂ നൊ നൗ ഹീ ഈസ് ലിവിങ് എമങ് ഇൻ ഏൻ

ഇന്റർനാഷണൽ സൊസൈറ്റി. അവൻ ഫോർ ഗോഡ് സെയിക് വെസ്റ്റേൺ സ്റ്റൈയിലിലുള്ള ഹൈജീനിക് കോൺസെപ്റ്റുമായി പൊരുത്തപ്പെട്ടിരിക്കുന്നു."

അയാളുടെ അർദ്ധരാത്രിയിലുള്ള പ്രഭാഷണം അനിതയ്ക്ക് ഒട്ടും ഇഷ്ടപ്പെട്ടില്ല. എപ്പോഴും അവർക്കിടയിൽ നടക്കുന്ന വഴക്കുകളുടെ വിഷയങ്ങൾ ഗൗതമിന്റെ പഠനവും അനിതയുടെ അമിതമായ മല യാളത്തോടുള്ള പ്രണയവുമാണ്.

"നിങ്ങൾ പറയുന്ന രീതിയിൽ അവനെ വളർത്തിയാൽ അവൻ വളർന്നു വരുമ്പോൾ സൊസൈറ്റിയിൽ നിന്ന് ഒറ്റപ്പെട്ട് പോകില്ലേ?" അനിത അയാളോട് തർക്കിക്കാൻതന്നെ തീരുമാനിച്ചു:

"നാളെ അവൻ നാട്ടിലേക്ക് മടങ്ങിപ്പോകില്ലെന്ന് നമുക്കെങ്ങനെ ഉറപ്പിക്കാനാവും?"

അനിതയുടെ പറച്ചിൽ കേട്ടപ്പോൾ അയാൾക്ക് പതിവുപോലെ ദേഷ്യം വന്നുതുടങ്ങി:

"ദാരിദ്ര്യം പിടിച്ച വീട്ടിൽനിന്ന് വരുന്ന ഒരു കുട്ടിയാണോ അവൻ?"

അയാൾ തുടർന്നു:

"നിതാ, മോന്റെ കാര്യത്തിൽ ഞാൻ നിന്നേക്കാൾ സെൽഫിഷ് ആണ്. എന്റെ മോൻ ദാരിദ്ര്യം അറിഞ്ഞ് ജീവിക്കേണ്ട, ഒരു മാസം ഇൻഡ്യൻ രൂപ ഇരുപത് ലക്ഷത്തോളം വരുമാനമുള്ള ഒരു അച്ഛന്റെ മകനാണ് ഗൗതം. യൂ നോ, അയാം ഏണിങ് എ സാലറി ആൾ മോസ്റ്റ് ഇക്വിവാലന്റ് റ്റു ഏൻ യൂറോപ്യൻ ഇൻ മൈ കമ്പനി. മോറോ വർ ഐ ഡിസെർവ് ഇറ്റ്. ദെൻ വൈ ഷുഡ് മൈ സൺ തിങ്ക് ഓഫ് പോവെർട്ടി?"

"മുത്തച്ഛന്റെ പഴഞ്ചൻ രീതികൾ കൊണ്ടാണ് അച്ഛൻ ഞങ്ങൾ കുട്ടികളെ ഒരു മാതിരി വെജിറ്റബിൾസ് ആയി വളർത്തിയത്. ഭാഗ്യ ത്തിന് ഗൾഫിലേക്ക് പോന്നതുകൊണ്ട് ആ ഇമ്പ്രിസണ്മെന്റിൽ നിന്ന് എനിക്ക് മോചനം കിട്ടി. ഐ റീയലി ഹേഡ് റ്റു പെ ഫോർ ഇറ്റ്. അല്ലെങ്കിൽ ഏതെങ്കിലും സ്കൂളിൽ ഒരു വാധ്യാരായി രാവിലെ ഒരു വെളുത്ത മുണ്ടും ചെക്ക് ഷേർട്ടുമിട്ട് ഒരു സ്റ്റീലിന്റെ ടിഫിൻ കേരിയറിൽ കൊറേ ചോറും കടുമാങ്ങയും തൂക്കി തിരിച്ചും മറിച്ചും നടന്ന് ജീവിതം കഴിക്കുന്നുണ്ടാവും ഞാൻ." രവികുമാർ പുച്ഛത്തോടെ പറഞ്ഞു.

അനിത എന്തോ പറയാനോങ്ങുമ്പോഴേക്കും രവികുമാർ തന്റെ അഭിപ്രായങ്ങളും വാദഗതികളും തുടർന്നു:

“നാട് ഒരുപാട് മാറിപ്പോയെന്നും ആളുകൾ വല്ലാതെയങ്ങ് മോഡേൺ ആയെന്നുമൊക്കെ നീ വാദിക്കാറുണ്ടല്ലോ?”

അയാൾ മുമ്പെപ്പോഴോ അനിത ഉന്നയിച്ച അഭിപ്രായങ്ങൾക്കെന്നോണം ഒരു തരം പ്രതികാരബുദ്ധി കലർത്തി മറുപടി പറഞ്ഞു കൊണ്ടിരുന്നു. ഒച്ച തീരെ കുറച്ചുകൊണ്ടുള്ള രവികുമാറിന്റെ ഭാര്യയോടുള്ള വഴക്കുകൾ ഒരു വേള, രഹസ്യമായി നിർവഹിക്കുന്ന ഒരുതരം ഗൂഢാലോചനയെ ഓർമ്മിപ്പിക്കുംവിധമായിരുന്നു. മകൻ തന്റെ സംഭാഷണം കേൾക്കരുതെന്ന വലിയ നിർബ്ബന്ധബുദ്ധി അയാളുടെ ഉള്ളിൽ ഉണ്ടായിരുന്നു. അയാൾ ആ മങ്ങിയ വെളിച്ചത്തിൽ അനിതയോട് ചേർന്നു കിടന്ന്, ശാന്തമായി ഉറങ്ങുന്ന ഗൗതമിനെ സൂക്ഷ്മായി ശ്രദ്ധിച്ചു.

ഒരു സ്കാനിങ് മെഷീൻ പോലെ അവന്റെ ശരീരത്തിലൂടെയും തലമുടിയിലൂടെയും കവിളുകളിലൂടെയും കണ്ണുകളിലൂടെയും അയാളുടെ കാഴ്ച സഞ്ചരിച്ചു:

“കുട്ടികൾ ഒരു പ്രായംവരെ അച്ഛനമ്മമാരുടെ തണലിൽതന്നെ വളരണം.” അയാൾ അനിതയെ നോക്കി തുടർന്നു:

“നിനക്കറിയാവുന്ന കാര്യമല്ലേ, ഗൗതം ഒരു വലിയ അളവിൽ വെസ്റ്റേൺ രീതിയിൽ വളരുന്നുണ്ട് എന്നതിൽ ഐ ആം റിയലി പ്രൗഡ് ഓഫ് ഹിം.”

“പക്ഷേ, എനിക്ക് നിങ്ങളോട് ഒരുപാട് കാര്യങ്ങളിൽ ഒട്ടും യോജിപ്പില്ല. പ്രത്യേകിച്ചും അവന്റെ ഭക്ഷണരീതി. അവന് ദോശയോ ഇഡ്ഡലിയോ കണ്ടാൽ തിരിച്ചറിയാൻ പോലും വയ്യാത്ത അവസ്ഥ വരും ഇങ്ങനെ പോയാൽ.” അവൾ ഈർഷ്യയോടെ തുടർന്നു:

“പണത്തിന്റെ വിലയെക്കുറിച്ച് കുട്ടിക്ക് ഒരു ധാരണയുമില്ല. രാവിലെയും ഉച്ചയ്ക്കും രാത്രിയും നഗ്ഗെട്സും ചിക്കൻ ബർഗ്ഗറും ലെയ്സും പെപ്സിയും കഴിച്ച് അവന്റെ ആമാശയം കേടു വന്നു കാണും.”

“നിതാ, നീ വിചാരിക്കുന്നതു പോലെ അത്ര ഈസി അല്ല ഭാവിയിൽ അവർക്കിടയിലെ കോമ്പിറ്റീഷൻ.”

അയാൾ ഒരു കൊച്ചുകുട്ടിയോടെന്ന പോലെ അനിതയോട് വിശദീകരിക്കാൻ തുടങ്ങി:

“സപ്പോസ്, അവൻ റ്റ്വൽത്ത് കഴിയുമ്പോൾ യൂ.കെ. യിലേക്കോ സ്റ്റെയിറ്റ്സിലേക്കോ പഠിക്കാൻ പോവുകയാണെങ്കിൽ, ഇപ്പോഴത്തെ അവന്റെ ചുറ്റുപാടനുസരിച്ച്, ഒരു തരത്തിലുള്ള ഇൻഫീരിയോറിറ്റിയും കൂടാതെ എളുപ്പം മാനേജ് ചെയ്യാൻ അവന് കഴിയും.”

അയാൾക്ക് അർദ്ധരാത്രിയായിട്ടും തന്റെ ന്യായങ്ങൾ ഉറക്കം പിടിച്ച് അർദ്ധബോധാവസ്ഥയിൽ കഴിയുന്ന ഭാര്യയുടെ മുന്നിൽ

നിരത്തിവെക്കുന്നതിൽ ഒട്ടും മടുപ്പോ ക്ഷീണമോ മനഃപ്രയാസമോ ഉണ്ടായിരുന്നില്ല.

"അവന്റെ ഭക്ഷണക്കാര്യം ഞാൻ അങ്ങോട്ട് പറയാൻ ഭാവിക്കുകയായിരുന്നു. പ്രത്യേകിച്ചും റ്റേബിൾ മാനേഴ്സിന്റെ കാര്യം. എന്താണ് അവന്റെ ഭക്ഷണരീതിക്ക് കുഴപ്പം?"

കിടക്കയിൽനിന്ന് തല ഉയർത്തിക്കൊണ്ട് രവികുമാർ ഭാര്യയോട് കയർക്കാൻ തുടങ്ങി:

"അവന്റെ സ്കൂളിന്റെ നിലവാരത്തിന് യോജിക്കുന്ന ഭക്ഷണം തന്നെയാണ് ഞാൻ അവന് കൊടുത്തു വിടുന്നത്. നീ യൂറോപ്പിലും അമേരിക്കയിലും മറ്റും സഞ്ചരിക്കുമ്പോൾ നിനക്ക് നമ്മുടെ ഭക്ഷണം ഉണ്ടാക്കുന്ന അസഹ്യമായ ഗന്ധത്തിന്റെ ഉപദ്രവം മനസ്സിലാകും. ഈവൺ യൂറോപ്യൻസ് ഹെയ്റ്റ് ഇറ്റ്. ഞാൻ പുറത്തു പോയപ്പോൾ അനുഭവിച്ചതാണ്. നമ്മുടെ ബ്ലഡി ചമ്മന്തിയുടേയും സാമ്പാറിന്റെയും കടുപ്പമുള്ള മണം വരുമ്പോൾ സായിപ്പ് ഓക്കാനിച്ച് വാഷ് ബെയ്സിൻ അന്വേഷിച്ച് ഓടിപ്പോകും."

"മുത്തച്ഛനും കൂട്ടരും കഷ്ടപ്പെട്ടത് വെറുതെയായി! നിങ്ങൾ ഇംഗ്ലീഷുകാരന്റെ അടുക്കളക്കാരനായി കൂടേണ്ട ആളാണ്. എന്തായാലും ഞാൻ കഞ്ഞിയും ചമ്മന്തിയും ഉപേക്ഷിക്കാൻ പോകുന്നില്ല. എന്നിട്ടു വേണം നിങ്ങളെപ്പോലെ തടിച്ചുരുണ്ട് ശ്വാസം കഴിക്കാൻ പാടുപെട്ട് കൊളസ്റ്റ്രോൾ മുന്നൂറും മുന്നൂറ്റമ്പതും എത്തി ഗുളികയും കീശയിലിട്ട് നടക്കാൻ." അനിത ശബ്ദം ഉയർത്തി രവികുമാറിനെ ഇത്തവണ ശകാരിക്കുക തന്നെ ചെയ്തു:

"ഞാനുറങ്ങാൻ പോകുന്നു. നിങ്ങൾ, പാവപ്പെട്ട ഇൻഡ്യക്കാരെ പുച്ഛിച്ചുകൊണ്ട് ഉറക്കം വരാതെ കഴിഞ്ഞോ. മോനെ എങ്ങനെ സായിപ്പാക്കി ഒന്നിനും കൊള്ളാതെ വളർത്താമെന്ന് ചിന്തിക്ക്."

അതും പറഞ്ഞ് അനിത കിടക്കയിൽ നിന്നെഴുന്നേറ്റ് അപ്പുറത്തെ മുറിയിൽ പോയി കിടന്നു.

ശരിക്കും ദുശ്ശകുനങ്ങൾ വേട്ടയാടിയ ഒരു കാലമായിരുന്നു രവികുമാറിന്റെ ബാല്യം. അയാൾ ജന്മനാ ഇടതുകൈയ്യനായിരുന്നു. മറ്റെല്ലാ കുട്ടികളും വലതുകൈ കൊണ്ട് കുട്ടിയും കോലും ക്രിക്കറ്റും കളിച്ച് നടന്നപ്പോൾ രവി വിഷാദം പുരണ്ട ഭാവത്തോടെ, സഹപാഠികൾക്കിടയിൽ നിശ്ശബ്ദനായി, ഒരു കളികളിലും ഏർപ്പെടാതെ ഒഴിഞ്ഞു മാറി നിന്നു.

ചെറുപ്പം രവികുമാറിന്റെ മനസ്സിൽ അറപ്പുളവാക്കുന്ന ഓർമ്മകളായി മാറിയത് ജീവിതത്തിന്റെ ഒരു ഘട്ടം കഴിഞ്ഞ ശേഷമാണ്. ഉയർന്ന ഒരു നിലയിലേക്ക്, ഒട്ടും പ്രതീക്ഷിതമല്ലാത്ത ഒരു നേരത്ത്

അയാളുടെ സാമ്പത്തികസ്ഥിതി കുതിച്ചുയർന്നപ്പോൾ ഭൂതകാലം അയാളെ വേട്ടയാടിത്തുടങ്ങി. ജോലിസമയം കുറയുകയും സുഖം വർദ്ധിക്കുകയും ചെയ്തപ്പോൾ അയാൾ ബാല്യകാലത്തെയും കൂട്ടുകാരെയും അനാവശ്യമായി കൂടെക്കൂടെ ഖനനം ചെയ്തെടുക്കാനും വീർപ്പുമുട്ടാനും തുടങ്ങി. തന്റെ മുഖകാന്തിയെ സദാ നിരാശയിലാഴ്ത്തുന്ന, മുറിച്ചു മാറ്റാൻ സാധിക്കാത്ത ഒരു അരിമ്പാറ പോലെ മനസ്സിന്റെ ഏതോ കുസൃതിച്ചരിവിലൂടെ അതയാളെ നോക്കി നിരന്തരം കൊഞ്ഞനം കുത്തിക്കൊണ്ടിരുന്നു.

“മുത്തച്ഛൻ വലിയ ആദർശം വച്ചു പുലർത്തിയതിന്റെ പേരിൽ സ്കൂളിൽ എനിക്കു ലഭിച്ച സഹപാഠികളെക്കുറിച്ചോർക്കുമ്പോൾ ചിലപ്പോൾ ആത്മഹത്യ ചെയ്താലോ എന്നുപോലും തോന്നാറുണ്ട്.” ഒരു ദിവസം ഗൗതമിന്റെ പ്രോഗ്രസ്സ് റിപ്പോർട്ട് വാങ്ങി തിരിച്ചു വരുമ്പോൾ അയാൾ അനിതയോട് പറഞ്ഞു.

“എന്തിന്?” അതു കേട്ടപ്പോൾ ഒന്നും മനസ്സിലാവാതെ അനിത പകച്ചു പോയി.

“എന്റെ ലക്ഷണം കെട്ട, പുറത്തു പറയാൻ കൊള്ളാത്ത സഹപാഠികളെ ഓർത്തുതന്നെ.” രവികുമാർ ബാല്യത്തിലേക്ക് നോക്കി പ്രയോജനമില്ലാത്ത തരത്തിൽ അമർഷം പൂണ്ടു. അയാൾ തുടർന്നു:

“ഒരു പ്രായംവരെ കുട്ടികളുടെ മനസ്സ് ബ്ലോട്ടിങ് പേപ്പർ പോലെയാണ് നിനക്കറിയോ, എന്റെ ആത്മവിശ്വാസം തകർത്തു കളഞ്ഞതിന്റെ കാരണം എന്റെ മുത്തച്ഛനും അദ്ദേഹത്തെ ഊണിലും ഉറക്കിലും ആരാധിക്കുകയും ഓച്ഛാനിക്കുകയും ചെയ്തു പോന്ന എന്റെ അച്ഛനമ്മമാരും തന്നെ. ചെറുപ്പത്തിൽ എനിക്കു ലഭിച്ചത് വില കുറഞ്ഞ സ്കൂൾ അന്തരീക്ഷവും അവിടെ തനി കണ്ട്രീസ് ആയ കൂട്ടുകാരും അല്ലായിരുന്നെങ്കിൽ ഞാൻ ഇതിലും നേരത്തെ എത്രയോ ഉയരത്തിൽ എത്തിയേനേ.” ശരീരത്തിന്റെ അമിത ഭാരം കാരണം, വീട്ടിലേക്ക് ഡ്രൈവ് ചെയ്യുന്നതിനിടെ സംഭാഷണങ്ങൾക്കിടയിൽ അയാൾ അമിതമായി കിതയ്ക്കുന്നുണ്ടായിരുന്നു:

“മുത്തച്ഛന്റെ ഒടുക്കത്തെ ആദർശം കാരണം പകലന്തിയാവോളം കാക്കകൾ അപ്പിയിടുന്ന ഒരു കിളവൻ മാവിന്റെ ചോട്ടിലെ ലൈൻ മുറികൾ കൂട്ടിയിട്ടതു പോലുള്ള ഇടിഞ്ഞുവീഴാറായ ഒരു ഓടിട്ട സർക്കാർ വിദ്യാലയത്തിൽ അഞ്ചാറു വർഷങ്ങൾ എനിക്ക് കിട്ടിയ സഹപാഠികൾ ബാർബർ ദിനേശനും തട്ടാൻ രാഘവനും കൊല്ലൻ പുരുഷുവും.”

അനിത ഷോക്കടിച്ചതു പോലെ രവികുമാറിന്റെ നേർക്ക് നോക്കി:

“നിങ്ങൾ ഒരു വൃത്തികെട്ട മനുഷ്യൻ തന്നെ. നിങ്ങളുടെ ഉള്ളിൽ ഈയൊരു അസുഖം നല്ലോണമുണ്ട്. സത്യത്തിൽ, നിങ്ങളുടെ

മനസ്സിൽ ഇന്നുവരെ ജാതിയില്ലാത്ത ഒരു മലയാളി കടന്നുവന്നിട്ടുണ്ടോ?"

"ഞാൻ നിന്നെപ്പോലെ വായിക്കുകയും ചിന്തിക്കുകയും ചെയ്യാതെ പണത്തിന് പിറകേ ഓടുന്നതിന്റെ ദോഷമാണ് ഇതൊക്കെ എന്ന് നീ പറയും." രവികുമാർ തികച്ചും പുച്ഛം നിറഞ്ഞ കണ്ണുകളോടെ അനിതയെ നോക്കിക്കൊണ്ട് പറഞ്ഞു:

"പക്ഷേ, തറവാടിത്തം ഒന്നു വേറെ തന്നെ." അയാൾ ഒരു അൽപനെപ്പോലെ ഞെളിഞ്ഞുകൊണ്ട് പരിഹാസത്തോടെ അനിതയെ നോക്കി.

"ഭാഗ്യം, ഗൗതമിനെ നിങ്ങൾ എല്ലാറ്റിൽ നിന്നും അകറ്റി ഒരു ഷോകെയ്സിൽ സൂക്ഷിച്ചതുകൊണ്ട് അവന് നിങ്ങളെ പോലെ ജാതിപ്രാന്ത് ഇല്ലാതെ പോയി!"

അയാൾ അതുകേട്ട് ഭ്രാന്തനെപ്പോലെ അനിതയുടെ നേർക്ക് കയർത്തു:

"ഗൗതം സംസ്കാരശൂന്യനായി, വില കുറഞ്ഞ ചുറ്റുപാടിൽ വളർന്നു വരാനാണോ നിനക്കിഷ്ടം?" അയാൾ ചോദിച്ചു.

"നിനക്കറിയോ, ചെറുപ്പത്തിൽ എന്റെ ക്ലാസ്സ്മേറ്റ്സിൽനിന്ന് ശീലിച്ച മലിനമായ തെറിവാക്കുകൾ പോലും എന്റെ ഇപ്പോഴത്തെ സ്റ്റാറ്റസിനെ ഇടയ്ക്ക് ഒളിഞ്ഞുനിന്ന് അക്രമിക്കാറുണ്ട്. മൈ ബ്ലഡി ചൈൽഡ് ഹുഡ്ഡ്."

രവികുമാർ, തന്റെ രക്തസമ്മർദ്ദം വർദ്ധിക്കുമാറ്, സ്വന്തം കുട്ടിക്കാലത്തെ ശപിച്ചുകൊണ്ടിരുന്നു.

ഗൗതം ആ യാത്രയിൽ അവർക്കൊപ്പം ഉണ്ടായിരുന്നില്ല. പിയാനോ ക്ലാസ്സ് മുടങ്ങാതിരിക്കാൻ അവനെ വില്ലയിൽ തനിച്ചാക്കി അവർ സ്കൂളിലേക്ക് പോവുകയായിരുന്നു.

പിയാനോ അധ്യാപകൻ ആണെന്ന് ഡ്രോയിങ് മുറിയിലെ വീഡിയോ മോണിറ്ററിൽ ഉറപ്പുവരുത്തിയാൽ ഗൗതം അച്ഛനെ ഫോൺ ചെയ്യണം. അതിനുശേഷം രവികുമാർ അയാളോട് സംസാരിച്ച് ഒന്നുകൂടി ഉറപ്പിച്ചേ വാതിൽ തുറക്കാവൂ.

വീട്ടിൽ, ഗൗതം തനിച്ചിരിക്കുമ്പോഴും അവഗണിച്ചു കൂടാത്ത, രവികുമാർ നിർമ്മിച്ച, അച്ചടക്കശീലങ്ങളുണ്ട്, നിരവധി.

അച്ഛന്റെ അനുവാദം കൂടാതെ ടെലിവിഷൻ കാണരുത്. മലയാള ചാനലുകൾ പടച്ചുവിടുന്ന കുറ്റകൃത്യങ്ങളുടെയും കൊലപാതകങ്ങളുടെയും ചിത്രീകരണങ്ങൾ ഗൗതമിന്റെ മനസ്സിനെ ഉലയ്ക്കുമെന്നാണ് രവികുമാറിന്റെ കണക്കുകൂട്ടൽ.

ഒപ്പം, ഇംഗ്ലീഷ് ഭാഷയിൽ ഗൗതം ഉണ്ടാക്കിയെടുത്ത അനായാസമായ വഴക്കത്തെ ബാധിച്ചേക്കുമെന്ന് അയാൾക്ക് ഭയവുമുണ്ട്. ഡ്രൈവ് ചെയ്യുമ്പോഴും ഓഫീസിലിരിക്കുമ്പോഴും ഗൗതം വീട്ടിലാണെങ്കിൽ, മൊബൈൽ ഫോണിൽ ട്യൂൺ ചെയ്തു വെച്ച ക്യാമറയുടെ സ്ക്രീനിലൂടെ വില്ലയുടെ അകത്തളങ്ങൾ ഇടയ്ക്കിടെ രവികുമാർ നിരീക്ഷിച്ചുകൊണ്ടിരിക്കും.

കുട്ടിയുടെ വളർച്ചയെക്കുറിച്ചുള്ള ആധിയുടെ ആധിക്യം മൂലം മറ്റ് അഭിപ്രായങ്ങൾക്കൊന്നും ചെവി കൊടുക്കുന്ന ശീലം അയാൾക്കില്ല. മകനെ ഒറ്റയ്ക്കാവുമ്പോൾ എന്റർടെയിൻ ചെയ്യാൻ മാർക്കറ്റിൽ ലഭ്യമായ ഏറ്റവും വില കൂടിയ എക്സ് ബോക്സിന്റെയും വീഡിയോ ഗെയിമുകളുടെയും ഒരു പവലിയൻ തന്നെയുണ്ട്, വീടിനകത്ത് ഒന്നുരണ്ട് മുറികളിൽ. ഇത്തരം വിനോദങ്ങളെക്കുറിച്ച് രവികുമാറിന്റെ വ്യാഖ്യാനം ഒറ്റപ്പെട്ടതും വിചിത്രവുമാണ്. ഒരു പ്രായം വരെ ദുശ്ശീലങ്ങളിൽനിന്ന് മോചനം കിട്ടാനും കൂട്ടുകാരിൽനിന്ന് മാറി നിൽക്കാനും ഇലക്ട്രോണിക് ഗെയിമുകൾ ഗുണം ചെയ്യുമെന്ന് അയാൾ കരുതുന്നു.

ഇമ്മാതിരി നിരവധി നിബന്ധനകൾ രവികുമാർ കുടുംബത്തിൽ പരിപാലിച്ചു പോന്നു. എല്ലാ നിർദ്ദേശങ്ങളും അണുവിട തെറ്റാതെ പാലിക്കപ്പെട്ടില്ലെങ്കിൽ, അയാൾ അന്നു രാത്രി ഗൗതം ഉറങ്ങിയ ശേഷം അനിതയുമായി ഘോരമായ വഴക്കിൽ ഏർപ്പെടുകയും ചെയ്യും.

ഒരു ഗവേഷകനെ പോലെ ഗൗതം എന്ന ജീവനുള്ള പന്ത്രണ്ടുകാരൻ സ്പെസിമെന്റെ പുറത്ത്, ഭാരം കൂടിയ ആകുലതകളുമായി, രവികുമാർ നിരന്തരം തല പുകച്ചുകൊണ്ടിരിക്കും.

“ഒരു കുട്ടിയെ വളർത്തി വലുതാക്കുക, അത്ര എളുപ്പമല്ല നിതാ.”

ഒരിക്കൽ അയാൾ അനിതയോട് പറഞ്ഞു. ഉച്ചയ്ക്കുശേഷം ജോലി കഴിഞ്ഞ് വീട്ടിലെത്തിയാൽ അയാൾ നേരെ സിറ്റിങ് റൂമിലേക്ക് ലാപ്ടോപ്പുമായി ചെല്ലും. ഗൗതം സദാ ആഗ്രഹിക്കുന്ന കുറേ ബർഗ്ഗറും സോസേജും പിസയും മറ്റും രവികുമാർ മിക്കവാറും ദിവസങ്ങളിൽ കൊണ്ടുവരും. ചില ദിവസങ്ങളിൽ സഹപാഠികളിൽനിന്ന് കേട്ടറിഞ്ഞ് ഏതെങ്കിലും അപൂർവവും രസകരവുമായ ഫാസ്റ്റ് ഫുഡ് ആവശ്യവുമായി ഗൗതം അച്ഛന്റെ മുന്നിൽ എത്തും. ഗൗതമിന്റെ മനസ്സ് വിഷമിക്കാതിരിക്കാൻ പുതിയ വിഭവം എത്ര വില കൂടിയതായാലും രവികുമാർ സംഘടിപ്പിച്ച് അടുത്ത ദിവസം ടിഫിൻ ബോക്സിൽ വെച്ച് സ്കൂളിലേക്ക് കൊടുത്തയയ്ക്കുകയും ചെയ്യും.

മകന്റെ പ്രോഗ്രസ്സ് റിപ്പോർട്ടും വാങ്ങിയുള്ള മടങ്ങിവരവിൽ രവികുമാർ അപാരമായ ഫോമിലായിരുന്നു. ഇത്തവണയും ഗൗതം

തന്നെ ക്ലാസ്സിൽ ഒന്നാമൻ! എല്ലാ വിഷയങ്ങളിലും ഔട്ട്സ്റ്റാൻഡിങ് പ്രകടനം. ഇംഗ്ലീഷുകാരിയായ അധ്യാപികയ്ക്ക് ഗൗതമിനെ ചൊല്ലി ആയിരം നാക്ക്!

പിറ്റേന്ന്, തന്റെ ഓഫീസിലെ വിശാലമായ കാബിനിൽ ചിന്താമഗ്നനായി ഇരിക്കവെ, രവികുമാറിനെ തേടി, അമ്മയുടെ വിളിയെത്തി:

"നിന്റെ കൂറ്റ് കേട്ടിറ്റ് എത്ര ദെവെസായി മോനേ? ഞാൻ മരിചോ ജീവിചോന്ന് അറിയാനെങ്കിലും നിനിക്കൊന്ന് വിളിച്ചൂടേ?" അതും പറഞ്ഞ് കൊക്കിക്കുരച്ചുകൊണ്ട് അമ്മ കഫത്തിന്റെ നീണ്ട വെള്ളി നാരുകൾ വായിൽനിന്ന് വടിച്ചെടുത്ത് അടുത്തുള്ള ചുമരിൽ തേച്ചു.

അതിന്റെ ഒച്ചകേട്ട് രവികുമാറിന് ഓക്കാനം വന്നു. മഴക്കാലത്തെ ഈർപ്പമുള്ള കുമ്മായച്ചുമരിലേക്ക് പറ്റിപ്പിടിച്ച് കയറുന്ന ആയിരം കാലുള്ള ചുവന്ന പുഴു അയാളുടെ മനസ്സിലേക്ക് കടന്നു വന്നു. അമ്മയെ വൃത്തിയുടെയും വെടിപ്പിന്റെയും മഹിമയും പ്രാധാന്യവും മറ്റും പറഞ്ഞ് മനസ്സിലാക്കാനും ഉപദേശിക്കാനും ശ്രമിച്ചിട്ട് മടുത്തു.

"നോക്കട്ടെ, ഈ മഴക്കാലത്ത് ചൂടു വെള്ളംപോലും കിട്ടാത്ത വീട്ടിലേക്ക് വന്നാൽ ഗൗതം എങ്ങനെ അഡ്ജസ്റ്റ് ചെയ്യും?" അയാൾ അമ്മയോട് പറഞ്ഞു:

"മഴ തുടങ്ങിയാൽ നാട്ടിലെ നഗരങ്ങളുടെ അവസ്ഥ പറയുകയും വേണ്ട, രോഗികൾക്കും ഭിക്ഷക്കാർക്കും ഇടയിലൂടെ അവനെയും കൂട്ടി യാത്ര ചെയ്യുന്ന കാര്യം ഓർക്കാനും കൂടി വയ്യ. അവന്റെ മനസ്സിന്റെ ആരോഗ്യംകൂടി അവതാളത്തിലാവും."

അയാൾ അക്കാര്യം വിശദീകരിക്കാൻ ഓങ്ങിയപ്പോൾ ഒരു ശീലംപോലെ പുറന്തള്ളാൻ ശ്രമിച്ച ഇംഗ്ലീഷ് കടിച്ചുപിടിച്ച് ചവച്ചിറക്കി:

"ഞാൻ അടുത്ത വർഷം ശ്രമിക്കാം, ഗൗതമിന്റെ പഠനത്തിനിടയ്ക്ക് കുറച്ചു ദിവസങ്ങൾ വിട്ടു നിൽക്കുക എളുപ്പമല്ല." അതും പറഞ്ഞ് അയാൾ അമ്മയുമൊത്തുള്ള ടെലിഫോൺ സംഭാഷണം അവസാനിപ്പിച്ചു.

പക്ഷേ, അതിന്റെ അടുത്ത ദിവസം രവികുമാറിനെ തളർത്തും വിധം രസകരമായ ഒരു സംഭവം അയാളുടെ ഓഫീസിൽ അരങ്ങേറി.

കമ്പനിയുടെ സി.ഇ.ഒ. ആയിരുന്ന സായിപ്പ് അപ്രതീക്ഷിതമായി രവികുമാറിനെ തന്റെ കാബിനിലേക്ക് വിളിപ്പിച്ചു:

"നോക്കൂ, മിസ്റ്റർ രവികുമാർ, ഇത്തവണ നമ്മുടെ സ്റ്റാഫ് റിക്രൂട്ട്മെന്റിന്റെ ചുമതല നിങ്ങളെ നേരിട്ട് ഏൽപ്പിക്കുന്നു. ബംഗുളൂരുവിലെ ഒരു കമ്പനിയുമായി നമ്മൾ എഗ്രിമെന്റ് ഒപ്പിട്ട് കഴിഞ്ഞു.

നിങ്ങൾ നേരിട്ട് പോയി കാര്യപ്രാപ്തിയുള്ള തൊഴിലാളികളെ കണ്ടെത്തണം."

രവികുമാർ ശരിക്കും ഒരു കെണിയിൽപെട്ട പോലെയായി. തന്റെ സ്ഥാപനത്തിലേക്കുള്ള കുറേ ടെക്നീഷ്യൻസിനെ നാട്ടിൽനിന്നും റിക്രൂട്ട് ചെയ്യേണ്ട ഉത്തരവാദിത്തം അയാളെ സ്ഥാപനത്തിന്റെ സി.ഇ.ഒ. ഏൽപ്പിക്കുകയായിരുന്നു. ബംഗുളൂരുവിലേക്കുള്ള ആ യാത്ര അയാൾക്ക് അങ്ങനെ ഒഴിവാക്കാൻ പറ്റാത്ത ഒന്നായി. മാത്ര മല്ല, കമ്പനിയിൽ തന്റെ ജോലി ഏറ്റവും മികച്ച രീതിയിൽ താൻ നിറവേറ്റുന്നുവെന്ന് കാണിക്കുന്നതിൽ രവികുമാർ ഒരു വിട്ടു വീഴ്ച യ്ക്കും തയ്യാറാവുകയുമില്ല.

അറിഞ്ഞപ്പോൾ അനിത പറഞ്ഞു:

"നമുക്ക് അക്കൂട്ടത്തിൽ ബംഗുളൂരുവിൽ ഒരു ടൂറും ഒപ്പിച്ചാലോ?"

അനിതയുടെ പറച്ചിൽ കേട്ടതുതൊട്ട് അയാൾക്ക് വീണ്ടും മന സ്സമാധാനം നഷ്ടപ്പെട്ടുതുടങ്ങി. പനിക്കാലത്ത് മകനെയും കൂട്ടി നാട്ടിലേക്ക് പോകുന്നത് അയാൾക്ക് ചിന്തിക്കാൻ പോലും കഴി ഞ്ഞില്ല. മാത്രമല്ല, നാട്ടിന്റെ അനാകർഷകതയും വൃത്തികേടും മറ്റും ഒട്ടും അറിയിക്കാതെ മൂന്നാല് വർഷങ്ങൾക്കുശേഷം മകനെ യൂറോ പ്പിലേക്കോ സ്റ്റേറ്റ്സിലേക്കോ ഉപരിപഠനത്തിന് അയയ്ക്കണം എന്നായിരുന്നു അയാൾ മനസ്സിൽ കരുതിയത്. ഒപ്പം അവന്റെ മുത്തശ്ശിയോടൊപ്പം ഒഴിവുകാലം ചെലവഴിക്കാനോ മറ്റോ ഇട വന്നാൽ തന്റെ ചെറുപ്പംപോലെ അവനും ആ അന്തരീക്ഷത്തിന്റെ സ്വാധീനത്തിൽ പെട്ട്, വില കുറഞ്ഞ മാനസികാവസ്ഥയിലേക്ക് ഇറങ്ങിപ്പോകുമെന്ന് അയാൾ ഭയന്നു.

അനിതയോട് നിരന്തരം വഴക്കിടാറുണ്ടെങ്കിലും ആ വഴക്കുകൾ ഒന്നോ രണ്ടോ ദിവസങ്ങൾക്ക് ശേഷം രവികുമാർതന്നെ ഇടപെട്ട് മയപ്പെടുത്താറാണ് പതിവ്. അല്ലെങ്കിൽ അയാളുടെ ദിനചര്യതന്നെ തകർന്നുപോകുമെന്ന് അയാൾക്കറിയാം. ഒരിക്കൽ ആൻജിയോ പ്ലാസ്റ്റി ചെയ്തശേഷം രവികുമാർ തന്റെ പഴയ സ്വഭാവങ്ങളിൽ കുറേയെല്ലാം ഉപേക്ഷിക്കാൻ ശ്രമം നടത്തുകയും അനിതയുടെ മുന്നിൽ ഭേദപ്പെട്ട തരത്തിൽ പെരുമാറിത്തുടങ്ങുകയും ചെയ്തി രുന്നു.

അനിതയ്ക്കും അക്കാര്യങ്ങൾ അറിയാം. ഒരിക്കൽ രോഗം അയാളെ സ്പർശിച്ചതിനുശേഷം അനിത സ്വയം നിയന്ത്രിച്ചു കൊണ്ട് അയാളുടെ ആഗ്രഹങ്ങളെയും സ്വപ്നങ്ങളെയും വേദനി പ്പിക്കാതെ കണ്ടില്ല കേട്ടില്ല എന്ന വിധത്തിൽ നീങ്ങാൻ പഠിച്ചി രുന്നു.

ഇടയ്ക്ക് റെഗുലർ ചെക്കപ്പിനു പോകുമ്പോൾ അയാളെ പതിവായി ഡോക്ടർ കോശി അനാവശ്യമായ ആധികൾ ഒഴിവാക്കാൻ ഉപദേശിച്ചുകൊണ്ടിരിക്കും.

മകന്റെ കഴിവുകൾ വലിയ ആവേശത്തോടെ പറഞ്ഞുകൊണ്ടിരിക്കുന്നതിനിടയിൽ ഒരിക്കൽ ഡോക്ടർ കോശിക്ക് കർക്കശമായി ഇടപെടേണ്ടി വന്നു:

“നോക്കൂ, മിസ്റ്റർ രവീ, നിങ്ങൾ നിങ്ങൾക്കു വേണ്ടി ജീവിക്കാൻ ശ്രമിക്കൂ. മകൻ വളരുന്നതല്ലേയുള്ളൂ, അവന്റെ ഭാവി മുറുകെ പിടിച്ച് നിങ്ങൾ ഇങ്ങനെ ഞെളിപിരി കൊള്ളേണ്ട കാര്യം എന്താണ്?” കോശി തുടർന്നു:

“അമിതമായ പിരിമുറുക്കം കാരണമാണ് നിങ്ങൾ രോഗബാധിതനായത്. ജീവിതത്തെ കുറേക്കൂടി അനായാസം അഭിമുഖീകരിക്കൂ.”

ഒരു ദിവസം ചെക്കപ്പ് കഴിഞ്ഞ് മടങ്ങുമ്പോൾ അനിതയെ ഒറ്റയ്ക്ക് കിട്ടിയപ്പോൾ ഡോക്ടർ കോശി രവികുമാറിന്റെ സ്വഭാവത്തിലെ വൈചിത്ര്യം തന്നെയാണ് അയാളുടെ രോഗത്തിന്റെ മുഖ്യകാരണമെന്ന് ഒരു രഹസ്യംപോലെ ഊന്നിപ്പറഞ്ഞു:

“സീ, അനിതാ, നിങ്ങൾ ഹസ്ബന്റിനെ കുറച്ച് ഉപദേശിക്കാൻ ശ്രമിച്ച് നോക്കൂ. അയാൾ സ്വന്തം മകനെക്കുറിച്ചും അയാളുടെ ജീവിതത്തെക്കുറിച്ച് തന്നെയും ഒരു തരം ഭ്രാന്തസമാനമായ അമിതപ്രതീക്ഷകളും അനാവശ്യമായ ഉത്ക്കണ്ഠകളുമാണ് വച്ചു പുലർത്തുന്നത്.”

ഡോക്ടർ കോശി ഭർത്താവിന്റെ കുഴപ്പങ്ങളുടെ കാരണങ്ങളെക്കുറിച്ച്, കിട്ടിയ തക്കത്തിന് അനിതയ്ക്ക് സൂക്ഷ്മമായി വിശദീകരിച്ചു കൊടുത്തു:

“രവികുമാർ ഏതോ നിഴലിനോട് നിരന്തരം പ്രതികാരം ചെയ്തുകൊണ്ടിരിക്കുന്നു. മിഡിൽ ക്ലാസ്സുകാർക്കിടയിൽ പൊതുവെ കാണപ്പെടുന്ന ഒരുതരം ഗുണകരമല്ലാത്ത ഉത്കർഷേച്ഛയും മത്സരബുദ്ധിയുമാണ് അയാളിൽ അതിരുകടന്ന് പ്രവർത്തിക്കുന്നത്. അയാൾ മകനിൽനിന്ന് ഒളിപ്പിച്ച് വെക്കാനാഗ്രഹിക്കുന്നത് അയാളുടെ ഭൂതകാലം തന്നെയാണ്.”

അയാളുടെ ബാല്യം അഭിമുഖീകരിച്ച ചുറ്റുപാടുകളേയും ചങ്ങാതിമാരേയും അയാളുടെ ഉപബോധമനസ്സിൽ ഏതോ ദുശ്ശകുനങ്ങളെന്നവണ്ണം അയാൾ അയിത്തം കൽപ്പിച്ച് മാറ്റി നിർത്തിയിരിക്കുകയാണ്. സ്വന്തം ജീവിതത്തിൽ പെട്ടെന്ന് കൈ വന്ന സാമ്പത്തികമായ വളർച്ചയ്ക്കുശേഷം അയാൾ ആകെ മാറിപ്പോയി.

അതോടെ മുൻപ് അയാൾ തുടർന്നുവന്ന ഭക്ഷണശീലം, കൂട്ടുകാർ, രോഗികളും ആലംബഹീനരുമായ നാട്ടിലെ ബന്ധുക്കൾ, അയാൾ മുമ്പ് താമസിച്ചുകൊണ്ടിരുന്ന ഇരുമുറി ഫ്ളാറ്റിനു ചുറ്റിലും താമസിച്ചു വന്ന അയൽക്കാർ ഒക്കെയും അയാൾ സ്വന്തം അനുഭവ ഭൂമികയിൽനിന്ന് ഏതോ ഉൾപ്രേരണയാൽ മായിച്ചുകളഞ്ഞു.

അയാളുടെ ഉയർന്ന ഉദ്യോഗലബ്ധിയും ഗൗതമിന്റെ ജനനവും ഏതാണ്ട് ഒരേ സമയത്തായിരുന്നു. സ്വന്തം മകൻ കൊണ്ടുവന്ന ഭാഗ്യമായി രവികുമാർ എല്ലാം കരുതി. അതോടൊപ്പം അയാളുടെ ഉള്ളിൽ അതു വരെ പ്യൂപ്പപ്പരുവത്തിൽ കിടന്നിരുന്ന ആർത്തി കലർന്ന മോഹങ്ങൾ ഫണം വിടർത്തി. അതോടുകൂടി മനസ്സിൽ അല്പത്തവും സ്വാർത്ഥവും പൊങ്ങച്ചവും ആവശ്യത്തിൽ കവിഞ്ഞ് കൃഷി ചെയ്തു തുടങ്ങി. അവയുടെ ആപൽക്കരമായ വടുക്കൾ ഒരു രോഗംപോലെ വളർന്നു വരാൻ തുടങ്ങി.

മകൻ പഠിക്കുന്ന സ്കൂളിൽ അയാളെപ്പോലെ ഉയർന്ന ജോലിയും ശമ്പളവും ഉള്ള വിദേശികളായ രക്ഷിതാക്കളുടെ കുട്ടികൾ മാത്രമായിരുന്നു പഠിച്ചിരുന്നത്. ആ സ്കൂളിനെക്കുറിച്ചും പടിഞ്ഞാറൻ രീതിയിലുള്ള അവിടത്തെ ചിട്ടവട്ടങ്ങളെക്കുറിച്ചും രവികുമാർ നിരന്തരം തന്റെ ഫെയ്സ്ബുക്കിൽ വാചാലനാവും. ഒരു ദിവസമെങ്കിലും അയാൾ മകനെ വാഴ്ത്തിക്കൊണ്ടുള്ള ഒരു ചിത്രമോ ഏതെങ്കിലും പകിട്ടുള്ള ഭക്ഷണശാലയിൽ നിന്നുള്ള സ്വന്തം കുടുംബത്തിന്റെ ഡിന്നർ പാർട്ടിയുടെ ഫോട്ടോയോ അപ്ലോഡ് ചെയ്യാൻ മറക്കാറില്ല.

“സാധാരണ ഇത്തരം കാര്യങ്ങളിൽ പെണ്ണുങ്ങൾക്കാണ് അമിതമായ ആവേശം. ഇവിടെ എല്ലാം തിരിച്ചാണ്.”അനിത ഒരു ദിവസം ഉറങ്ങാൻ കിടക്കുമ്പോൾ അയാളെ അമർഷത്തോടെ കളിയാക്കി.

“പണം ആവശ്യത്തിൽ കൂടുതൽ ഉണ്ടെങ്കിൽ തന്നെ നിങ്ങളെന്തിനാണ് അക്കാര്യം ലോകത്തെ അറിയിക്കുന്നത്? പാവങ്ങൾക്ക് അസൂയ തോന്നാൻ വേണ്ടിയാണോ?” ഒരിക്കൽ അയാളോട് അനിതയ്ക്ക് സഹികെട്ട് പറയേണ്ടി വന്നു:

“ജീവിക്കാൻ ഗതിയില്ലാത്ത പാവങ്ങൾക്ക് എന്തെങ്കിലും കൊടുക്കാൻ നിങ്ങൾക്ക് തോന്നാത്തത് എന്താണ്?” അനിത അത് പറയുമ്പോൾ അവൾ ബോധപൂർവം അയാളുടെ ഭൂതകാലത്തിലേക്ക് പോവുക തന്നെ ചെയ്തു: “നിങ്ങൾക്ക് ഓർമ്മയില്ലേ, മുത്തച്ഛൻ മരണംവരെ രണ്ട് ഖദർമുണ്ടും ഒന്നോ രണ്ടോ ഖദർ ഷാളുകളും മാത്രം ധരിച്ച് സ്വാതന്ത്ര്യസമരവും കൃഷിപ്പണിയും ഒരുമിച്ച് കൊണ്ടുപോയത്. മരണത്തോട് അടുത്ത നാളുകളിൽ അദ്ദേഹം ഒരു കമ്മ്യൂണിസ്റ്റുകാരനെപ്പോലെ പെരുമാറിയത് നിങ്ങൾക്ക് ഓർമ്മയില്ലേ?

ഒടുവിൽ അൻപത് സെന്റ് ഭൂമി പാർട്ടിക്കാർക്ക് സൗജന്യമായി കൊടുത്തതും നിങ്ങൾ മറന്നുപോയോ?" അവൾ ചാട്ടവാറുകൊണ്ട് അടിക്കുന്നതുപോലെ ഒരു ദിവസം രവിയെ ശരിക്കും ഭേദ്യം ചെയ്യുകതന്നെ ചെയ്തു.

രണ്ട്

"**ബോ**ധി വൃക്ഷച്ചുവട്ടിൽ ഇരുന്നുകൊണ്ട് സിദ്ധാർത്ഥരാജകുമാരൻ തന്റെ സകല പുനർജന്മ ചിത്രങ്ങളേയും ഉള്ളിലേക്ക് ആവാഹിച്ചു." ശ്രീലങ്കയിൽ പോയി ബുദ്ധമതം സ്വീകരിച്ച അനിതയുടെ സഹപാഠിയും കവിയുമായ ജയരാമൻ, വീർത്തു കൊഴുത്ത തന്റെ ശരീരം മടക്കി വെച്ച് ചമ്രം പടിഞ്ഞിരിക്കാൻ ബുദ്ധിമുട്ടുന്നതിനിടയിൽ രവികുമാറിനോട് വിശദീകരിച്ചു കൊടുത്തു:

"അന്നേരം സിദ്ധാർത്ഥന്റെ മനസ്സിലേക്ക്, പിന്നിട്ട ജന്മങ്ങൾ ഒഴുകി വന്നു. കഴിഞ്ഞുപോയ ജനനമരണങ്ങളുടെ ദർശനമുണ്ടായതോടെ അദ്ദേഹത്തിന്റെ മനസ്സിൽ സകല ജീവജാലങ്ങളോടും കരുണ നിറഞ്ഞു." അനിതയുടെ നിർബന്ധത്തിന് വഴങ്ങിയാണ് രവികുമാർ കുശാൽനഗറിലെ സുവർണ്ണക്ഷേത്രത്തിലേക്ക് പുറപ്പെട്ടത്. അയാൾക്ക് അങ്ങോട്ട് പോകുന്നതിൽ ഒട്ടും താത്പര്യമില്ലായിരുന്നു.

റിക്രൂട്ട്മെന്റ് ബംഗുളൂരുവിലെ ഒരു ഫൈവ്സ്റ്റാർ ഹോട്ടലിലായിരുന്നു. നാട്ടിലേക്കുള്ള വരവ് മറ്റൊരാളെയും അറിയിച്ചിരുന്നില്ല, അയാളുടെ അമ്മയെപോലും. ദൗത്യം കഴിഞ്ഞ മാത്രയിൽ, തിരികെ ഗൾഫിലേക്ക് ഗൗതമിനെയും അനിതയെയും കൂട്ടി ഒരു ബിസിനസ് ക്ലാസ്സിൽ മടങ്ങിപ്പോവുകയായിരുന്നു രവികുമാറിന്റെ ലക്ഷ്യം. പകരം അനിതയോട് ഒരു യൂറോപ്യൻ ടൂർ വാഗ്ദാനം ചെയ്യുകയും ചെയ്തു. പക്ഷേ അനിത വിട്ടില്ല. അവളുടെ ഒരു പാട് കാലത്തെ ആഗ്രഹമായിരുന്നു കുശാൽനഗറിലെ ടിബറ്റൻ സെറ്റിൽമെന്റിലുള്ള ബുദ്ധക്ഷേത്രം സന്ദർശിക്കുകയെന്നത്.

"നിങ്ങൾ കരുതുമ്പോലെ വൃത്തിയും വെടിപ്പും ഇല്ലാത്ത ചുറ്റുപാടുകളിൽ ഒരു ബൗദ്ധക്ഷേത്രം കുടികൊള്ളില്ല." അനിത രവികുമാറിനെ സുവർണ്ണക്ഷേത്രത്തിലേക്ക് പോകാൻ നിർബന്ധിച്ചു:

"എന്റെ ഒരു ക്ലാസ്സ്മേറ്റ് ഉണ്ട്, ആളൊരു ബുദ്ധമതാനുയായി ആണ്. ജയരാമൻ. കുശാൽനഗറിൽ എവിടെയോ ആണ് അവൻ

ജോലി ചെയ്യുന്നത്. ആളൊരു ആർക്കിടെക്റ്റ് ആണ്.” അതും പറഞ്ഞ് അവൾ അപ്പോൾതന്നെ അയാളെ വിളിച്ചു.

ബംഗുളൂരുവിൽനിന്ന് ഒരു ടാക്സിയിൽ എത്തുമ്പോഴേക്കും കുശാൽ നഗറിൽ വെച്ച് രാമനും അവർക്കൊപ്പം കൂടി

ജയരാമൻ ഓരോന്ന് പറയുമ്പോഴും രവികുമാറിന്റെ ശ്രദ്ധ മകന്റെ വഴിയാത്രയ്ക്കിടയിലെ സംശയങ്ങളായിരുന്നു. മടിക്കേരിയിലെ ഒരു ബസാറിൽ വെച്ച് ഈച്ചയും വണ്ടും ആർക്കുന്ന ഒരു കുപ്പത്തൊട്ടിക്കരികിൽ ഒരു തെരുവ് ബാലൻ മാലിന്യം ഭക്ഷിക്കുന്നത് കണ്ട് ഗൗതം ആകെ കൺഫ്യൂഷനിൽ ആയിപ്പോയി. ആ ഞെട്ടലിൽ അവന്റെ ഉള്ളിൽ ഉറവപൊട്ടിയ ഒരു വേദന മൂടൽമഞ്ഞുപോലെ രൂപപ്പെട്ടു. നഗരത്തിന്റെ മാലിന്യം വിഴുങ്ങിയ തിരക്കിലേക്ക് ഗൗതം, വിസ്മയം മുറ്റിയ തന്റെ കണ്ണുകൾകൊണ്ട്, സദാ വീക്ഷിച്ചുകൊണ്ടിരുന്നു. നഗരം ദൈന്യതയുടെ പീളകെട്ടിയ കണ്ണുകളിലൂടെ അവനെ തുറിച്ചുനോക്കി. ധനികർ അവജ്ഞയോടെ കാണുന്ന ഭിക്ഷാടകരും അവശരും രോഗികളും അവന്റെ കൃഷ്ണമണികളിൽ ഉടക്കി നിന്നു. അഴുക്കുചാലുകൾ പുതപ്പിച്ചുകൊണ്ട് ദരിദ്രർ ശാന്തരായി ഉറങ്ങി. ഇരുട്ടിൽ, പഴകി, വില കുറഞ്ഞ, ദേഹങ്ങൾ നിറങ്ങളിൽ പൊതിഞ്ഞ് വില്പനയ്ക്ക് വെച്ചു. അതിലേറെ രവികുമാറിനെ തളർത്തിയത് വഴിയരികിൽ, തുറസ്സായ സ്ഥലത്ത്, വെളിക്കിരിക്കുന്ന ഒരു പുരുഷനെയും സ്ത്രീയെയുമാണ്. അടുത്തടുത്ത് മുട്ടിയിരുന്നുകൊണ്ട് പുരുഷൻ സ്ത്രീയുടെ കണ്ടു കൂടാത്ത ചില രഹസ്യങ്ങൾ ആസ്വദിച്ചുകൊണ്ടിരിക്കുന്നു. രവികുമാർ അന്നേരം ഗൗതമിൽനിന്ന്, ആത്മഹത്യ ചെയ്യുമ്പോലെ മുന്നിലെ അദൃശ്യവും സാങ്കൽപ്പികവുമായ ഒരു പുഴയിലേക്കെടുത്തു ചാടി.

“ഇവിടെ വല്ലാത്തൊരു ശാന്തത തന്നെ.” കുറേനേരം കണ്ണുകളടച്ച് ധ്യാനനിരതയായശേഷം പതുക്കെ കണ്ണുകൾ വെളിച്ചത്തിലേക്ക് തുറന്നുകൊണ്ട് അനിത പറഞ്ഞു. ചുറ്റിലും ബുദ്ധസന്ന്യാസിമാർ മുന്നിലെ കൂറ്റൻ ബൗദ്ധവിഗ്രഹത്തിനു മുന്നിൽ പ്രാർത്ഥനയിൽ മുഴുകിയിരിക്കുന്നു.

“ബുദ്ധവിഹാരങ്ങളുടെയും ബൗദ്ധക്ഷേത്രങ്ങളുടെയും സവിശേഷത അതുതന്നെ അനിതാ, ഇവിടെ ധ്യാനമിരുന്നാൽ വല്ലാത്തൊരു ശാന്തിയും സമാധാനവും അനുഭവപ്പെടും; ഒരു വല്ലാത്ത റിഫ്രെഷ്മെന്റ്.” ജയരാമൻ പറഞ്ഞു.

ഗൗതം വല്ലാത്തൊരു ത്രില്ലിലും ആവേശത്തിലുമായിരുന്നു. അവന്റെ പ്രായമുള്ള സന്ന്യാസിക്കുട്ടികളെ കണ്ട് അവൻ അന്തം വിട്ട് നിന്നു. കുഞ്ഞുലാമമാർ അവരുടെ ഉറുമ്പിൻ കണ്ണുകളിലൂടെ പുഞ്ചിരിച്ചുകൊണ്ട് നടന്നുപോയി.

ഒരു പ്രാർത്ഥന കഴിഞ്ഞതും ക്ഷേത്രത്തിൽ നിന്ന് ലാമമാർ പുറത്തേക്കൊഴുകി. വല്ലാത്ത തിരക്ക്. കാലുകൾ നിവർത്തി, ഭാരം കൂടിയ ദേഹമുയർത്തി, എഴുന്നേറ്റു നിൽക്കാൻ രവികുമാർ കുറേ പാടുപെട്ടു. കുറേ യാത്ര ചെയ്തതിനാലാവാം അയാൾ കുറച്ച് ക്ഷീണിതനായിരുന്നു. ശരീരം അന്തരീക്ഷത്തിലേക്ക് ലംബമായി ഉയർത്തിയപ്പോൾ അയാൾ കിതയ്ക്കാൻ തുടങ്ങി.

അനിതയും രാമനും പഴയ ഓരോ കോളേജു വിശേഷങ്ങളിൽ മുഴുകി പുറത്തേക്ക് നടന്നു.

"ഗൗതം എവിടെ പോയി?"

"മോനെവിടെ?" രവികുമാർ പുറത്തെത്തി അനിതയോടും ജയ രാമനോടും ചോദിച്ചു.

ചെരുപ്പുകൾ സൂക്ഷിക്കുന്നിടത്ത് തിരക്കിന്റെ ബഹളം. പുറത്ത്, ഒരേ രീതിയിൽ വസ്ത്രം ധരിച്ച് ഓടിച്ചാടി നീങ്ങുന്ന ബുദ്ധഭിക്ഷു ക്കൾക്കിടയിലേക്ക്, രവികുമാർ ആധിയോടെ ഗൗതമിനെ തിരക്കി നടക്കാൻ തുടങ്ങി.

ദൂരെ, സൗമ്യമായി പുഞ്ചിരിച്ച് കടന്നുപോകുന്ന ലാമമാർക്കിട യിലൂടെ അയാൾ ഉത്ക്കണ്ഠയോടും പാരവശ്യത്തോടും കൂടെ ഉഴറി നടന്നു. തളിരുപോലെ നിഷ്കളങ്കമായ ആ ഭിക്ഷുക്കൾക്കിടയിൽ ദുർമേദസ്സ് ഉരുണ്ടു കൂടിയ ഒരു പന്ത്രണ്ടുകാരന്റെ ശരീരം അയാൾ തിരഞ്ഞു. അനിതയും ജയരാമനും ഉദ്വേഗത്തോടെ അയാൾക്കു പിന്നാലെ നടന്നു.

കുറച്ചു നിമിഷങ്ങൾ കഴിഞ്ഞു പോയി പ്രാർത്ഥനയ്ക്കുശേഷം ബുദ്ധഭിക്ഷുക്കൾ അവരുടെ പാഠശാലയിലേക്ക് ഒഴിഞ്ഞുപോയി. ഗൗതം ഈ ആൾക്കൂട്ടത്തിൽ നിന്ന് എങ്ങോട്ട് മാറിപ്പോയി? രവി കുമാർ ആകുലതയോടെ ഒരു താഴ്ചയിലേക്കെന്നവണ്ണം ഊർന്നിറ ങ്ങാൻ തുടങ്ങി. കണ്ണുകളിൽ അന്ധാളിപ്പ് പടർന്നു. നെറ്റിയിൽ വിയർപ്പ് പൊടിയാൻ തുടങ്ങി. അനിതയ്ക്ക് ആകെ ടെൻഷൻ തോന്നി.

മകനെ തിരഞ്ഞ് അയാൾ ക്ഷേത്രത്തിന്റെ മതിൽക്കെട്ടിനു വെളി യിലെ റോഡിലേക്ക് തിരിഞ്ഞു. നടത്തത്തിന്റെ വേഗതകൂട്ടാൻ ശ്രമി ക്കവെ, മുന്നിലേക്ക് നീളുന്ന ചെറിയ കയറ്റത്തിനിടയിൽ, ബലക്കുറ വിൽ അയാളുടെ വേഗത കുറഞ്ഞുവന്നു. പെട്ടെന്ന് അയാളുടെ ഭാരം കൂടിയ ശരീരം അയാളെ കൈവിട്ടു.

"രവിയേട്ടാ," അനിതയിൽ നിന്ന് ഒരലർച്ചയോളം ആ നിലവിളി ഉയർന്നു പോയി. അനിതയുടെയും ജയരാമന്റെയും കണ്ണുകളെ

പറ്റിച്ചുകൊണ്ട്, വഴിയരികിലെ ഓടയ്ക്കരികിൽ നിന്ന്, ഒന്നും സംഭവിച്ചിട്ടില്ലാത്തതുപോലെ ഗൗതം നടന്നു വരുന്നു.

രവികുമാർ റോഡിൽ കിടന്നുകൊണ്ട് ഗൗതമിന്റെ നേർക്ക് കാഴ്ചയുടെ ഒരു തരി എറിഞ്ഞു. അയാളുടെ ഉദരം വേഗതയോടെ മേലോട്ടും കീഴോട്ടും ചലിച്ചുകൊണ്ടിരുന്നു. നെറ്റിയുടെ ഇരുവശത്തേക്കും അയാൾ വെപ്രാളപ്പെട്ട് തല ചലിപ്പിച്ചുകൊണ്ടിരുന്നു. ത്രിമാനസ്വഭാവം പൂണ്ട് കണ്ണുകൾ പുറത്തേക്ക് എഴുന്നുനിന്നു. അദൃശ്യമായ ഒരു കയറുകൊണ്ടെന്നവണ്ണം അയാൾ സ്വന്തം ദേഹം വരിഞ്ഞു മുറുക്കി. പതുക്കെ കൃഷ്ണമണികൾ ഒരു ബിന്ദുവിൽ തറച്ച്, ശാന്തവും നിശ്ചലവുമായിത്തീർന്നു.

തനിക്ക് തികച്ചും അപരിചിതവും ഭയാനകവുമായ പിതാവിന്റെ ആ ചേഷ്ടകൾക്കു നേരെ ഗൗതം സംശയം പുരണ്ട കണ്ണുകളോടെ നോക്കിനിന്നു. ആരുടെയോ കൈയബദ്ധം മൂലം ഹൈപ്പർമാർക്കറ്റിലെ ഭ്രമിപ്പിക്കുന്ന വെളിച്ചത്തിൽ മറിഞ്ഞു വീണുപോയ ഒരു മാനിക്യൂനിലേക്കെന്ന പോലെ ഗൗതം അച്ഛന്റെ മരവിപ്പിലേക്ക് സ്വന്തം കൈവിരൽ മുട്ടിച്ച് നിർവികാരതയോടെ നിന്നു.

■

നോൺ വെജിറ്റേറിയൻ ബുഫെ

ശരിക്കും താനൊരു 'ഹ്യൂമൺ ബീയിങ്' ആണെന്ന് ഇങ്ങനെയൊരു സദസ്സിൽ വെച്ച് ഉറക്കെ പ്രഖ്യാപിക്കുവാൻ ധൈര്യത്തിന്റെയോ ഇച്ഛാശക്തിയുടെയോ ഒരു തരിപോലും അയാളിൽ ഉറവ എടുത്തിരുന്നില്ല.

ഇരുകാലിയായ അയാളെ നരജന്മമായി ആളുകൾ പരിഗണിച്ചതിനു പിന്നിൽ പരിമിതമായ അയാളുടെ ശ്വാസമിടിപ്പുകളും ചലനങ്ങളും മനുഷ്യന്റെ ബോൺസായിരൂപംപോലെ വളർച്ചയുടെ തുടക്കത്തിൽ മുരടിച്ചുപോയ, പേരിനു മാത്രം പോന്ന അവയവങ്ങളും തമാശയും പരിഹാസവും ദ്യോതിപ്പിക്കുന്ന കാഴ്ചയും ആവണം. ഇങ്ങനെയൊരാളെ ഒഴിവാക്കാൻ വയ്യാത്ത രീതിയിലേക്ക് കാര്യങ്ങൾ ശരിക്കും മാറിമറിഞ്ഞിരുന്നു. അത്തരം ഒരു സാഹചര്യത്തിലേക്ക് എത്തിപ്പെട്ടതിന്റെ ഉള്ളുകള്ളികൾ ഈയൊരു മാമാങ്കത്തിന് ചുക്കാൻ പിടിക്കുകയും ചെറിയ ഒരു കാലയളവിൽ ജനപ്രിയ പരിപാടികളുടെ പേരിൽ വലിയ തോതിൽ മാധ്യമശ്രദ്ധ നേടുകയും ചെയ്ത പ്രൊഡ്യൂസർ രാഹുൽ. വി. കുമാറിനും അജ്ഞാതമായിരുന്നു. ഓരോ കാലഘട്ടത്തിലും സമൂഹത്തിന്റെ ആഴങ്ങളിൽ ഉടലെടുക്കുന്ന ഭൂകമ്പങ്ങളും വരൾച്ചയും വെള്ളപ്പൊക്കവും മറ്റും തിരിച്ചറിയാനുള്ള വിവേകം രാഹുൽ നേടിയിരുന്നില്ല. ഉന്നം പിഴക്കാതെ ഭീമമായ സംഖ്യ ഇറക്കി ഉദ്ദേശിച്ച ലാഭം ഉണ്ടാക്കാൻ അയാൾ മിടുക്കനായിരുന്നു എന്നതാണ് യാഥാർത്ഥ്യം.

കാഴ്ചയിൽ തെറിച്ചു നിൽക്കുന്ന മൂന്നാലു പെൺകുട്ടികൾ ആകർഷകമായ അവരുടെ ശരീരവടിവുകൊണ്ടും നിറപ്പകിട്ടാർന്ന അൽപവസ്ത്രങ്ങളാലും സദസ്സിനെ കുറച്ചു നിമിഷങ്ങൾ ഉദ്വേഗഭരിതമാക്കി. പുരുഷന്മാരിൽ യുവാക്കളും മധ്യവയസ്കരും അന്നേരം ശ്വാസമടക്കി നിന്നു. രാഹുലിന്റെ പരിപാടികളുടെ വിജയരഹസ്യങ്ങളിൽ ഒന്ന് ഇത്തരം ദൃശ്യവിരുന്നാണ്.

പെൺകുട്ടികൾ പരിപാടിയിലേക്കുള്ള പ്രവേശിക ആയിരുന്നു. അവർ വേദിയുടെ നടുവിൽ അനുപമമായ ലാസ്യഭാവങ്ങൾ വിതറി സ്വന്തം ഉടലുകൾ വൈദ്യുതവല്ക്കരിച്ചപ്പോൾ മഞ്ഞുപോലെ ശുഭ്ര മായ ധൂമം വേദിയെ ഒരു നിമിഷം അതാര്യമാക്കി. അയാൾ അവ തരിക്കുന്നത് അടുത്ത നിമിഷങ്ങളിലാണ്. അളവിൽ തുച്ഛമായ സ്വന്തം ശ്വസനനീക്കങ്ങളെ താങ്ങി നിർത്തുവാൻ, തന്റെ കൊച്ചു ശരീരത്തെ അയാൾ ആവശ്യത്തിൽ കവിഞ്ഞ് ബുദ്ധിമുട്ടിക്കുന്നതായി അനുഭ വപ്പെടും.

'പലേട്ടൻ' എന്ന് ആരാധകർ ആവർത്തിച്ചുരുവിടുന്ന വിളി പ്പേരിന്റെ ഉടമ നടൻ ഉൽപ്പലാക്ഷനായിരുന്നു ഷോയുടെ അവതാര കൻ. ഏത് ചെറുപ്പക്കാരനുമൊപ്പം അവരേക്കാളൊക്കെ ഇളയ 'കുട്ടി' യായി വേദിയിൽ തിളങ്ങാനുള്ള പാടവം അയാൾക്കുണ്ടായിരുന്നു. താൻ ആറ് ദശാബ്ദങ്ങൾ ഭൂമിയിൽ കഴിഞ്ഞുകൂടിയെന്നതിന് അടുത്ത കാലം വരെ പ്രത്യക്ഷത്തിൽ തെളിവുകളില്ലാതിരുന്നത് ഉൽപ്പലാക്ഷനെ സംബന്ധിച്ചിടത്തോളം വലിയ അനുഗ്രഹമായി രുന്നു. അയാളുടെ ബാല്യവും യൗവ്വനവും പുറംലോകത്തെ അറിയി ക്കാൻ മറ്റൊരാളും ലൈം ലൈറ്റിൽ തെളിഞ്ഞിരുന്നില്ല. പക്ഷേ കഴിഞ്ഞ അഞ്ചാറ് മാസങ്ങൾക്ക് മുമ്പ് കാര്യങ്ങൾ ആകെ കുഴഞ്ഞു മറിഞ്ഞു.

ചുള്ളിക്കാരൻ ജോർജ് എന്ന ഒരു നാടൻ കർഷകൻ 'പലേട്ട'ന്റെ എല്ലാ കണക്കുകൂട്ടലുകളും തെറ്റിച്ചു. മികച്ച കർഷകനുള്ള കഴിഞ്ഞ യാണ്ടിലെ സംസ്ഥാന സർക്കാരിന്റെ 'കർഷകപ്രഭു' ബഹുമതിക്കർ ഹനായതോടെ കാഴ്ചയിൽ വൃദ്ധത്വം സ്ഫുരിച്ചു നിൽക്കുന്ന ചുള്ളി ക്കാരൻ ജോർജ്ജ് എന്ന തനി നാട്ടിൻപുറത്തുകാരൻ അപ്രതീക്ഷിത മായി സ്വന്തം കുഗ്രാമത്തെപ്പോലും അത്ഭുതത്തിലാഴ്ത്തി, ചാനലു കാരുടെയും വാരികക്കാരുടെയും അഭിമുഖങ്ങൾക്ക് വിധേയനായി. ഔപചാരികമായി ആറാം ക്ലാസ്സിൽ പഠനം അവസാനിപ്പിക്കേണ്ടി വന്ന ചുള്ളിക്കാരൻ ജോർജ്ജിന്റെ, നമ്പീശൻ മാഷോടൊപ്പമുള്ള ആറാം ക്ലാസ്സ് ഡിവിഷൻ 'ബി'യുടെ 'ഇൻ മെമ്മറി ഓഫ് മൈ സ്കൂൾ ലൈഫ്' എന്ന കറുപ്പിലും വെളുപ്പിലുമുള്ള പഴകിയ ഫോട്ടോ പ്രമുഖമായ ഒരു വാരികയിൽ പ്രസിദ്ധീകരിക്കപ്പെട്ടു. ആ ഫോട്ടോ യിൽ ജോർജ്ജിന്റെ ഇടതുവശത്തായി ഇരിക്കുന്ന, നെറ്റിയിൽ നിന്ന് കണ്ണുകളിലേക്ക് വെളിച്ചെണ്ണ കിനിഞ്ഞിറങ്ങുന്ന, കണ്ണുകളിൽ അന്ധാളിപ്പുള്ള കുട്ടി 'പലേട്ടൻ' എന്ന് പൊതുജനം ഓമനിച്ചു വിളി ക്കുന്ന സാക്ഷാൽ ഉൽപ്പലാക്ഷനായിരുന്നു. അങ്ങനെ ഉൽപ്പലാ ക്ഷൻ എന്ന നടന്റെ പതിനൊന്നാം വയസ്സ് സാമൂഹികമായി ചരിത്ര ത്തിലാദ്യമായി രേഖപ്പെടുത്തപ്പെട്ടു.

പെൺകുട്ടികൾ അപ്രത്യക്ഷരാവുകയും ദൈന്യതയുടെ ആൾരൂപമായി അയാൾ പ്രവേശിക്കുകയും ചെയ്തപ്പോൾ സ്വാഭാവികമായും സദസ്സ് അസ്വസ്ഥത പ്രകടിപ്പിക്കേണ്ടതാണ്. എന്നാൽ തികഞ്ഞ ക്ഷമ നിലനിർത്തിക്കൊണ്ട്, സദസ്സ് പൂർവാധികം നിശ്ശബ്ദത കൈവരിക്കുന്നതാണ് പിന്നീട് കാണാൻ കഴിഞ്ഞത്. അവർ ആ പാവത്തിൽനിന്ന് കാര്യമായൊന്നും പ്രതീക്ഷിക്കാനിടയില്ല. എങ്കിലും ആളുകൾ തങ്ങളുടെ ഉള്ളിൽ നുരയിട്ട മുഷിപ്പ് പുറത്തു കാട്ടാതെ അടങ്ങിയിരുന്നു. അയാൾ സ്വന്തം ജീവിത കഥയോ മറ്റോ പറഞ്ഞു കളയുമോ എന്ന ഭയം പലർക്കുമുണ്ടായിരുന്നു. അങ്ങനെയെങ്കിൽ ഈ സായാഹ്നം തുലഞ്ഞു പോയതുതന്നെ. ചിരിക്കുവാനും രസിക്കുവാനും മാത്രമാണ് തങ്ങളുടെ ഈ മെനക്കേട്. പക്ഷേ അയാൾ എന്ത് കാട്ടിയാലും ആളുകൾ ക്ഷമിക്കുവാൻ പാകത്തിൽ, അവരുടെ ജിജ്ഞാസയും പിരിമുറുക്കവും നിലനിർത്തും വിധത്തിൽ തന്നെയായിരുന്നു രാഹുൽ ഈ ഷോ ഡിസൈൻ ചെയ്തിരുന്നത്.

അയാൾ വേദിയുടെ നടുക്ക് പ്രത്യക്ഷപ്പെട്ടപ്പോൾ സ്റ്റേജിന്റെ പിന്നറ്റത്തു നിന്നും ഉൽപ്പലാക്ഷൻ നിറഞ്ഞ പ്രസരിപ്പോടെ കടന്നുവന്നു. അപ്പോൾ ആളുകൾ ഹർഷാരവങ്ങൾ മുഴക്കി.

ഒന്നോ രണ്ടോ നിമിഷങ്ങൾക്കുള്ളിൽ പലേട്ടൻ വേദിയുടെ തുഴ കൈയിലെടുത്തു. അയാൾ സദസ്സിനെ അഭിസംബോധന ചെയ്തു: “സദസ്സിന് എന്റെ വന്ദനം! നിങ്ങൾ ഇത്രയധികം ക്ഷമ കാണിക്കുന്നത് എന്തുകൊണ്ടാണെന്ന് എനിക്ക് നന്നായറിയാം. ഒരുപക്ഷേ ദരിദ്രവാസിയായ രഘുരാമൻ നിങ്ങൾ മുടക്കിയ കാശിന് പകരമാവില്ലായിരിക്കാം. എന്നിരിക്കിലും രണ്ടാമത്തെ ഞങ്ങളുടെ നമ്പർ കാണാനുള്ള സദസ്യരുടെ വെമ്പൽ ഒരു പാട് റിയാലിറ്റി ഷോകൾക്ക് ചുക്കാൻ പിടിച്ച ഒരു പ്രശസ്തനായ ജഡ്ജ് എന്ന നിലയിൽ (ഇതയാളുടെ പതിവാണ്. ആത്മരതി ഇത്രയധികം, പൊതുവേദികളിൽ പയറ്റുന്ന നടന്മാർ പലേട്ടൻ കഴിഞ്ഞേ ഉള്ളൂ.) എനിക്ക് മനസ്സിലാകും.”

ഒരു പ്രത്യേക രീതിയിലാണ് പലേട്ടന്റെ അവതരണം. ആദ്യം പറയേണ്ടത് അയാളുടെ വസ്ത്രധാരണരീതിയെപ്പറ്റിയാണ്. യാതൊരു തരത്തിലും തന്റെ ശരീരത്തിന് യോജിക്കാത്ത ഒരു കോട്ടാണ് അയാളുടെ മുഖമുദ്ര. പക്ഷേ ആ വസ്ത്രം തനിക്ക് നന്നായി ഇണങ്ങുന്നുവെന്ന് അദ്ദേഹം വിശ്വസിച്ച് പോയി. മറ്റൊന്ന് അയാളുടെ ഭാഷയാണ്. മലയാളവും ഇംഗ്ലീഷും ഇടയ്ക്കിടെ പ്രയോഗിക്കും. സ്വന്തം തൊലിക്കട്ടിയുടെ പിൻബലത്തിൽ അയാൾ വികലമായ പ്രയോഗങ്ങൾ അമിതമായ ആത്മവിശ്വാസത്തോടെ നടത്തും.

“മിസ്റ്റർ രഘുരാമൻ, ഞങ്ങൾ നടത്തിയ വിപുലമായ ഒരന്വേഷണത്തിന്റെ അന്തിമഫലമാണ് താങ്കൾ. ഇങ്ങനെയൊരു തികച്ചും ഇന്നൊവേറ്റീവായ സബ്ജക്റ്റ് സെലക്റ്റ് ചെയ്തതിന് പരിപാടിയുടെ പ്രൊഡ്യൂസർ രാഹുൽ സാറിനോടുള്ള പ്രത്യേക നന്ദി അറിയിക്കുന്നു. പട്ടിണിയും മോഷണവും തമ്മിൽ എങ്ങനെ റിലേറ്റ് ചെയ്യാമെന്നതിന്റെ യഥാതഥ ആവിഷ്കാരമാണ് രഘുരാമനിലൂടെ ഷോയുടെ ആദ്യ സെഷൻ വഴി ഞങ്ങൾ നിർവഹിക്കുന്നത്.” പലേട്ടൻ സംഭാഷണം മുറിച്ച് സ്റ്റേജിന്റെ മൂലയ്ക്കിരുന്ന് കമ്പ്യൂട്ടർ കൈകാര്യം ചെയ്യുന്ന പയ്യന് ചില നിർദ്ദേശങ്ങൾ നൽകി.

“ഇനി അഭിവന്ദ്യരായ ഓഡിയൻസുമായി സംവദിക്കാൻ പോകുന്നത് ഞങ്ങളുടെ ഒളിക്യാമറ പകർത്തിയ രഘുരാമന്റെ ജീവിതമാണ്.” (ഇത്രയും നേരം പലേട്ടനെ ശ്രവിച്ച് ബോറടിച്ച് തുടങ്ങിയവർ റീചാർജ് ചെയ്യപ്പെട്ടതുപോലെ കസേരയിൽ ഇളകിയിരുന്ന് ജിജ്ഞാസുക്കളായി.)

നഗരത്തെ പിൻതള്ളി അതിവേഗം ഓടിപ്പോകുന്ന കാഴ്ചയോടെ ആയിരുന്നു തുടക്കം. രഘുരാമനെ അന്വേഷിച്ചുള്ള ക്യാമറാ സഞ്ചാരമായിരുന്നു അത്. ആധുനികവേഷം ധരിച്ച ഒരു സംഘം വേട്ടക്കാർ ഇരതേടി നഗരം പിന്നിട്ട് ഗ്രാമലക്ഷണങ്ങൾ സജീവമായ ഒരിടത്തെത്തി.

രഘുരാമൻ, അയാളുടെ ഭാര്യ പങ്കജം, മകൾ സുനിത എന്നിവർ അടങ്ങിയ ഒരു ചെറിയ കുടുംബമാണ് അവരുടേത്. സുനിതയ്ക്ക് പതിമ്മൂന്ന് വയസ്സായി. അവൾ കാഴ്ചയിൽ അവശയായ, മഞ്ഞച്ചായവും അതിന്നടിയിലെ കുമ്മായവും അടർന്നുപോയ, ജനറൽ വാർഡിലെ പനിക്കിടക്കപോലെ രോഗാതുരമായി നിരന്നു കിടക്കുന്ന കഴുക്കോലുകളുള്ള മേൽക്കൂരയുള്ള സർക്കാർപള്ളിക്കൂടത്തിൽ എട്ടാംതരത്തിൽ പഠിക്കുന്നു.

കുറച്ചുസമയം രഘുരാമൻ ക്യാമറയിൽ തെളിഞ്ഞു. ക്യാമറയുടെ സാന്നിധ്യം അയാൾക്ക് അജ്ഞാതമായതുകൊണ്ട് തീർത്തും സത്യസന്ധമായിരുന്നു ചലനങ്ങൾ. സ്വന്തം കൂരയിലൂടെ വർദ്ധിതമായ പിരിമുറുക്കത്തോടെ ഒരു മൺകലത്തിനടുത്തേക്ക് അയാൾ നടന്നു നീങ്ങുന്നു. കലത്തിലെ റേഷനരിയിൽ കൈപ്പടം കുത്തിയിറക്കി അയാൾ എന്തോ തിരയുകയാണ്. വിഭ്രാന്തിയുടെ വക്കിലുള്ള മനോനിലയോടെ അയാളുടെ കൈ അരിയിലൂടെ തലങ്ങും വിലങ്ങും സഞ്ചരിച്ചു.

സ്റ്റേജിന്റെ മധ്യത്തിൽ ഇരുന്നുകൊണ്ട് വലിയ അന്ധാളിപ്പോടെയും താനകപ്പെട്ട ചതിയിൽ മനംനൊന്തും മുന്നിലെ

സ്ക്രീനിൽ സ്വന്തം കൂളിരൂപത്തെ തളർച്ചയോടെ രഘുരാമൻ നോക്കിയിരുന്നു.

സ്ക്രീനിൽ തനിക്ക് അർഹമല്ലാത്ത ഒരു പഴ്സ്, കൂരയുടെ ഒരു മൂലയ്ക്ക് പ്രത്യക്ഷമാകുന്നു. അതോടെ രഘുരാമൻ സങ്കീർണ്ണമായ ഒരു പരീക്ഷണത്തിന് വിധേയമാവുകയാണ്.

ഗർഭിണിയായ ഭാര്യയ്ക്ക് അപ്രതീക്ഷിതമായി സമീപകാലത്ത് തുടങ്ങിയ പാണ്ടിന്റെ ലക്ഷണം ഒരു ഡോക്ടറെ കാണിക്കുകയായിരുന്നു രഘുരാമന്റെ ലക്ഷ്യം. ഡോക്ടറുടെ അപ്പോയിൻമെന്റ് നാളെയാണ്.

രണ്ടാമത് ഗർഭിണിയായതോടെയാണ് പങ്കജത്തിന്റെ ദേഹത്ത് പാണ്ട് ചുട്ടി കുത്തിയത്. വർണ്ണഭേദത്തിന്റെ കുഞ്ഞുവടുക്കൾ പതുക്കെ പങ്കജത്തിന്റെ നൈസർഗ്ഗികമായ അഭംഗിക്ക് മീതെ തെളിഞ്ഞു പരന്നു. അമ്മയുടെയും മകളുടെയും ആധിക്കു മുകളിൽ രഘുരാമന്റെ ശബ്ദം കുറഞ്ഞു വന്നു. അയാൾ പതുക്കെ മൗനിയായി.

ആശുപത്രിച്ചെലവിലേക്ക് കൈയിലുള്ള പണം തികയാത്തതിനാൽ അയാൾ ജോലി ചെയ്യുന്ന സ്ഥാപനത്തിൽ നിന്ന് കുറച്ചു തുക മുട്ടുവായ്പയായി വാങ്ങിയിരുന്നു. ഏറ്റവും സുരക്ഷിതമെന്ന് കരുതി പതിവുപോലെ രഘുരാമനത് അരിക്കലത്തിൽ പൂഴ്ത്തി വെച്ചു.

നന്ദകുമാർ എന്ന ചെറുപ്പക്കാരൻ നടത്തുന്ന കോൺട്രാക്ടിങ് കമ്പനിയിൽ തലച്ചുമടായി കോൺക്രീറ്റും അനുബന്ധ വസ്തുക്കളും സൈറ്റിൽ ആവശ്യാനുസരണം ലഭ്യമാക്കുക എന്നതായിരുന്നു അയാളുടെ പണി. ദിവസം 650 രൂപ കിട്ടും. കോൺക്രീറ്റിന്റെ ഇട വേളകളിൽ സദ്യവട്ടങ്ങൾക്ക് ശിങ്കിടിയായി ചെല്ലും. പക്ഷേ, കുടുംബത്തിൽ സംഭവിച്ച അസുഖങ്ങളുടെ കുത്തൊഴുക്കിൽ രഘുരാമൻ പിടിച്ചു നിൽക്കാൻ കഴിയാതെ പൊറുതി മുട്ടി.

കുറച്ചു കാലം മുമ്പുവരെ അയാൾക്ക് രണ്ട് കാര്യങ്ങളിൽ സ്വന്തം ദേഹവും മനസ്സും ഹോമിച്ചാൽ മതിയായിരുന്നു. ഒന്ന് മകളുടെ പഠനവും മറ്റേത് അവളുടെ കൂടപ്പിറപ്പായ ചൊറിച്ചിലും. ജന്മനാ കിട്ടിയ വരണ്ട തൊലി കാരണം പാലും മുട്ടയും തൈരുമെല്ലാം സുനിതയ്ക്ക് അലർജിയാണ്. ഒരു കണക്കിൽ രഘുരാമനെ സംബന്ധിച്ചിടതോളം അതനുഗ്രഹം തന്നെയാണ്. അയാൾക്ക് അത്തരം ചെലവുകൾ മകൾ കാരണം ഉണ്ടായിട്ടില്ല.

അരിക്കലത്തിനരികെ പങ്കജം രഘുരാമന്റെ മനോവിഷമത്തിൽ പങ്കാളിയായി അവൾ അയാളോട് ഒട്ടി നിന്നു.

“ഞാൻ ഭദ്രമായി അരിയിൽ പൂഴ്ത്തിവെച്ച പണമെവിടെ?” അയാൾ അരിശത്തോടെ പങ്കജത്തിന്റെ നേർക്ക് കുരച്ചുചാടി.

കറുപ്പിലും വെളുപ്പിലും തെളിയുന്ന പഴയകാല ചലച്ചിത്രം പോലെ മങ്ങിയ പ്രകാശത്തിൽ, രഘുരാമനും പങ്കജവും പരസ്പരം വഴക്കിട്ടു. ഇടയ്ക്ക് ഒരു നിമിഷത്തിൽ പങ്കജം കരഞ്ഞു തുടങ്ങി. സ്കൂൾ കഴിഞ്ഞ് മടങ്ങിയെത്തിയ സുനിത കാര്യമൊന്നുമറിയാതെ കരച്ചിലിൽ പങ്കാളിയായി. മനസ്സ് സംഘർഷഭരിതമാകുമ്പോൾ സുനിത ദേഹം ചൊറിഞ്ഞു തുടങ്ങും. അവൾ കരച്ചിലിന്നിടയിൽ ശരീരത്തെ അങ്ങനെ മുറിപ്പെടുത്താൻ തുടങ്ങി.

കാഴ്ചക്കാരെ സംബന്ധിച്ചിടത്തോളം രഘുരാമനെ കല്ലെറിയുവാനുള്ള തക്കം പാർക്കുകയായിരുന്നു.

അടുത്ത നിമിഷത്തിൽ അവർക്കത് ലഭിക്കുകയും ചെയ്തു. അയാളുടെ ഒറ്റമുറി വീടിന്റെ മൂലയ്ക്ക് കാണപ്പെട്ട മണിപ്ലേഴ്സിലേക്ക് രഘുരാമന്റെ കൈകൾ നീണ്ടതോടെ കാണികൾ മത്സരിച്ച് ആക്രോശിച്ചു തുടങ്ങി: “കള്ളൻ! പണം കാണാതായാൽ ഓന്റോക്ക് രണ്ടെണ്ണം പൂശുന്നതോക്കെ; ആരാന്റെ മൊതല് കക്കാനുളുപ്പില്ലാത്ത കുരിപ്പുകൾ.” കണ്ണൂരിലെ ഒരു ഉൾഗ്രാമത്തിൽ നിന്ന് ഉപജീവനാർത്ഥം നഗരത്തിലെത്തി കഴിഞ്ഞ അഞ്ചുവർഷങ്ങൾക്കിടയിൽ, റിയലെസ്റ്റേറ്റ് വഴിക്ക് സമ്പന്നനായിത്തീർന്ന ഒരു ചെറുപ്പക്കാരൻ, മദ്യപൂരിതമായ തന്റെ ശബ്ദസാന്നിധ്യം പ്രസരിപ്പിച്ചു. അയാളുടെ ശബ്ദത്തിന് വേണ്ടത്ര അംഗീകാരം ചൊരിഞ്ഞുകൊണ്ട് സദസ്സിന്റെ മുൻപന്തിയിലുള്ള ഉയർന്ന പൊലീസുദ്യോഗസ്ഥന്മാർ, സിനിമാ പ്രമാണിമാർ, രാഷ്ട്രീയത്തൊഴിലാളികൾ, മാഫിയാത്തലവന്മാർ, സാധാരണ ഫ്രോഡുകൾ എന്നിവരുൾപ്പെട്ട ചിരിയുടെ റിലേ അരങ്ങേറി.

ദൈന്യമായ അതിസമീപദൃശ്യങ്ങൾ അനന്തരം സ്ക്രീനിൽ തെളിഞ്ഞു. രഘുരാമൻ തന്നെയായിരുന്നു മുഖ്യകഥാപാത്രം. മകൾ സുനിതയുടെ കരപ്പൻ ബാധിച്ച തൊലിയിൽ നിന്ന് അവളുടെ കണങ്കാലിലേക്ക് കിനിഞ്ഞിറങ്ങിയ ചോര, രഘുരാമൻ ഒപ്പിക്കൊടുക്കുന്നത് തികഞ്ഞ അശ്ലീലമായി ക്യാമറ അവതരിപ്പിച്ചു.

ആ ഒരു കാഴ്ചയോടെ ആളുകൾക്ക് ഉത്സാഹം പതിന്മടങ്ങ് വർദ്ധിച്ചു. ഒന്നിനും കൊള്ളാത്ത രഘുരാമന് തങ്ങൾക്കു വേണ്ടി ഒരു ഇരയെ കരുതിവെക്കാൻ സാധിച്ചുവെന്നത് വെറിയോടെ സദസ്സ് സ്വാഗതം ചെയ്തു.

ഈ സമയം മൂന്നാലു പേർ രഘുരാമന്റെ നേർക്ക് തിരിഞ്ഞു. പലേട്ടന്റെ മൗനാനുവാദത്തോടെയാണ് അവർ സ്റ്റേജിലോട്ട് ഇരച്ചു

കയറിയത്. സ്ക്രീനിൽ വീഡിയോ അവസാനിച്ചതും രഘുരാമനെ അവർ ബലമായി സ്റ്റേജിന്റെ മൂലയിലേക്ക് വലിച്ചുകൊണ്ടു പോയി. തന്റെ ബലഹീനമായ ശബ്ദത്തിൽ രഘുരാമൻ പ്രതിരോധിക്കാൻ ശ്രമിച്ചുവെങ്കിലും അതൊട്ടും ഏശിയില്ല.

ഒരു നാടകത്തിലെ പ്രദർശനയോഗ്യമല്ലാത്ത രംഗം അപ്രതീക്ഷിതമായി അരങ്ങിലെത്തിയതിൽ സദസ്സ് വന്യമായ വിധത്തിൽ ആരവമുതിർത്തു. രഘുരാമന്റെ ദുർഗന്ധപൂരിതമായ വസ്ത്രങ്ങൾക്കടിയിൽ അയാളുടെ ഗുഹ്യത അതീവദയനീയമായി അവതരിപ്പിക്കപ്പെട്ടു.

ഈ സമയം പലേട്ടൻ ഇടപെടുകയായി: “ഒരാണിന്റെ മിനിമം യോഗ്യത രഘുരാമനുണ്ടോ എന്ന് നമ്മൾ കണ്ടു കഴിഞ്ഞു.”

ഒരു വലിയ മരത്തിന്റെ കൂട് സ്റ്റേജിലേക്ക് രണ്ടുപേർ പൊക്കിക്കൊണ്ടു വന്നു. അതിന്റെ മുൻവശത്ത് ഉറപ്പിച്ച അഴികളുള്ള വാതിൽ തുറന്നതും നേരത്തെ രഘുരാമനെ ഭേദ്യം ചെയ്ത ചെറുപ്പക്കാർ അയാളെ നിമിഷങ്ങൾക്കകം ആ കൂട്ടിനകത്താക്കി സാമാന്യം ഉറപ്പുള്ളൊരു പിത്തളപ്പൂട്ടുകൊണ്ട് കൂട് പൂട്ടി.

“രഘുരാമന്റെ സെഷൻ ഇവിടെ അവസാനിക്കുകയാണ്.” പലേട്ടൻ തുടർന്നു:

“അവനിനി സഹ്യന്റെ വനാന്തരത്തിൽ ഉപേക്ഷിക്കപ്പെടും.”

ആളുകൾ വലിയ പ്രതീക്ഷയോടെ പരിപാടിയുടെ അവസാന സെഷനു വേണ്ടിയുള്ള കാത്തിരിപ്പിലായി.

വീണ്ടും പലേട്ടൻ. “രഘുരാമൻ നമ്മെ ലഹരി പിടിപ്പിച്ചത് ചുണക്കുട്ടന്മാരായ നമ്മുടെ അണിയറപ്രവർത്തകരുടെ അതിസമർത്ഥമായ ഒളിക്യാമറാനീക്കങ്ങളിലൂടെ ആയിരുന്നുവെങ്കിൽ ഒന്നും ഒളിച്ചുവെക്കാനില്ലാത്ത നാല് സുന്ദരികളിതാ നമ്മുടെ മുന്നിലേക്ക് കടന്നു വരുന്നു!”

ഒരു മത്സരത്തിനുള്ള ജാഗ്രത അപ്പോൾ ആളുകൾക്കിടയിൽ പ്രകടമായി.

രാഹുലിന്റെ ഷോ ഒരിക്കലും തീരെ നിരാശപ്പെടുത്താറില്ലെന്ന് പ്രേക്ഷകർക്കറിയാം. എങ്കിലും ഇത്തവണ ആദ്യ പകുതിയിൽ അപൂർണ്ണമായ സുരതപ്രക്രിയപോലെ എന്തോ ഒന്നിന്റെ കുറവ് അവരിൽ പലർക്കും അനുഭവപ്പെട്ടു. അതുകൊണ്ട് ഷോയുടെ അന്തിമനിമിഷങ്ങളിൽ എന്തെങ്കിലും മറിമായം സംഭവിക്കുക തന്നെ ചെയ്യുമെന്ന് അവർ കരുതി.

രണ്ടാമത്തെ സെഷൻ തുടങ്ങാൻ കാണികൾക്ക് പത്തു പതിനഞ്ച് മിനുട്ടുകളുടെ കാത്തിരിപ്പ് വേണ്ടിവന്നു. ആ കാത്തിരിപ്പിൽ

ആളുകളുടെ മനസ്സ് ആശ്വാസം കൊണ്ടിരുന്നത് ഒരു പേപ്പട്ടിയെപ്പോലെ വന്യമായി ആക്രമിക്കപ്പെട്ട രഘുരാമന്റെ ദൈന്യമായ പ്രകടനങ്ങൾ ഓർത്തുകൊണ്ടായിരുന്നു. രണ്ടാംഭാഗത്തിന് തൊട്ടു മുമ്പ് അക്ഷമരായ ആളുകൾ ഒച്ച വെച്ച് അസ്വസ്ഥത പ്രകടിപ്പിക്കുന്നതിനിടയിൽ ഹാളിലെ വെളിച്ചം കെട്ടു. അനന്തരം വേദിയുടെ തിരശ്ശീല ഉയർന്നു.

ഇത്തവണ അനൗൺസ്മെന്റിന്റെ ഉത്തരവാദിത്തം പലേട്ടനെക്കാൾ ആ മേഖലയിൽ പ്രൊഫഷണലായ പ്രവീൺ എന്നൊരു ചെറുപ്പക്കാരനായിരുന്നു. ഈ സെഷൻ ഒരു വേള, ആവേശകരമായ രീതിയിൽ അവതരിക്കപ്പെട്ടില്ലെങ്കിൽ ഉദ്ദേശിച്ച തരത്തിൽ വിസ്മയകരമായ ഒരു ക്ലൈമാക്സ് ലഭിക്കാതെ വരും.

ആത്മരക്ഷയ്ക്കു വേണ്ടി ദാഹിക്കുന്ന ഒരു ഇരയെ സദസ്യർക്ക് രുചിക്കുന്ന വിധത്തിൽ പീഡിപ്പിക്കുകയായിരുന്നു ഒന്നാം പകുതിയിൽ. ഒരു ബുഫെ വിരുന്നിനുമുമ്പ് ആപ്പിറ്റൈസറായി കഴിക്കുന്ന മദ്യം പോലെ ആയിരുന്നു അത്. ആളുകൾ ആ കാഴ്ചകളിൽ എത്രത്തോളം താഴ്ന്നുപോകുന്നുവോ അത്രയും നല്ലത്. രണ്ടാം പകുതിയിൽ അതിന്റെ മറ്റേ അറ്റത്തേക്ക് ആളുകൾ കുതിച്ച് നീന്തണം. അങ്ങനെ ആയിരുന്നു രാഹുൽ ഈ പ്രൊജക്റ്റ് ആസൂത്രണം ചെയ്തിരുന്നത്.

പ്രവീൺ അതീവനാടകീയമായ രീതിയിൽ തന്റെ അവതരണം തുടങ്ങി:

"പ്രിയപ്പെട്ടവരെ, ഒരു പക്ഷേ ലോകം മുഴുവനുമുള്ള മലയാളികൾ രഘുരാമന്റെ വാനരനീക്കങ്ങൾ കണ്ട് ചിരിച്ചു മറിഞ്ഞു കാണണം. ചിലപ്പോൾ അയാളുടെ രഹസ്യഭാഗങ്ങൾ യൂട്യൂബിൽ അപ്പ് ലോഡ് ചെയ്യുന്ന തിരക്കിലുമാവാം. ഇത്തരത്തിലുള്ള ഓരോ സദ്യയ്ക്കും ഇനി ലക്ഷക്കണക്കിന് ലൈക്കുകളുമായി ഫേസ്ബുക്കിന്റെ പരിസരങ്ങൾ നിറയും." അയാൾ തുടർന്നു:

"സമയം ഉദ്ദേശിച്ചതിലും വൈകി. വേദിയിലേക്ക് ഞാൻ ഏവരുടെയും ശ്രദ്ധ ക്ഷണിക്കുന്നു. നാല് ഭൂലോകസുന്ദരിമാർ വേദിയിലെത്തി സദസ്സിനെ ഏതാനും നിമിഷങ്ങൾക്കകം അബോധത്തിലാഴ്ത്താൻ പോവുകയാണ്. വിവസ്ത്രയായ ഒരാൾ, ഒരാൾ മാത്രം, അത് കണ്ടെത്തുകയാണ് സദസ്സിന്റെ ദൗത്യം."

അതുകേട്ട മാത്രയിൽ ലോകം ആ ജീവനുള്ള ദൃശ്യങ്ങളിലേക്കായി തങ്ങളുടെ ഹോർമോണുകൾ ഉത്പാദിപ്പിച്ചു തുടങ്ങി.

പതുക്കെ വേദിയിൽ വർണ്ണവെളിച്ചം നിറഞ്ഞു. ആളുകൾ മയക്കം ബാധിച്ച് ബോധത്തിനും അബോധത്തിനുമിടയ്ക്ക് വട്ടം കറങ്ങി.

സ്ഥല ജലഭ്രമം ബാധിച്ച സ്വന്തം മനസ്സിനെ നേരെ നിർത്താൻ കഴിയാതെ സ്വന്തം ഇന്ദ്രിയങ്ങൾക്ക് വിധേയരായി സ്വയം ഇറുങ്ങിപ്പോയി.

ഇങ്ങനെ ഒരു പരീക്ഷണം പരസ്യമായി നേരിടുമെന്ന് ആ സദസ്സിലെ ഒരൊറ്റ പ്രമുഖനും കരുതിയിരുന്നില്ല. മുൻകൂട്ടി അറിഞ്ഞിരുന്നുവെങ്കിൽ തങ്ങൾ രഹസ്യമായി അവലംബിക്കുന്ന പല 'ഉടായിപ്പ്' വിദ്യകളും ഉപയോഗപ്പെടുത്താമായിരുന്നു.

വേദിയിൽ ആദ്യം മൂന്ന് നഗ്നസുന്ദരികൾ പ്രത്യക്ഷപ്പെട്ടു.

പ്രവീൺ സദസ്സിന്റെ ഹൃദയത്തിലേക്ക് ആകർഷകമായി വാക്കുകൾ എറിഞ്ഞ് ആളുകളെ പ്രകോപിതരാക്കി.

അയാൾ പറഞ്ഞു: "ഈ മൂന്നു പേർ ഇനി നിങ്ങളുടെ നയനഭോഗത്തിന്റെ ഇരകളാവുകയാണ്. ഇവരെക്കൂടാതെ ഒരാൾ കൂടി ഇതേ അവസ്ഥയിൽ അല്പനിമിഷങ്ങൾക്കകം കടന്നു വരും. നിങ്ങൾ കരുതുമ്പോലെ ഇവർ എല്ലാവരും വിവസ്ത്രകളല്ല; ഇവരുടെ ശരീരം അങ്ങനെ തോന്നിപ്പിക്കുമെങ്കിലും.

നഗ്നതയെ തോല്പിക്കുന്ന വസ്ത്രങ്ങൾ നിങ്ങളുടെ കണ്ണുകളെ കബളിപ്പിക്കുകയാണ്. ഞങ്ങൾ നിങ്ങളെ ഏൽപ്പിക്കുന്ന ടാസ്ക് ഇതാണ്, ആരാണു യഥാർഥ നഗ്ന? ഇരിപ്പിടത്തിൽ ഇരുന്നു കൊണ്ടു തന്നെ അതു കണ്ടെത്തുന്നവർക്ക് അഞ്ചു കോടി വില വരുന്ന ഒരു കൂറ്റൻ വില്ല സമ്മാനം."

സദസ്സിൽ ഇരിപ്പുറപ്പിച്ച പലർക്കും അഞ്ചു കോടി അത്രയ്ക്കു വലിയ തുകയൊന്നുമായിരുന്നില്ല.

മൂന്നു സുന്ദരിമാർ സ്റ്റേജിൽ പല രീതിയിൽ പോസ് ചെയ്യുകയും പതുക്കെ ചുവടുകൾ വെച്ച് തുടങ്ങുകയും ചെയ്തു. ഒരകലത്തിൽ അവർ വെറും ശരീരമായി അനുഭവപ്പെട്ടു. സദസ്സിലുണ്ടായിരുന്ന ഭൂരിഭാഗം പെണ്ണുങ്ങളും അതോടെ സ്വന്തം കണ്ണുകൾ പൂട്ടി തങ്ങളുടെ ആണുങ്ങൾക്കരികിൽ ലജ്ജയോടെ ഇരുന്നു.

സ്ത്രീകൾ പുരുഷന്മാർക്ക് അവസരമൊരുക്കിയതു പോലെയായി അപ്പോൾ. ആണുങ്ങൾ തങ്ങളുടെ കണ്ണുകൾ വേദിയിൽ ഉറപ്പിച്ചു നിർത്തി. ഓരോ സുന്ദരിയേയും അവർ ശാസ്ത്രീയമായ സ്കാനിംഗിനു വിധേയമാക്കുമ്പോലെ, കണ്ണുകളെ ആ സ്ത്രീയുടലുകൾക്കു മീതെ നിർദ്ദയമായി ഇഴയാൻ അനുവദിച്ചു.

സ്ത്രീകളിൽ പലർക്കും മത്സരത്തിന്റെ രീതിയോട് വിയോജിപ്പുണ്ടായിരുന്നെങ്കിലും സമ്മാനത്തുകയിൽ അവരുടെ കണ്ണുകൾ മഞ്ഞളിച്ചു പോവുകയും ഇടത്തരക്കാരായ വീട്ടമ്മമാർ രഹസ്യമായി

നഗ്നതയുടെ മർമ്മത്തിലേക്ക് ചില ടിപ്സ് തങ്ങളുടെ ഭർത്താക്കന്മാർക്ക് നിർദ്ദേശിച്ചു കൊടുക്കുകയും ചെയ്തു.

പയ്യെപ്പയ്യെ സദസ്സിന്റെ ശരീരഭാഷ തന്നെ മാറാൻ തുടങ്ങി. വേദിയിലെ സുന്ദരികളുടെ അവയവങ്ങളെ ചൊല്ലിപ്പോലും തർക്കങ്ങളുണ്ടായി. ചില അവിശ്വാസികൾ, ആ സുന്ദരികളിൽ ആരും വിവസ്ത്രകളല്ലെന്ന് വാദിച്ചു. ഇതൊക്കെ റിയാലിറ്റിഷോക്കാരുടെ സ്ഥിരം നമ്പറാണെന്നും ഇതിലും നല്ലത് വീട്ടിലിരുന്ന് നെറ്റ് ബ്രൗസ് ചെയ്യുന്നതാണെന്നുമുള്ള നിഗമനത്തിൽ എത്തിച്ചേർന്നു.

ആ സുന്ദരികളിൽ ആരുടെ ദേഹമാണ് വസ്ത്രങ്ങളിൽ പൊതിഞ്ഞിരിക്കുന്നതെന്നത് തികച്ചും കുഴക്കുന്ന ഒരു ചോദ്യം തന്നെയായിരുന്നു. അത്യധികം സുതാര്യമായ അല്ലെങ്കിൽ തീർത്തും ശരീരസമാനമായ വസ്ത്രങ്ങളാവണം അവരിൽ ഒരാളൊഴിച്ച് മറ്റുള്ളവർ അണിഞ്ഞിരിക്കുന്നതെന്നതിനാൽ, ആ സൗമ്യസാന്നിധ്യത്തെ പലരും അവഗണിക്കുകയും നിർല്ലജ്ജം ആ അനുഭൂതിയിൽ മയങ്ങി വീഴുകയും ചെയ്തു.

ഈ സമയത്തെല്ലാം പ്രവീൺ തന്റെ അനൗൺസ്മെന്റ് തനിക്കാവും വിധത്തിൽ തകർക്കുകയായിരുന്നു. സ്വന്തം ഇരിപ്പിടമുപേക്ഷിച്ച് വേദിയിലേക്ക് അബോധത്തിൽ നടന്നുപോയ പല പ്രമുഖരെയും അയാൾ കണക്കിനു കളിയാക്കി. ഇടയ്ക്ക് സ്റ്റേജിലേക്ക് വലിഞ്ഞു കയറാൻ ശ്രമിച്ച ചിലരെ സെക്യൂരിറ്റിക്കാർ വളഞ്ഞു കൈകാര്യം ചെയ്യുകയും ചെയ്തു.

മത്സരത്തിനു ഒന്നിൽ കൂടുതൽ ശരിയുത്തരം കാണുമെന്നതിനാൽ ഒടുക്കം നറുക്കെടുപ്പിലൂടെ വിജയിയെ പ്രഖ്യാപിക്കുമെന്ന് പ്രവീൺ പറഞ്ഞു.

ഇതിനകം വേദിയും സദസ്സുമൊക്കെ തിരക്കു പിടിച്ച ഒരു ചന്തയ്ക്കു സമാനമായി. ആരവങ്ങൾക്കിടയിൽ നാലാമതൊരു നഗ്നസുന്ദരികൂടി വേദിയിൽ പ്രത്യക്ഷയായി.

കാഴ്ചയിൽ അവൾക്ക് മറ്റു മൂന്നുപേരേക്കാൾ ചെറുപ്പവും കുട്ടിത്തവും തോന്നിച്ചു. പക്ഷേ അവൾക്ക് മറ്റുള്ളവരെപ്പോലെ പ്രസരിപ്പോ ചടുലതയോ ഉണ്ടായിരുന്നില്ല. വേദിയിലേക്ക് ആരോ കെട്ടിവലിക്കുന്നതുപോലെയായിരുന്നു അവളുടെ ചലനങ്ങൾ.

ഒരുപക്ഷേ, അവളുടെ നടത്തം യജമാനനെ ഭയന്ന് പ്രകടനം നടത്തുന്ന സർക്കസ്സിലെ അവശയായ ഏതോ വന്യമൃഗത്തിന്റെ ദൈന്യത ഓർമ്മിപ്പിച്ചു. വെളിച്ചത്തിൽ മുങ്ങുമ്പോൾ അവളുടെ മുഖം തീർത്തും മ്ലാനമായി കാഴ്ചക്കാർക്ക് അനുഭവപ്പെട്ടു.

പെട്ടെന്ന്, ഇത്രയും നേരം ഇരുട്ടിൽ അമർന്നു പോയ സ്റ്റേജിന്റെ മറ്റേ മൂലയിൽ വെളിച്ചം വീണു. ആ വെളിച്ചത്തിൽ മരത്തിന്റെ ആ കൂടും അതിനകത്ത് ചുരുണ്ടു കൂടിയ രഘുരാമനും തെളിഞ്ഞു. അയാളുടെ വറ്റിയ തൊണ്ടയിൽ നിന്ന് ബലഹീനമായ ഒരൊച്ച ആ നാലാമത്തെ പെൺകുട്ടിയുടെ നഗ്നതയ്ക്കു നേരെ ഓടിപ്പോയി. രഘുരാമന്റെ കൂട് നല്ല ഒരു താഴിന്റെ ബലത്തിൽ ബന്ധിതമായിരുന്നു. പേയിളകിയതുപോലെ അയാൾ ഇരുമ്പഴിയിൽ ബലമായി പിടിക്കുകയും തന്റെ ശൂന്യമായ കണ്ണുകൾ കൊണ്ട് സദസ്സിനെ അപേക്ഷാസ്വരത്തിൽ വീക്ഷിക്കുകയും ചെയ്തു. അന്നേരം വേദിയിൽ നാലാമത്തെ ആ നഗ്നയായ പെൺകുട്ടി ശരീരമാസകലം പൊള്ളലേറ്റതുപോലെ ഒരു റിയാലിറ്റി ഷോയുടെ അനിവാര്യത എന്നപോലെ, അങ്ങേയറ്റം സഹതാപാർദ്രമായി ബോധരഹിതയാവുകയും ചെയ്തു.

പക്ഷേ, അപ്പോൾ ക്യാമറകൾ വാശി പിടിച്ച് മത്സരിച്ചത് രഘുരാമനു വേണ്ടിയായിരുന്നു. അയാളുടെ ആ നിമിഷങ്ങളിൽ ഉടലെടുത്ത ഉയർന്ന കച്ചവടമൂല്യമുള്ള ഞരക്കങ്ങൾ, കണ്ണുകളിലെ അരക്ഷിതാവസ്ഥ, ഭയം, ശൂന്യത, ബലഹീനമായ തന്റെ ശരീരം, പിരിമുറുക്കത്തിന്റെ ഉച്ചസ്ഥായിയിൽ അന്നേരം പുറന്തള്ളിയ വിസർജ്ജ്യം തുടങ്ങിയവയ്ക്കുവേണ്ടി മാത്രമായിരുന്നു.

■

പോസ്റ്റ് ട്രൂത്ത്

"It is difficult to speak the truth, for although there is only one truth, it is alive and therefore has a live and changing face."

Franz Kafka

പലരും പിന്തിരിപ്പിച്ചിട്ടും കൃഷ്ണകിഷോർ സ്വയം തെരഞ്ഞെടുത്ത ജോലിയിൽനിന്ന് അണുവിട പിന്മാറിയില്ല.

സത്യം പറഞ്ഞും പ്രവർത്തിച്ചും കയ്യടി വാങ്ങുക ഇന്നൊരാവശ്യമായി കൃഷ്ണകിഷോറിന്റെ കൂട്ടുകാരിൽ ഒരാൾക്കുപോലും തോന്നിയിട്ടില്ല. അല്ലെങ്കിൽതന്നെ സത്യം പറയണമെന്നതും പ്രവർത്തിക്കണമെന്നതും ആർക്കാണിത്ര നിർബ്ബന്ധം?"

സർക്കാരുദ്യോഗസ്ഥനായ സുഹൃത്ത് ലിപീഷ് അയാളോട് ഒരു ദിവസം ചോദിച്ചു. ലിപീഷ് സാമൂഹിക പ്രതിബദ്ധതയുള്ള ഒരു ചെറുപ്പക്കാരനായിട്ടാണ് പൊതുവെ അയാളുടെ സുഹൃദ്‌വലയത്തിൽ അറിയപ്പെടുന്നത്. നല്ലൊരു പ്രഭാഷകനും തർക്കിച്ച് സ്വന്തം നിലപാടിനെ ശരിയായി ഉറപ്പിച്ചു നിർത്താൻ ബഹുമിടുക്കനുമാണ് അയാൾ.

ലിപീഷ് പറഞ്ഞു:

"മോനേ കിച്ചൂ, സത്യം ന്നൊക്കെ പറയ്ന്ന സാനം നമ്മളെ അച്ചന്റീം അമ്മേന്റീം തലമുറയോടെ ലോകത്ത് അവസാനിച്ചു. നിന്നപ്പോലെ ഗാന്ധീന്റെ ആത്മകഥ ഞാനും വായിച്ചിനി. ഇന്ന് ഒരു കുട്ടിയും മാഷിന്റെ സഹായം കിട്ടുമ്പം സ്പെല്ലിങ്ങ് തെറ്റിക്കൂല."

കൂട്ടുകാർ എന്തോ പറയട്ടെ എന്ന് കൃഷ്ണകിഷോർ വിചാരിച്ചു. അവർക്കൊന്നും തന്നെപ്പോലൊരു ലക്ഷ്യം ഇല്ല. മാത്രമല്ല ചെറുപ്പം തൊട്ടേ കൂടെ ഉണ്ടായിരുന്ന കൂട്ടുകാരൊക്കെ ഇപ്പോൾ പല പല തുരുത്തുകളിലാണ്. എല്ലാവരുടെയും കൈയിൽ പണമുണ്ട്. നല്ല വീടുണ്ട്. ഇടയ്ക്കിടെ സ്വദേശത്തും വിദേശത്തുമായി യാത്രകൾ

നടത്തുന്നുണ്ട്. ഇടയ്ക്കിടെ തൊട്ടതിനും പിടിച്ചതിനും പാർട്ടികൾ നടത്തി മദ്യപാനവും നടത്താറുണ്ട്. അതൊക്കെ മതി ജീവിത വിജയത്തിന് എന്ന് കരുതുന്നവരോട് എന്തു പറയാൻ?

ലോകത്ത് ഓരോ ദിവസവും വന്നു കൊണ്ടിരിക്കുന്ന മാറ്റങ്ങൾ ആശ്ചര്യജനകമെന്ന് മാത്രം പറഞ്ഞാൽ മതിയാവുകയില്ല. മലവെള്ളപ്പാച്ചിൽപോലെ ഒറ്റയടിക്ക് കുത്തിയൊഴുകി വരുന്ന സാങ്കേതിക വിദ്യയുടെ പ്രളയത്തിൽ സർവ്വരും മുങ്ങിത്താണിരിക്കുകയാണ്.

ഒരു കണ്ണാടി മാളികയിൽ എത്തിപ്പെട്ട പ്രതീതിയാണ് ഓരോ നിമിഷവും. പുതിയ ലോകത്ത് ഒരു കള്ളനും സത്യസന്ധനുമിടയിൽ എക്കാലവും നിലനിന്നിരുന്ന അദൃശ്യമായ ആ വിടവ് തീർത്തും മാഞ്ഞുപോയിരിക്കുകയാണെന്ന്, ഗാന്ധിജിയുടെ 'സത്യാന്വേഷണ പരീക്ഷണ'ങ്ങളുടെ വരികൾക്കിടയിൽ ഒളിപ്പിച്ചുവെച്ച, സത്യത്തെ നിലനിർത്താൻ മഹാത്മാവ് ഉപയോഗിച്ച ആ മാന്ത്രിക സ്പർശം ചികഞ്ഞു നോക്കുന്നതിനിടയിൽ കൃഷ്ണകിഷോറിന് തോന്നി.

പക്ഷേ, സത്യം പറയുകയോ പ്രവർത്തിക്കുകയോ അല്ല തന്റെ ലക്ഷ്യം. ഒരു സത്യസന്ധന്റെ നിലയിൽ നിന്നുകൊണ്ട് ലോകത്തിന്റെ ആദരം പിടിച്ചു വാങ്ങുക എന്നതാണ്. സത്യസന്ധനായി ആജീവനാന്തം നിലകൊള്ളുക എന്നത് ഒരു പ്രൊഫഷണൽ സത്യസന്ധനെ സംബന്ധിച്ചിടത്തോളം എത്ര മാത്രം ദുഷ്കരമായ കാര്യമാണെന്ന് ഒരു ദിവസം തന്റെ സത്യാന്വേഷണ ചിന്തകൾ മനസ്സിലിട്ട് നഗരത്തിലെ പൊളിയാൻ പോകുന്ന പാലത്തിന്റെയും വരണ്ട പ്രണയങ്ങളുടെ അവശേഷിപ്പുകൾ പോലെ നിലകൊള്ളുന്ന വക്ക് പൊട്ടി ഇരിപ്പിടം നരച്ചുപോയ പാർക്കിലെ സിമന്റ് ബെഞ്ചിന്റെയും അരികിലൂടെ നടന്നു പോകവെ, കൃഷ്ണകിഷോർ ഉള്ളിലിട്ട്, കടല വറുക്കുമ്പോലെ ആലോചിച്ചു. ചിലപ്പോൾ അസത്യത്തെ സർഗ്ഗാത്മകമായി പരിഷ്കരിച്ച് അവതരിപ്പിക്കപ്പെട്ടതാണ് ഉലകിലെ നീതിയുടെ ഉദാത്തമായ സ്മാരകങ്ങളെന്നുപോലും കൃഷ്ണകിഷോറിന് അപ്പോൾ തോന്നിപ്പോയി.

കൃഷ്ണകിഷോറിന്റെ വിചിത്രമായ കുട്ടിക്കാലം അയാളുടെ ജീവിതത്തിൽ സത്യസന്ധത ഒരു തൊഴിലായി സ്വീകരിക്കുന്നതിലേക്ക് അയാളെ നയിച്ചിരുന്നു. കുട്ടിയായിരിക്കുമ്പോൾ പിടിക്കപ്പെടുമെന്ന് സ്വന്തം ദൂരക്കാഴ്ചയിൽ തിരിച്ചറിഞ്ഞിരുന്ന പല കളവുകളും അയാൾക്ക് അതുകൊണ്ടുതന്നെ വിശുദ്ധമായ സത്യത്തിന്റെ ആഘോഷങ്ങളാക്കാൻ പറ്റി. ആരുടെ മുന്നിലും കൃഷ്ണ കിഷോർ സ്വന്തം ബാല്യകാലത്ത് ഒരു പാവം 'നല്ല' കുട്ടിയായിരുന്നു.

അങ്ങനെ ബന്ധുക്കൾക്കും കൂട്ടുകാർക്കുമിടയിൽ പതിയെ പ്പതിയെ കൃഷ്ണകിഷോറിന് ഒരു ധാർമ്മിക പരിവേഷം കൈവന്നു.

ലോകം ഇതുപോലെ സംഭവബഹുലമല്ലാതിരുന്ന ഒരു കാല ത്താണല്ലോ കൃഷ്ണകിഷോറിന്റെ ബാല്യം കഴിഞ്ഞു പോയത്. അയാളുടെ സത്യസന്ധതയുടെ ചൂണ്ടയിൽ കുരുങ്ങിപ്പിടയുന്ന വെളി പാടുകൾ അധികമൊന്നും അക്കാലത്ത് ഉണ്ടായിരുന്നില്ല. കുട്ടിയായി രിക്കവെ, ഒരു സത്യം ആളുകൾക്കിടയിലേക്ക് വലിച്ചെറിയാനായി അയാളുടെ ഹൃദയം പലപ്പോഴായി വെമ്പൽ കൊണ്ടു നടന്നു.

കൃഷ്ണകിഷോർ ആറാം തരത്തിൽ പഠിക്കുന്ന സമയത്ത് ഒരു ദിവസം അയാളുടെ വീട്ടിൽ അതിഥിയായെത്തിയ ഒരു ബന്ധു സ്ത്രീ യുടെ മാല പിറ്റേന്ന് തിരിച്ചുപോവാൻ നേരത്ത് കാണാനില്ല. തലേന്ന് വീട്ടിലെത്തിയത് തൊട്ട്, പിറ്റേന്ന് പോവാൻ നേരം വരെ കൃഷ്ണ കിഷോർ ആ സ്ത്രീയുടെ കഥ പറച്ചിലും തമാശകളും കേട്ട് ഒപ്പം തന്നെ ഉണ്ടായിരുന്നു. കൃഷ്ണകിഷോറിന്റെ മാതാപിതാക്കളൊ ഴികെ അയാളുടെ അഞ്ചു വയസ്സുള്ള സഹോദരി മാത്രമേ അവിടെ ഉണ്ടായിരുന്നുള്ളൂ. തലേന്ന് സ്ത്രീയുടെ അരികിലായി കഥക ളൊക്കെ കേട്ട് രാത്രിയേറെ വൈകി ഉറങ്ങുകയും ചെയ്തു. മാലയെ ച്ചൊല്ലിയുള്ള സ്ത്രീയുടെ സംശയം കൃഷ്ണകിഷോറിലേക്ക് കൂർത്തു വന്നു. മാല കാണാനില്ലെന്നു വന്നതോടെ അതുവരെ തുടർന്നു വന്ന പെരുമാറ്റരീതികളെല്ലാം സ്ത്രീ ആ ഒരു നിമിഷത്തിൽ റദ്ദു ചെയ്തു. ഒരു ഭദ്രകാളിയുടെ ഭാവപ്പകർച്ചയോടെ അവർ കൃഷ്ണ കിഷോറിന്റെയും മാതാപിതാക്കളുടെയും നേർക്ക് തിരിഞ്ഞു.

“കള്ളാ, എന്റെ സ്വർണ്ണമാല വേഗം തന്നോ, അല്ലെങ്കിൽ ഈ നിമിഷം ഞാൻ പൊലീസിനെ വിളിക്കും.”

അതുകേട്ട് സങ്കടവും അപമാനവും സഹിക്കവയ്യാതെ കൃഷ്ണ കിഷോറിന്റെ അമ്മ കുട്ടിയെ പൊതിരെ തല്ലാൻ തുടങ്ങി. മാല എടുത്തിട്ടുണ്ടെങ്കിൽ വേഗം തിരിച്ചു കൊടുക്കാൻ അരികെ ഉണ്ടാ യിരുന്ന അച്ഛൻ ആജ്ഞാപിച്ചു. പക്ഷേ, ഒരു കൂസലും കൂടാതെ അക്ഷോഭ്യനായി കൃഷ്ണകിഷോർ മോഷണക്കുറ്റം നിഷേധിച്ചു. ബഹളം കേട്ട് അയൽക്കാർ ഓടിയെത്തി. സ്ത്രീ അപസ്മാര ബാധിതയെപ്പോലെ പെരുമാറാൻ തുടങ്ങി. അവർ ഒരു പ്രത്യേക ഈണത്തിൽ അശ്ലീലപദങ്ങൾ ചൊല്ലി ഉറഞ്ഞാടാൻ തുടങ്ങവെ അവരുടെ ചുമലിൽ തൂക്കിയിട്ട വനിറ്റി ബാഗിൽ നിന്ന് സ്വർണ്ണ മാല കാഴ്ചക്കാരെ ഞെട്ടിച്ചുകൊണ്ട് കിലുങ്ങി.

തലേന്ന് രാത്രിയിൽ സ്വാഭാവികമായ ഒരു തൃഷ്ണയുടെ പുറത്ത്, സ്ത്രീ ഗാഢനിദ്രയിലായ നേരത്ത് കൃഷ്ണകിഷോർ ഒരു

കൗമാരക്കാരന്റെ പിരിമുറുക്കവും ജിജ്ഞാസയും കാരണം അവരുടെ ശരീരഭാഗങ്ങൾ അന്വേഷിച്ചു ചെന്നു. അപ്പോഴാണ് അവരുടെ സ്വർണ്ണമാല കൃഷ്ണകിഷോറിന്റെ ശ്രദ്ധയിൽ പെട്ടത്. പക്ഷിക്കുഞ്ഞുങ്ങൾ ആദ്യമായി പറക്കാനൊരുമ്പെടുമ്പോലെ അവന്റെ ഉള്ളിൽ ഒരു സത്യസന്ധന്റെ കളിക്കളം അതോടെ സഹജമായി ഉറവയെടുത്തു.

ഒരു സത്യം പറഞ്ഞു ഫലിപ്പിക്കുക അത്രയ്ക്ക് എളുപ്പമല്ലാത്ത ഒരു കാലത്താണ് കൃഷ്ണകിഷോറിന്റെ ബാല്യ,കൗമാരങ്ങൾ കടന്നുപോയത്. സാങ്കേതികവിദ്യ എത്തിനോക്കാൻ തുടങ്ങുന്ന സമയമായിരുന്നു അത്. ജനിച്ചു വളർന്ന ഗ്രാമത്തിലെ ഇത്തിരി സംഭവങ്ങളിൽ നിന്നു വേണം തന്റെ സത്യസന്ധതയെ അരക്കിട്ടുറപ്പിക്കാൻ. അതുകൊണ്ടുതന്നെ കാര്യങ്ങൾ അത്ര എളുപ്പമായിരുന്നില്ല.

പൊതുവെ വിശ്വസിക്കാൻ കൂട്ടാക്കാതിരുന്ന നുണകൾ തോണ്ടിയെടുത്ത് പൊലിപ്പിച്ച് സത്യത്തിന്റെ ആവിഷ്ക്കാരങ്ങളാക്കി മൊഴിമാറ്റം നടത്തിക്കൊണ്ടേ ഒരു സത്യസന്ധന് തന്റെ വേരുകൾ ഭൂമിയിലേക്ക് ഉറപ്പിച്ച് നിർത്താൻ കഴിയൂ. തിരക്കും ബഹളവും നന്നേ കുറവായതിനാൽ അയാളുടെ ചെറുപ്പകാലത്ത് നിലനിന്നിരുന്നത് ഒരു സത്യസന്ധന് അനുകൂലമായ സാഹചര്യമേ ആയിരുന്നില്ല.

അയാളുടെ ഗ്രാമത്തിൽ വ്യവഹാരാർത്ഥം പറയത്തക്ക വിഷയങ്ങളൊന്നും ആളുകൾക്കിടയിലേക്ക് അക്കാലത്ത് നുഴഞ്ഞു കയറിയിരുന്നില്ല. ആളുകൾ അമിതമായി നുണകളെയോ സത്യങ്ങളെയോ ആശ്രയിക്കാതെ, പ്രകൃതിയുടെ ജന്മാന്തരസ്മൃതിയുടെ ഒരോളത്തിൽ അങ്ങ് ജീവിച്ചുപോരുകയായിരുന്നു.

ഒരു ദിവസം കൃഷ്ണകിഷോർ സ്കൂളിന്റെ അരികിലൂടെ നടന്നുപോവുകയായിരുന്നു. സ്കൂളിന്റെ ഓഫീസ് മുറിയുടെ സമീപത്തുനിന്ന് എന്തോ ഒരനക്കം കേട്ടു. ചെറിയ കുശുകുശുപ്പ് കേൾക്കാം. സമയം സന്ധ്യയോടടുത്തിരുന്നു. സ്കൂളിൽ ആരോ മോഷണ ശ്രമം നടത്തുന്നുണ്ടെന്ന് കൃഷ്ണകിഷോറിന് തോന്നി. അയാൾ ഓഫീസിന് സമീപത്തേക്ക് പോകുന്ന കയ്യാലയുടെ മറ പറ്റി ഒച്ചയുണ്ടാക്കാതെ നടന്നു. കയ്യാലയുടെ പച്ചത്തുടിപ്പിന്റെ നേർത്ത ഇരുണ്ട വിടവിലൂടെ അയാൾ ഓഫീസ്മുറിയുടെ നേർക്ക് കണ്ണയച്ചു.

മുറിയുടെ പുറത്ത് ഗ്രാമത്തിലെ ചെറുകിട മോഷ്ടാക്കളായ സത്യനും മുത്തുവും ആണിപ്പാരകൊണ്ട് ജനലഴികൾ ഇളക്കുന്നു. അവർ തങ്ങളുടെ ജോലി തുടങ്ങിയതേ ഉള്ളൂവെന്ന് കൃഷ്ണകിഷോറിന് മനസ്സിലായി. അഴിയകത്തി ഉള്ളിൽ കടന്ന് മോഷണം നടത്തുമ്പോഴേക്കും നേരം വെളുക്കും.

ഒരു സത്യസന്ധന്റെ ജീവിതമാണ് തനിക്ക് വിധിച്ചിട്ടുള്ളതെന്ന് മൺകയ്യാലയുടെ മറവിലെ നിശ്ശബ്ദമായ ആ ഇരിപ്പിനിടയിൽ കൃഷ്ണകിഷോറിന്റെ അബോധം അയാളെ ഗൂഢമായി ഇക്കിളിപ്പെടുത്തി. അയാൾ ചുറ്റും നോക്കി. പരിസരത്ത് മറ്റൊരാളുമില്ല. സത്യനും മുത്തുവും തന്റെ സാന്നിധ്യം അറിഞ്ഞിട്ടുമില്ല. ഇട്ടിരുന്ന മുണ്ടഴിച്ച് ഷഡ്ഡി ഊരി തലയിലിട്ട് മുഖം മറച്ചു. കണ്ണുകൾക്കരികിൽ ചെറിയ വിടവുണ്ടാക്കി. മുണ്ട് തിരികെ ധരിച്ച് പതുക്കെ കയ്യാല കവച്ചു വെച്ച് ഓഫീസിനരികിലേക്ക് നടന്നു. മുഖംമൂടി ധരിച്ച മറ്റൊരു കള്ളൻ തങ്ങളോട് സഹകരിച്ചു പ്രവർത്തിക്കാൻ വരുന്നതു കണ്ട് സത്യനും മുത്തുവും അന്തം വിട്ടു.

എന്നാലും ആരാണ് വന്നിരിക്കുന്നതെന്നറിയാത്തതിനാൽ സത്യനും മുത്തുവും കുറച്ചു പരുങ്ങുകയും ചെറുതായി ഭയക്കുകയും ചെയ്തു. സാമാന്യം ചെറിയ രൂപമായതിനാൽ ആളൊരു കുള്ളനായിരിക്കുമെന്ന് അവരൂഹിച്ചു. അടുത്തെത്തിയപ്പോൾ തസ്കരന്റെ റോളിൽ വന്നു നിൽക്കുന്നത് ഏതോ ഒരു കുട്ടിയാണെന്ന് കള്ളന്മാർക്ക് ബോധ്യമായി.

ഉള്ളിലേക്ക് അരിച്ചെത്തിയ നിലാവിന്റെ കുത്തഴിവെട്ടത്തിലേക്ക് കൃഷ്ണകിഷോറിനെ ബലമായി പിടിച്ചുനിർത്തി, സത്യനും മുത്തുവും കത്തുന്ന ഒരു നോട്ടം നോക്കിക്കൊണ്ട് ഒച്ചയെ മയപ്പെടുത്തി ചോദിച്ചു: "നീ ആരിടാ കൗതെ? നിനിക്ക് മറ്റേടിം കക്കാൻ കിട്ടീറ്റെ?"

"ഞാൻ കക്കാനിറങ്ങിയതല്ല, നിങ്ങ കക്ക്ന്നയിന് ഞാനെതിരും അല്ല. അത് നിങ്ങളെ തൊയില്, പക്കേങ്കി സത്യം പറയാൻ എനക്കും ബേണം ഒരു ചാൻസ്. നമ്മ അന്യോന്യം സഹകരിച്ചാ അത് നടക്കും."

കള്ളന്മാരായ സത്യനും മുത്തുവും അതുകേട്ട് അന്തം വിട്ടു.

"ഇതാരാപ്പാ ഒരു ധർമ്മപുത്രറ് കള്ളന് കഞ്ഞി വെക്കാനായി തലീല് മുണ്ട്ട്ടെറങ്ങീനി?" സത്യൻ അടക്കാനാവാത്ത അതിശയം മുത്തുവുമായി പങ്കു വെച്ചു.

ആളെ തിരിച്ചറിയാനായി സത്യൻ കൃഷ്ണകിഷോറിന്റെ മുഖത്തെ ഷഡ്ഡി വലിച്ചു പൊക്കിയതും കൃഷ്ണകിഷോർ ഒരു കള്ളനെപ്പോലെ ഓഫീസ് മുറിയുടെ ഇളക്കി മാറ്റിയ ജനലഴിക്കിടയിലൂടെ പുറത്തേക്കോടി കയ്യാലയുടെ പിന്നിൽ മറഞ്ഞു. ഓട്ടത്തിനിടയിൽ സ്കൂളിലെ സ്റ്റാമ്പ് വില്പന വകയിൽ കുട്ടികളിൽ നിന്ന് പിരിഞ്ഞുകിട്ടിയ ഒരു തുകയുടെ കവറും അവന്റെ കൂടെ ഓടി.

"ങേ, നീ ആ ചന്തുട്ടി മാഷെ മോനല്ലേ?" സത്യൻ അത്യാവശ്യം ഒച്ചയിൽ വിളിച്ചു ചോദിച്ചു.

കൃഷ്ണകിഷോർ അതേയെന്ന് ഉത്തരം പറയുകയും കള്ള ന്മാരോട് വേണ്ടതെടുത്ത് രക്ഷപ്പെട്ടോളാൻ പറഞ്ഞ് തലയിലെ ഷഡ്ഡി അഴിച്ച് അരയിലിട്ട് കയ്യിലെ കവറിൽ നിന്ന് പണമെടുത്ത് തന്റെ രഹസ്യസ്ഥാനത്ത് ഭദ്രമായി നിക്ഷേപിച്ച് സ്കൂളിലെ മോഷണ ശ്രമം റിപ്പോർട്ട് ചെയ്യാനായി ഹെഡ്മാസ്റ്റർ അബ്ദുൾ ഖാദർ മാഷിന്റെ വീട് ലക്ഷ്യമാക്കി ഓടി.

സന്ധ്യയ്ക്ക് സ്കൂളിന്റെ സമീപത്തു കൂടെ നടക്കവെ, മോഷണം മണത്ത് അങ്ങോട്ട് ചെന്ന് നോക്കിയതാണെന്ന് കൃഷ്ണകിഷോർ മാഷോട് പറഞ്ഞു. അവിടെ ഉണ്ടായിരുന്ന, മുഖംമൂടി ധരിച്ചെത്തിയ ആജാനുബാഹുക്കളായ ഏതോ അന്യനാട്ടുകാരായ രണ്ട് കള്ളന്മാർ ഓഫീസ് മുറി കുത്തിത്തുറക്കുന്നത് തടയാൻ ശ്രമിച്ചതിന്റെ പേരിൽ തനിക്ക് മർദ്ദനം നേരിടേണ്ടി വന്നെന്നും ഓഫീസ് മുറിയിൽ നിന്ന് മോഷ്ടിച്ചെടുത്ത സ്റ്റാമ്പിന്റെ പണം അവരുടെ പക്കൽ നിന്ന് കൈക്ക ലാക്കുന്നതിനിടയിൽ പണം നഷ്ടമായിപ്പോയെന്നും തന്നെ വീണ്ടും അവർ ഉപദ്രവിക്കുമെന്ന ഘട്ടം വന്നപ്പോൾ, സങ്കടത്തോടെ കാലി ക്കവറുമായി താനിറങ്ങി ഓടിയെന്നും അയാൾ ഖാദർ മാഷോട് പറഞ്ഞു. അതും പറഞ്ഞ് കൃഷ്ണകിഷോർ കാലിക്കവർ ഖാദർ മാഷിന്റെ കയ്യിലേൽപ്പിച്ചു.

പിറ്റേന്ന് സ്കൂൾ അസംബ്ലിയിൽ കൃഷ്ണകിഷോർ എന്ന വിദ്യാർത്ഥി ആദരിക്കപ്പെട്ടു. തലേന്ന് ഖാദർ മാഷെ ഏൽപ്പിച്ച അതേ കാലിക്കവറിൽ ഒരു ചെറിയ തുക അടക്കം ചെയ്ത് സത്യസന്ധത യ്ക്കുള്ള പാരിതോഷികം എന്ന നിലയിൽ കൃഷ്ണകിഷോറിന് നൽകപ്പെട്ടു.

പിന്നീട്, ഒറ്റയും തെറ്റയുമായി കൃഷ്ണകിഷോറിനെ തേടി സത്യ സന്ധതയ്ക്കുള്ള അംഗീകാരങ്ങൾ വന്നുകൊണ്ടിരുന്നു. അയാൾ ഒരു ബിരുദം സമ്പാദിച്ച് ഇനി എന്തു ചെയ്യണമെന്ന് നിശ്ചയമി ല്ലാതെ ഉഴറിനടക്കുമ്പോഴേക്കും ലോകം ഇന്റർനെറ്റിന്റെയും സോഷ്യൽ മീഡിയയുടെയും പിടിയിൽ അമർന്നുകഴിഞ്ഞിരുന്നു. ഒരു ഗ്രാമത്തിൽ നടന്നതായി പറയപ്പെടുന്ന നിസ്സാരമായ ഒരു സംഭവത്തിന് പോലും ലക്ഷക്കണക്കിന് പുനരാഖ്യാനങ്ങളും പാഠ ഭേദങ്ങളും ഫേസ്ബുക്കും വാട്ട്സാപ്പും വഴി ഉണ്ടാവാൻ തുടങ്ങി.

വാർത്തകൾ എൺപതുകളിലെ കമ്പിപ്പുസ്തകംപോലെ വികാര തീക്ഷ്ണതയോടെ ആളുകൾ മൊബൈൽ ഫോണിന്റെ ടച്ച്

സ്ക്രീനിൽ സ്ക്രോൾ ചെയ്ത് പണി സ്ഥലത്തും വീട്ടിലുമിരുന്ന് നിരന്തരം വായിച്ചു തള്ളുമെന്നല്ലാതെ, അവയിലെ വാസ്തവവും സത്യവുമൊക്കെ തീർത്തും അവഗണിക്കുന്ന അവസ്ഥ കൈവന്നു. ഇനി തികച്ചും വാസ്തവവിരുദ്ധമാണെങ്കിൽതന്നെ ഏത് വിഷയവും വികാരങ്ങളുടെ പുറത്ത് വൈറലാവുകയും അങ്ങനെ സത്യത്തിന്റെ പ്രസക്തി തന്നെ ഇല്ലാതാവുകയും ചെയ്യുന്ന സമയത്താണ് കൃഷ്ണ കിഷോർ ഉപജീവനത്തിനായി ഒരു ജോലി അന്വേഷിച്ചു തുടങ്ങിയത്.

മലയാളം ബി.എ. ക്കാരനായിരുന്നു കൃഷ്ണകിഷോർ. സാഹിത്യത്തിലും മറ്റും പറയത്തക്ക വ്യുത്പത്തിയൊന്നും അയാൾക്കുണ്ടായിരുന്നില്ല. അത്യാവശ്യം മലയാളം അറിയുന്നവരൊക്കെ അഞ്ചും ആറും പുസ്തകങ്ങളെഴുതി അച്ചടിച്ച് ഗ്ലോബൽ വാമിങ്ങിന് ആക്കം കൂട്ടുന്ന ഇക്കാലത്ത് അയാൾക്ക് എഴുത്തിലോ പുസ്തക രചനയിലോ ഒരു കമ്പവും തോന്നിയില്ല.. മറ്റുള്ളവരിൽ നിന്നു മാറി നിന്ന് ഒരു അതിസാഹസം കാട്ടിക്കൂട്ടിയാലേ പുതിയ കാലത്ത് പിടിച്ചു നിൽക്കാൻ കഴിയൂ. അയാൾക്ക് കുട്ടിക്കാലത്ത് കണ്ട സൈക്കിൾ യജ്ഞം ഓർമ്മ വന്നു. രണ്ടോ മൂന്നോ ട്യൂബ്‌ലൈറ്റ് പൊട്ടിക്കാൻ കഴിവുള്ള ചെറുപ്പക്കാരെ അക്കാലത്ത് ഗ്രാമം വർഷങ്ങളോളം നായകന്മാരായി കൊണ്ടുനടക്കുമായിരുന്നു. പഞ്ചായത്തിലെ പെൺകുട്ടികളെല്ലാം ആ ചെറുപ്പക്കാരായ നായകന്മാരെ പ്രണയിക്കുന്ന കാലം ഉണ്ടായിരുന്നു. ഇന്ന് അഞ്ഞൂറ് ട്യൂബ് പൊട്ടിച്ചിട്ടും ഫലമില്ല! അത്രയ്ക്കും വന്യമായ ആവേശങ്ങളിലാണ് ലോകത്തിന് കമ്പം!

അങ്ങനെയാണ് കുട്ടിക്കാലത്ത് സ്വപ്നം കണ്ടതുപോലെ കൃഷ്ണകിഷോർ ഒരു പ്രൊഫഷണൽ സത്യസന്ധനെന്ന നിലയിൽ, തികച്ചും വേറിട്ട ഒരു വഴിയിലൂടെ ഉപജീവനം കഴിക്കാൻ തീരുമാനിച്ചത്. കുട്ടിക്കാലത്ത് പകർന്നു കിട്ടിയ ഏതോ ഒരു ചോദനയ്ക്കപ്പുറം ഒരു സത്യസന്ധനെ സാമൂഹികമായി എസ്റ്റാബ്ലിഷ് ചെയ്തെടുക്കാൻ പുതിയ കാലം ചില പരിശീലനങ്ങളും അഭ്യാസങ്ങളും ആവശ്യപ്പെടുന്നുണ്ട് എന്ന കാര്യം കൃഷ്ണകിഷോറിന് തോന്നി. പൊതുവെ മത്സരം കുറഞ്ഞ മേഖലയാണെങ്കിലും സമൂഹത്തിൽ കത്തിനിൽക്കാൻ ഭാഗ്യദേവത കടാക്ഷിക്കണം.

ചില പ്രാദേശിക ചാനലുകൾ കൃഷ്ണകിഷോറിനെ തുടക്കം തൊട്ടേ ശ്രദ്ധിച്ചു പോന്നു. അയാളുടെ ദിനചര്യ അത്യന്തം രസാവഹമായിരുന്നു. വീട്ടിൽ നിന്ന് അതിരാവിലെ കൃഷ്ണകിഷോർ ഇറങ്ങും. അയാളുടെ തോളിൽ തൂങ്ങിക്കിടക്കുന്ന തുണിസഞ്ചിയും

ഊശാന്താടിയും കണ്ടാൽ എഴുപതുകളിലോ എൺപതുകളിലോ ജീവിച്ചിരുന്ന ബുദ്ധിജീവികളെ അനുസ്മരിപ്പിക്കും. വീട്ടിൽ നിന്നിറ ങ്ങിയശേഷം ഗ്രാമത്തിലെ ചായക്കടയിൽ നിന്ന് ഒരു കട്ടനടിക്കും. പ്രാതലായി ഉപ്പുമാവോ വെള്ളയപ്പമോ കഴിച്ച ശേഷം ബസ്സിൽ അടുത്ത നഗരത്തിലേക്ക് പോകും. നഗരത്തിൽ ബസ്സിറങ്ങിയ ശേഷം അയാൾ നഗരത്തിന്റെ മുക്കിലും മൂലയിലും നടന്നു ചെല്ലും. ഈ പദയാത്രയ്ക്കിടയിലാണ് അയാൾ സത്യത്തെ തിരയുന്നത്. തിരക്കു പിടിച്ച നഗരസഭയുടെ വീഥികളിലൂടെ ഫ്രീക്കന്മാരുടെ ഇരപ്പിച്ചു പോകുന്ന ബൈക്കുകൾക്കും ഒഴുകി മറയുന്ന കാറുകൾക്കും ആയിര ക്കണക്കിന് ആസൂത്രണങ്ങളും ലക്ഷ്യങ്ങളുമായി നീങ്ങുന്ന ഏറ്റവും പുതിയ സ്വാർത്ഥികളായ മനുഷ്യജീവികൾക്കുമിടയിലൂടെ കൃഷ്ണ കിഷോർ ഒരു അവധൂതനെപ്പോലെ നടന്നു ചെല്ലുമ്പോൾ ഏതെ ങ്കിലും ഒരു കേസ് കണ്ണിൽ പെടും.

ഒരു സായാഹ്നത്തിൽ കോവിലുകളുടെയും പച്ചക്കറിച്ചന്ത യുടെയും നടുവിലെ ഇടുങ്ങിയ വഴിയിലൂടെ നടക്കവെ, ഒരാൾ ക്കൂട്ടം കണ്ടു. പ്രേമമായിരുന്നു വിഷയം. കാമുകനെ കാമുകിക്ക് മുന്നിൽ വെച്ച് ജനക്കൂട്ടം ക്രൂരമായി മർദ്ദിക്കുകയാണ്. നഗരമായതു കൊണ്ട് തിരക്കിനിടയിൽ പലരും ഒന്നെത്തി നോക്കി നടന്നു പോകുന്നു. വന്യമായ ആവേശക്കാർ മൊബൈലിൽ വീഡിയോ ചിത്രീകരിക്കുന്നു. ബഹളം നടക്കുന്ന സ്ഥലത്തു നിന്ന് കുറച്ചു മാറി വലത്തെ കാതിൽ കടുക്കനിട്ട ഒരു ചെറുപ്പക്കാരൻ മൂന്നാലുപേരെ വിളിച്ച് എന്തോ രഹസ്യം കൈമാറുന്നത് കൃഷ്ണകിഷോറിന്റെ കണ്ണിൽ പെട്ടു. തനിക്ക് വീണു കിട്ടിയ ഒരവസരമായി അയാളിത് തിരിച്ചറിഞ്ഞു.

ബഹളത്തിൽ നിന്ന് വിട്ട് ഒരു മൂലയ്ക്ക് നിൽക്കുന്ന കടുക്കനിട്ട ചെറുപ്പക്കാരനോട് അയാൾ ചോദിച്ചു:

"ഇവിടെ എന്താണൊരു ഗൂഢാലോചന സുഹൃത്തേ?"

അയാൾ കൃഷ്ണകിഷോറിനെ അടിമുടി ഒന്നു നോക്കിക്കൊണ്ട് പറഞ്ഞു:

"അതു കണ്ടില്ലേ, അടിപിടി നടക്കുന്നത്? ആ ചെറുപ്പക്കാരനെ ഈ ആൾക്കൂട്ടം കുറച്ചു നിമിഷങ്ങൾക്കുള്ളിൽ തീർക്കും. നമ്മളെ തിർത്താലും ഇല്ലെങ്കിലും. നിങ്ങളുടെ രൂപം കണ്ടാൽ ഒരു സാത്വി കന്റെ ലുക്കുണ്ട്. ആ ചെറുപ്പക്കാരൻ മുമ്പൊരു വൃദ്ധയെ ബലാ ത്സംഗം ചെയ്തിരുന്നുവെന്ന് ആൾക്കൂട്ടത്തോട് വിളിച്ചു പറയൂ. അവ രത് വിശ്വസിക്കും. വേഗമാവട്ടെ, പയ്യൻ മരിക്കുന്നതിന് മുമ്പ് അവനെ ക്കൊണ്ടത് സമ്മതിപ്പിക്കണം."

ചെറുപ്പക്കാരൻ അതിനിടയ്ക്ക് തന്റെ ബിസിനസ്സ് കാർഡെടുത്ത് കൃഷ്ണകിഷോറിന്റെ നേർക്ക് നീട്ടി. അയാൾ ചില്ലറക്കാരനല്ലെന്നും പല മാധ്യമസ്ഥാപനങ്ങളും അയാളുടെ കൈപ്പിടിയിലാണെന്നും കൃഷ്ണകിഷോറിന് മനസ്സിലായി. അയാൾക്ക് ആവശ്യമായ സത്യം ആൾക്കൂട്ടത്തോട് വിളിച്ചു പറയാമെന്ന മട്ടിൽ കൃഷ്ണകിഷോർ മുന്നോട്ടാഞ്ഞതും ചെറുപ്പക്കാരൻ ഒരു കാര്യം കൂടി പറഞ്ഞു:

"താങ്കൾക്ക് സത്യസന്ധതയുടെ അപ്പോസ്തലനാകാനുള്ള എല്ലാ യോഗ്യതകളും ഉള്ളതുപോലെ തോന്നുന്നു. ആൾക്കൂട്ടത്തിനു വേണ്ടി താങ്കളെപ്പോലെ ഒരു സാത്വികൻ ഇടപെടുമ്പോൾ അവർ താങ്കളെ അവരുടെ നേതാവ് പോലുമാക്കും. താങ്കളുടെ വാക്കുകൾ സത്യത്തിന്റെ മൊഴിമുത്തുകളായി പടരും. ആ ചെറുപ്പക്കാരൻ, ഞാൻ പറഞ്ഞില്ലേ, എന്തായാലും തീരും. പിന്നെ എന്തിന് സംശയിക്കണം? അങ്ങോട്ട് നീങ്ങി നിന്ന്, ആ ചെറിയ നടപ്പാതയുടെ മുകളിൽ കയറി നിന്ന് എന്നെ സഹായിക്കൂ."

മർദ്ദനമേൽക്കുന്ന യുവാവിന്റെ അതിസുന്ദരിയായ കാമുകിയിലുള്ള അടങ്ങാത്ത അഭിനിവേശം കാരണം ചെറുപ്പക്കാരൻ അയാളെ നിർബ്ബന്ധിച്ചുകൊണ്ടിരുന്നു. കൃഷ്ണകിഷോർ ആൾക്കൂട്ടത്തിലേക്ക് ഇഴഞ്ഞു കയറി ചെറുപ്പക്കാരന്റെ ആഗ്രഹം വിളിച്ചു പറഞ്ഞു.

അന്നു വൈകീട്ട് ഒരു ചാനൽ ചർച്ചയിൽ അതിഥികളായി കടുക്കനിട്ട ചെറുപ്പക്കാരനും കൃഷ്ണകിഷോറും പങ്കെടുത്തു. കൊല ചെയ്യപ്പെട്ട കാമുകൻ വൃദ്ധയെ ബലാത്സംഗം ചെയ്ത് കൊന്നുവെന്നതിന് പുറമെ, പിന്നെയും കുറേ അനുബന്ധകഥകൾ കൊണ്ട് പ്രേക്ഷകരുടെ സന്ധ്യയെ പൊലിപ്പിച്ചെടുത്ത് അവരെ ജിജ്ഞാസയുടെ കുന്തമുനയിൽ തളച്ചു.

ഒട്ടും പ്രതീക്ഷിക്കാത്ത ഒരു നിമിഷത്തിൽ തികച്ചും വാസ്തവവിരുദ്ധമായ ഒരു സംഗതിയെ സത്യത്തിന്റെ പാവനസ്ഥലിയിലേക്ക് ഉയർത്തിക്കെട്ടുന്ന കൃഷ്ണകിഷോറിന്റെ ചാനൽ ചർച്ചകൾക്കു വേണ്ടി ആളുകൾ ഒരു തരം ലഹരിയോടെ കാത്തിരിക്കാൻ തുടങ്ങി. അസത്യങ്ങൾ സത്യമാണെന്നും സത്യങ്ങൾ അസത്യങ്ങളാണെന്നും കേൾക്കുന്നതിൽ ജനം രതിമൂർച്ഛയ്ക്ക് സമാനമായ ഒരാനന്ദം അനുഭവിക്കുന്നതു പോലെ കൃഷ്ണകിഷോറിന് തോന്നി. അയാൾ അങ്ങനെയാണ് ഒരേ പ്രമേയത്തിന് വ്യത്യസ്ത ആവിഷ്കാര സാധ്യതകൾ തേടിപ്പോയത്.

സത്യസന്ധതയുടെ ഒരു ജൈവസ്വരൂപം എന്ന നിലയ്ക്ക് അയാളുടെ ഖ്യാതി ടി വിയും നവമാധ്യമങ്ങളും വഴി വ്യാപിച്ചു തുടങ്ങിയപ്പോൾ കൃഷ്ണകിഷോറിന് ഒരു സെലിബ്രിറ്റി സ്റ്റാറ്റസ്

കൈവന്നു. സ്വന്തമായി പണിതുവെച്ച ഇരിപ്പിടത്തിലേക്ക് തത്ക്കാലം എതിരാളികളില്ലാത്തതിനാൽ അയാളുടെ ഡിമാന്റ് സമാനതകളില്ലാതെ ഉയർന്നു.

ഒരു ദിവസം അർദ്ധരാത്രി അയാളെ തേടി ഒരു പെൺകുട്ടിയുടെ വിളി വന്നു. അടുത്ത ദിവസം ഷെഡ്യൂൾ ചെയ്തു വച്ച ഒരു ലൈവ് വീഡിയോയ്ക്ക് വേണ്ടിയുള്ള തയ്യാറെടുപ്പ് നടത്തിയശേഷം റിസോർട്ടിലെ കിടപ്പുമുറിയിലേക്ക് നടക്കുകയായിരുന്നു അയാൾ. ലൈവ് ചെയ്യുവാനായി അയാൾക്ക് വാഗ്ദാനം ചെയ്യപ്പെട്ട വൻതുകയറിഞ്ഞ് അത്ഭുതപരതന്ത്രനായി ഒരു സ്വപ്നത്തിലെന്നവണ്ണം പാറിപ്പറക്കുന്നതിനിടയിലായിരുന്നു ജാനകിയമ്മയെക്കാൾ മാധുര്യമുള്ള ആ പെൺകുട്ടിയുടെ ശബ്ദം അയാളെ മൊബൈൽ ഫോണിലൂടെ ഇക്കിളിപ്പെടുത്തിയത്.

“സാറിന്റെ ഒരു ഫാനാണ്, ട്ടോ.” അയാളുടെ ചെവിയിൽ അവൾ പറഞ്ഞു.

കൃഷ്ണകിഷോർ വലിയ സന്തോഷത്തോടെ അവളോട് നന്ദി പറഞ്ഞു. മറ്റെന്തൊക്കെയോ സംസാരിക്കാൻ തോന്നിയിട്ടും അയാൾ ഒന്നും പറഞ്ഞില്ല. പെൺകുട്ടി തന്നെ വീണ്ടും സംസാരിച്ചു:

“കാണാൻ മോഹം തോന്നുന്നു, സത്യസന്ധതയുടെ ഈ രാജകുമാരനെ.”

“കാണാമല്ലോ, നാളെ ഉച്ചകഴിഞ്ഞ് ഞാൻ താമസിക്കുന്നിടത്തേക്ക് വരൂ. കാലത്ത് ഒരു ലൈവ് ഷൂട്ടുണ്ട്, റിസോർട്ടിന് പുറത്തു വെച്ചാണ്.”

ഒരേ പ്രമേയത്തിന് വ്യത്യസ്ത ആവിഷ്കാരങ്ങൾ കൈക്കൊള്ളുന്നതിന്റെ മകുടോദാഹരണമായിരുന്നു അടുത്ത ദിവസം അയാൾ ഏറ്റെടുത്ത ലൈവ് വീഡിയോ. അന്ധവിശ്വാസിയായ ഒരു ചെറുപ്പക്കാരൻ മറ്റൊരു മതത്തിൽപെട്ട ഒരു പിഞ്ചുകുഞ്ഞിനെ ബലാത്സംഗം ചെയ്തു കൊന്നതാണ് കഴിഞ്ഞ രണ്ടാഴ്ചയായി സമൂഹ മാധ്യമങ്ങളിൽ വൈറലായി നിൽക്കുന്ന പുതിയ വിഷയം.

വിശ്വാസിയായ ചെറുപ്പക്കാരന് വേണ്ടിയാണ് കൃഷ്ണകിഷോർ വീഡിയോ ചെയ്യുന്നത്. വിശ്വാസിയായ ചെറുപ്പക്കാരൻ അവശർക്കും ആലംബഹീനർക്കും വേണ്ടി ചെയ്തുപോന്ന കാരുണ്യ പ്രവൃത്തികളിലുള്ള അയൽവാസിയായ പെൺകുഞ്ഞിന്റെ പിതാവിന്റെ അസഹിഷ്ണുതയും ആന്റി സോഷ്യൽ ഡിസോഡറുമാണ് സ്വന്തം കുഞ്ഞിനെ കൊല ചെയ്യാനും ആ കുറ്റം ചെറുപ്പക്കാരന്റെ തലയിൽ ചാർത്താനും കാരണമെന്ന വിചിത്രമായ സത്യമാണ് റിസോർട്ടിന്റെ

ഔട്ട് ഡോറിൽ വനഭംഗിയുടെ പശ്ചാത്തലത്തിൽ കൃഷ്ണകിഷോറിന് ലൈവായി ചെയ്യേണ്ടത്. തത്ക്കാലം സംഭവത്തിന്റെ ദിശ ഒന്നു മാറിക്കിട്ടണം. അതാണ് വ്യവസായിയായ ചെറുപ്പക്കാരന്റെ ഉദ്ദേശ്യം. കുറേക്കൂടി സാവകാശം കിട്ടുമ്പോൾ കേസിൽ നിന്ന് തലയൂരാനൊക്കെ ചെറുപ്പക്കാരന് നല്ല സാമർത്ഥ്യമുണ്ട്. ലൈവിൽ കൃഷ്ണകിഷോർ നന്നായി തിളങ്ങി. എഫ്.ബി.യുടെ കമന്റ് ബോക്സിൽ ചെറുപ്പക്കാരനോടുള്ള അനുതാപം നിമിഷനേരം കൊണ്ട് നിറഞ്ഞു കവിഞ്ഞു. ആഗോളതലത്തിൽ വ്യാപിച്ചു കിടക്കുന്ന കൃഷ്ണകിഷോറിന്റെ ആരാധകർ ലോകമെമ്പാടും ലൈവ് വീഡിയോ ഷെയർ ചെയ്തു.

പിറ്റേന്ന് ഉച്ചയ്ക്ക് ആരാധികയായ പെൺകുട്ടി കൃഷ്ണകിഷോറിനെ കാണാനെത്തി. റിസോർട്ടിന്റെ റിസപ്ഷനിൽ വലിയ മോണിറ്ററുകളിൽ, ചാനലുകൾ നിറയെ കൃഷ്ണ കിഷോറിന്റെ വെളിപ്പെടുത്തലുകളുടെ ആഘോഷം നടക്കുകയാണ്.

സെലിബ്രിറ്റികളോട് കടുത്ത ആരാധനയും പ്രണയവും വച്ചു പുലർത്തുന്ന സുന്ദരിയായ പെൺകുട്ടി വളച്ചുകെട്ടില്ലാതെ അവിവാഹിതനായ കൃഷ്ണകിഷോറിനോട് വിവാഹാഭ്യർത്ഥന നടത്തി. പ്രത്യേകിച്ച് എതിർക്കേണ്ട കാര്യമൊന്നുമില്ലാത്തതിനാൽ അയാൾ സമ്മതം മൂളുകയും ചെയ്തു.

വിവാഹത്തിന്റെ ആദ്യരാത്രിയിൽ, ഒരു പ്രൊഫഷണൽ സത്യസന്ധനോട് താനൊന്നും മറച്ചു വെക്കില്ലെന്ന വാശിയോടെ പെൺകുട്ടി താൻ ചെയ്ത കുറ്റകൃത്യങ്ങളുടെ നിഗൂഢതകളും രഹസ്യങ്ങളും അഴിച്ചു മാറ്റി.

"ആർക്കും പിടി കൊടുക്കാത്ത ഒരു കള്ളിയാണ് ഞാൻ, ഇനിയും മനസ്സാക്ഷിയെ വഞ്ചിക്കാൻ വയ്യ. വലിയ ശമ്പളത്തിന്, പേരെടുത്ത പല കമ്പനികളിലും ജോലി ചെയ്യുമ്പോഴും എന്റെ മോഷണ ത്വര കെട്ടടങ്ങിയില്ല. ആരും സംശയിക്കാത്ത വിധത്തിൽ സഹപ്രവർത്തകരുടെ വില കൂടിയ ആഭരണങ്ങൾ, മൊബൈൽ ഫോണുകൾ, പണം, വാച്ചുകൾ മറ്റ് അമൂല്യമായ കൗതുക വസ്തുക്കൾ എന്നു വേണ്ട സകലതും ഞാൻ കട്ടെടുത്തിട്ടുണ്ട്. ഒരു സെയിഫ് ലോക്കർ പോലെ എന്റെ തൊണ്ടിമുതലുകളെല്ലാം നിങ്ങളെ ഏൽപ്പിക്കുന്നു. ആരുടെയെങ്കിലും ഭാഗത്തുനിന്ന് സംശയത്തിന്റെ നിഴൽ എന്നെങ്കിലും എന്റെ നേർക്ക് നീളാം. എന്നാലും ഒരു പൊലീസും ഒരിക്കൽ പോലും നിങ്ങളെ തേടി വരില്ല. അവരുടെ സത്യങ്ങളെ ബലപ്പെടുത്താൻ സഹായമഭ്യർത്ഥിച്ചല്ലാതെ."

ഭാര്യയുടെ വെളിപ്പെടുത്തലുകൾ കൃഷ്ണകിഷോറിനെ ശരിക്കും ഞെട്ടിച്ചു കളഞ്ഞു. ഒരു വലിയ ബാധ്യതയ്ക്കു മുന്നിൽ തല കറങ്ങുന്നതു പോലെ തോന്നി അയാൾക്ക്. മുന്നിൽ കൊണ്ടുവച്ച പാലിന് പകരം അയാൾ കുറേ വെള്ളം കുടിച്ചു. ഭാര്യയുടെ മോഷണങ്ങളെ നവീന സാങ്കേതികവിദ്യകളുടെ ബലത്തിൽ സർഗ്ഗാത്മകമായ സത്യങ്ങളായി പുനരാവിഷ്കരിക്കുന്നതിനെക്കുറിച്ച് ആലോചനയിലാണ്ടു പോയതു മൂലം അയാൾ ആദ്യരാത്രിയിലെ ത്രസിപ്പിക്കുന്ന രതി ഉപേക്ഷിക്കുകപോലുമുണ്ടായി.

■

രാമന്തളി

അടയാളങ്ങൾ ഒന്നും തെറ്റുന്നില്ല.

ശുഭകേശൻ തെക്കുമ്പാട് എന്ന ഈ പ്രശസ്ത വ്യക്തി എട്ടാം തരംവരെ എന്റെ അടുത്തിരുന്ന് ഞങ്ങളെ ഭയപ്പെടുത്തി വിലസിയിരുന്ന എന്റെ സഹപാഠിയായിരുന്ന തോക്കൻ സുനി ആണെന്ന് എനിക്ക് ആലോചിക്കാൻകൂടി കഴിഞ്ഞില്ല. പക്ഷേ, ഞാനത് വിശ്വസിച്ചേ തീരൂ. മുപ്പത്തഞ്ച് കൊല്ലങ്ങൾക്കപ്പുറത്ത്, 'പോസ്റ്റ് മാഷുടെ മില്ലി'ന്റെ പിറകുവശത്തുള്ള പുൽമൈതാനത്തിൽ വെച്ച് അവനെന്റെ കഴുത്ത് മുന്നോട്ട് കമിഴ്ത്തി ദേഹം മടക്കിപ്പിടിച്ച് മൂന്നാല് കുനി കുനിച്ചത്, കൃത്യമായും അവൻ ഓർത്തു പറഞ്ഞിരിക്കുന്നു. ചട്ടിക്കളിക്കിടയിൽ സത്യഭാമയുടെ മുന്നിൽ വെച്ച് എന്റെ ഒരേറ് അവൻ അപ്രതീക്ഷിതമായി സ്വീകരിക്കേണ്ടി വന്നതിന്റെ പ്രതികാരമായിരുന്നു അത്.

മറ്റൊരിക്കൽ അവനെ പേടിച്ച് കരഞ്ഞുകൊണ്ട് ഞൊണ്ടി ഞൊണ്ടി ഞാൻ കള്ളുഷാപ്പിന്റെ പിന്നിലെ അരയാലിന്റെ മറവിൽ പോയൊളിച്ചതുപോലും അവൻ ഓർത്തിരിക്കുന്നു. അതിന്റെ കാരണവും അവൻ വള്ളിപുള്ളി തെറ്റാതെ പറയുകയുണ്ടായി. മത്തായി മാഷ് കണക്ക് പഠിപ്പിക്കുമ്പോൾ അവൻ സത്യഭാമയുടെ അരയിലേക്ക് തന്റെ ഉറച്ചു നീണ്ട കൈപ്പത്തി രഹസ്യമായി ചുറ്റിപ്പിടിച്ചത്, ഞാൻ അതീവ നിഷ്കളങ്കതയോടെ മറ്റുള്ളവർ എന്ത് വിചാരിക്കും എന്ന തിരിച്ചറിവില്ലാതെ മാഷോട് വിളിച്ചു പറഞ്ഞതിന് ആ ഒരു തെളിവ് പറഞ്ഞ് അവൻ പഴയ തോക്കൻ തന്നെയാണെന്ന് എന്നെ ബോധ്യപ്പെടുത്താൻ ശ്രമിക്കുമ്പോൾ, ഞാനിന്നുവരെ മറ്റുള്ളവർക്കിടയിൽ കണ്ടിട്ടില്ലാത്ത കുറ്റബോധവും മനോവിഷമവും അവനിൽ കാണാൻ കഴിഞ്ഞു. തെളിവുകൾ അവിടെ അവൻ അവസാനിപ്പിച്ചില്ല. ക്ലാസ്സിൽ പഠനത്തിൽ ശരാശരിയെങ്കിലും പൊതുവെ ശാന്തനും സത്സ്വഭാവിയുമായ എനിക്കുതന്നെ അവന്റെ പക്കൽ നിന്ന്

പല തവണ മർദ്ദനം ഏൽക്കേണ്ടി വന്നിട്ടുണ്ട്. മൂന്നാമത്തെ തെളിവ്, ശാരദാ ടാക്കീസിൽ 'ലിസ' കണ്ടുകൊണ്ടിരിക്കുമ്പോൾ അവനെന്റെ അനിയത്തിയെ കയറിപ്പിടിക്കാൻ നോക്കിയതാണ്. അവനെ നേരിടാൻ കെൽപ്പില്ലാതെ ഞാൻ കരയുന്നതുകേട്ട് ആളുകൾ അവനെ ശ്രദ്ധിക്കാൻ തുടങ്ങിയപ്പോൾ അവൻ വെള്ളിത്തിരയിലെ പ്രേതത്തെ ഉപേക്ഷിച്ച് ഇരുട്ടിൽ പുറത്തേക്ക് അപ്രത്യക്ഷനായി.

ഇലക്ഷനിൽ അവന് ഇഷ്ടപ്പെടാത്ത ഒരു ബൂത്ത് ഏജന്റിനെ തിരഞ്ഞെടുപ്പ് കാലത്ത് നായ്ക്കുരണപ്പൊടി പാറ്റിയതാണ് മറ്റൊരു അടയാളമായി അവൻ അവതരിപ്പിച്ചത്. ഏറ്റവും ഒടുവിലായി കത്തുന്ന അഞ്ചാമത്തെ തെളിവായി അവൻ എന്റെ മുന്നിലേക്കെറിഞ്ഞത് അവന്റെ അച്ഛൻ സുബ്രഹ്മണ്യക്കുറുപ്പിനെ നാട്ടുകാരുടെ മുന്നിൽ വെച്ച് അവനേൽപ്പിച്ച പൊറുക്കാൻ കഴിയാത്ത തൊഴിയാണ്. (അഞ്ചാമത്തെ തെളിവ് കുറേക്കൂടി പരസ്യസ്വഭാവവും കൂടുതൽ സാക്ഷികളുമുള്ള ചരിത്രത്തിൽ അടയാളപ്പെടുത്തിയ കഠിനമായ തെളിവാണ്.) അഞ്ച് കാര്യങ്ങളും പറഞ്ഞതോടുകൂടി ഞാനും അവനും എട്ടാംതരം വിദ്യാർത്ഥികളായി, പതിമ്മൂന്ന് വയസ്സുള്ള കുട്ടികളെപോലെ ഏങ്ങിയേങ്ങിക്കരയാൻ തുടങ്ങി. അപ്പോൾ അവനാകട്ടെ ഒരു തരം അപകർഷതയും കൂടാതെ ഉപവാസമിരിക്കുന്ന സമരക്കാർക്കിടയിൽ നിന്ന് വിങ്ങിപ്പൊട്ടി. എനിക്ക് കരച്ചിലിന്റെ ഒപ്പം കുറച്ച് നാണവും ജാള്യതയും തോന്നിയതിനാൽ ഞാൻ സമരപ്പന്തലിന്റെ പുറത്തേക്ക് പതുക്കെ വലിഞ്ഞു.

ഒരു സെലിബ്രിറ്റിയെപ്പോലെ, നാട്ടുകാർ ശുഭകേശനെ നോക്കി. സമരത്തോട് അനുഭാവം പ്രകടിപ്പിച്ച്, അടുത്തകാലത്ത് സജീവ രാഷ്ട്രീയത്തിൽ നിന്ന് ഉൾവലിഞ്ഞവനെങ്കിലും ഒരു പ്രശസ്ത രാഷ്ട്രീയക്കാരൻ ഇതാദ്യമായാണ് ഏങ്ങലടിച്ച് കരയുന്നത് നാട്ടുകാർക്ക് അയാളോട് ഇഷ്ടവും ആരാധനയും ചെറിയ അളവിൽ സഹതാപവും അനുഭവപ്പെട്ടു.

"എടക്കാലത്ത് ഇയാളക്കൊണ്ട് പത്രത്തില് സലം ഇണ്ടാവലില്ലപ്പാ. ഇപ്പം കൊറേ ആയിറ്റ് ചങ്ങാനീന കാണാനേ ഇല്ലേലാ." സമരത്തെ ഊണിലും ഉറക്കിലും ഹൃദയം കൊണ്ടേറ്റുവാങ്ങിയ രാഘവേട്ടൻ മാറിനിന്ന് ഇതര രാമന്തളിക്കാരോട് കുശുകുശുത്തു.

"നിങ്ങ പറഞ്ഞത് ശെര്യന്നെ, ഓനിപ്പം കൊറേ കാലായിറ്റ് രാഷ്ട്രീയവനവാസത്തിലെന്നെ," നിരാഹാരത്തിന്റെ തീയതി പുതുക്കി എഴുതുന്നതിനിടയിൽ രമേശൻ പറഞ്ഞു.

"അയിന്റെടീല് ഓരോ എളപ്പെളക്കീറ്റ് നിനിക്ക് തീയതി മാറിപ്പോണ്ട. ചാനലുകാർക്ക് അത് മതി പിന്ന!" മറ്റൊരു സമരഭടൻ കുട്ടി, രമേശനെ ഉപദേശിച്ചു.

പക്ഷേ, കുട്ടി ശുഭകേശന്റെ സ്വദേശത്തെക്കുറിച്ചുള്ള സംശയം പൊതുവായി രേഖപ്പെടുത്തി:

“ആള് പാലക്കാട് സൈഡിലേട്യോ ആന്ന് തോന്ന്, നമ്മളെ തേങ്ങ പറിക്ക്ന്നെ സയീശനോട് ചോയ്ച്ചാ അറിയാമ്പറ്റും, ഓനാ ബാത്ത് ഏട്യോ ആന്ന്.”

അയാൾ ശുഭകേശനോട് കുറച്ചുകാലം മുമ്പുവരെ അയാൾക്കുണ്ടായിരുന്ന ആരാധന രേഖപ്പെടുത്താൻ ഒരു ലോഭവും കാണിച്ചില്ല. പ്രസക്തി കൂടിയ ചില ഭാഗങ്ങൾ അടിവരയിട്ട് അടയാളപ്പെടുത്തുന്നതുപോലെ കുട്ടി, ശബ്ദം കുറച്ച് അയാളുടെ ഉറ്റ ചങ്ങാതിമാരായ സമരസഖാക്കളോടായി ശുഭകേശൻ കേൾക്കുന്നില്ലെന്ന് ഉറപ്പുവരുത്തിക്കൊണ്ട് പറഞ്ഞു,

“ആളൊരു കാലത്ത് പുലിയായിരുന്നില്ലേ, വെട്ടിന് വെട്ട്, കുത്തിന് കുത്ത്, തീരുമാനെടുക്കാൻ പേടീന്ന് പറഞ്ഞെ സാനം മൂപ്പരെ ലൈഫിലില്ല.”

ആളുകളുടെ ശ്രദ്ധ ശുഭകേശനിലേക്ക് തിരിയുകയാണെന്ന് ശുഭകേശനും തോന്നിത്തുടങ്ങി. ഈ ശുഭകേശൻ മുപ്പത്തഞ്ച് കൊല്ലം മുമ്പ് പിതാവിനെ തൊഴിച്ച് നാടുവിട്ട തോക്കൻ സുനിയാണെന്ന് എനിക്കും അവനും മാത്രം അറിയാവുന്ന ഒരു രഹസ്യമായി തുടരുകയാണിപ്പോഴും.

സമരപ്പന്തലിൽ നിരാഹാരമിരുന്നും ഇടയ്ക്കിടെ എത്തിനോക്കിയും രാവും പകലും കക്കൂസ് വെള്ളം കുടിച്ച ഓർമ്മയിൽ, പഴകിപ്പോയ ഓരോ നിമിഷവും ഓക്കാനിച്ചുകൊണ്ടിരിക്കുന്ന എന്റെ നാട്ടുകാരോട് നിശ്ശബ്ദമായി അനുവാദം ചോദിച്ച ശേഷം ഞാൻ ശുഭകേശനെയും കൂട്ടി നടന്നു.

“നീ വാ, നമ്മക്ക് ഒര് സർക്കീറ്റടിച്ചിറ്റ് വെര.”

ഞാൻ തോക്കനെയും വിളിച്ച് പെരിയാട്ടെ കൊവ്വലിലേക്ക് നടന്നു. നിരാഹാരത്തിന്റെ ഒൻപതാം ദിവസത്തിലേക്ക് പ്രവേശിച്ച വനിതയ്ക്ക് അനുഭാവം പ്രകടിപ്പിച്ചുകൊണ്ട് സ്ത്രീകളും കുട്ടികളും കൊവ്വലിൽ പന്തം കൊളുത്തി മുദ്രാവാക്യവും വിളിച്ച് നടന്നുപോകുന്നു. എന്റെ ഓള് സത്യഭാമയും ഇളയ പെങ്ങൾ കമലാക്ഷിയും നല്ല ആവേശത്തോടെ, കിണറുകളിലേക്കുള്ള എസ്.ടി.പിയെന്ന ‘ആന’ കക്കൂസിന്റെ പൈപ്പ് ഉടൻ അടച്ചില്ലെങ്കിൽ പട്ടാളക്കാരുടെ ഗേറ്റിന് മുന്നിൽ മരിക്കുമെന്ന് പറഞ്ഞത് കേട്ടപ്പോൾ എനിക്ക് ഒരു സന്തോഷമൊക്കെ തോന്നി. എന്തുകൊണ്ടാണെന്ന് അറിയില്ല, ഞാൻ സത്യഭാമയെ തോക്കനിൽനിന്ന് മറച്ചുപിടിച്ചു. എന്നിട്ട് കമലാക്ഷിയെ ഞാൻ തോക്കന് കാണിച്ചുകൊടുക്കുകയും ചെയ്തു.

"ആരെയും ഓർമ്മ വരുന്നില്ല, പെട്ടെന്ന്." അവൻ കമലാക്ഷിയെ നോക്കിക്കൊണ്ട് എന്നോട് പറഞ്ഞു.

"പക്ഷേ സൂചനകൾ പറയുമ്പോൾ എല്ലാം പെട്ടെന്ന് മടങ്ങി വരും. നിന്റെ കാര്യം അതു പോലെയല്ല, ഞാൻ നിനക്ക് ചെയ്യാത്ത ദ്രോഹങ്ങളില്ലല്ലോ? നിന്റെ പെണ്ണിനോട് പോലും..."

ആ വാചകം മുഴുമിപ്പിക്കാൻ കൂട്ടാക്കാതെ അവന്റെ കണ്ണുകളിൽ വെള്ളം നിറഞ്ഞു.

"എന്നാലും നീയെന്തൊരു പോക്കാ തോക്കാ പോയത്?"

അവനൊപ്പമെത്താൻ ഞാൻ ഞൊണ്ടുകാലും ഏന്തി വലിഞ്ഞ് പിന്നാലെ നടക്കുന്നതിനിടയിൽ ചോദിച്ചു:

"നിന്റച്ഛൻ പിന്നെ ഒരാളോട് മിണ്ടിയിട്ടില്ല. പാവം മുടിവെട്ടാൻ പോലും മരിക്കും വെരെ പൊറത്തെറ്ങ്ങീറ്റ്ല, ബാർബർ പപ്പൻ നിന്റെ വീട്ടില് വെന്ന് ഓർക്ക് മുടി നറുക്കിക്കൊട്ക്കും. നീ കുല ദ്രോഹൂം ചെയ്താ നാട് വിട്ടത്, ദുഷ്ടൻ."

ഞാൻ ആത്മരോഷത്തോടെ അവനോട് പറഞ്ഞു. ദേഷ്യം തോന്നിയാൽ അവനെന്നെ പുഷ്ടിയുള്ള കൈത്തണ്ടകൊണ്ട് തച്ചോട്ടെ! ഞാൻ കരുതി.

ഒൻപതിലേക്ക് സ്കൂൾ പൂട്ടിയ സമയം ഞാൻ വിഷുവിന്റെ അമിട്ടൊച്ച സ്വപ്നം കണ്ട് രാവും പകലും ആവേശത്തിൽ കഴിയുന്ന ഒരു ദിവസമാണ് അവൻ ഏഴിമല മുറിച്ച് കൂവിപ്പോയ ഒരു തീവണ്ടിക്ക് എങ്ങോട്ടേക്കോ നാട് വിട്ടത്.

വിഷുവിന് കശുവണ്ടി കട്ട് പെറുക്കി, വിറ്റു കിട്ടിയ പൈസ കൊണ്ട് വാങ്ങി വെച്ച ശിവകാശിപ്പടക്കം വീട്ടിലെ കളത്തിൽ ഉണക്കാനിടുമ്പം സത്യഭാമ തന്നെയാണ് അവന്റെ പോക്കിന്റെ കാര്യം എന്നോട് വന്ന് പറഞ്ഞത്. അവൾ കുറച്ച് മണ്ണെണ്ണക്ക് ഒരു കുപ്പിയും എടുത്ത് വന്നതായിരുന്നു:

"ഓൻ ഇന്നല കള്ളവണ്ടി കേറി എങ്ങോട്ടേക്കോ പോനി," സത്യഭാമ എന്നോട് പറഞ്ഞു. അവൾ അത് പറയുമ്പോൾ അവളുടെ മുഖത്ത് പതിവില്ലാത്ത ഒരു പ്രസരിപ്പ് കണ്ടു.

"ആളൊരു കച്ചറയാണെങ്കിലും പോയത് വിചാരിക്കുമ്പം ഒരു വെഷമം, കൊറേക്കാലം ഒന്നിച്ച് നടന്നോനല്ലേ" ഞാൻ പറഞ്ഞു.

"എനക്കൊര് വെഷമൂം ഇല്ല, ഇത്രേം കാലം ഓനപ്പേടിച്ച് ഞാൻ മിണ്ടാണ്ടിരുന്നു, എനി ഞാൻ നിന്നോട് എല്ലം പറ്ഞ്ഞ് തെര." അവൾ പറഞ്ഞു.

ഞാൻ ഉണക്കാനിട്ട പച്ച ബോംബും പൂക്കുറ്റിയും ഓലവെടിയും ഒരു പ്ലാസ്റ്റിക് സഞ്ചിയിലാക്കി ഞാലിയുടെ മുകളിലെ അട്ടത്തിൽ ഭദ്രമായി വെച്ച് അമ്മയോട് ഒരു കളവ് പറഞ്ഞ് ഭാമയുടെ വീടിന്റെ ഇടവഴിയിലേക്ക് ഞൊണ്ടിക്കൊണ്ട് ഒരോട്ടം പാസാക്കി.

അവളെനിക്ക് വേണ്ടി കാക്കപ്പൂ പറിച്ചുകൊണ്ട് കയ്യാലയുടെ തൊട്ടപ്പുറം നിൽക്കുന്നു.

"ഓനെന്താ നിന്ന ചെയ്തിനി?" ഞാൻ അവളോട് ചോദിച്ചു.

"ഒന്നും ചെയ്യാൻ ബാക്കിയില്ല" അവൾ കുറ്റബോധത്തോടെ തല കുനിച്ചു.

ആദ്യരാത്രിയിൽ ഒരു രണ്ടാം കെട്ടുകാരനെപ്പോലെ, അവളുടെ ശരീരത്തെ വിസ്മയിപ്പിക്കാൻ അവശേഷിച്ച ഏതെങ്കിലും പ്രദേശ മന്വേഷിച്ച് തളർന്നുതളർന്ന് മയങ്ങാറായപ്പോൾ ഞാനൊരു വെല്ലു വിളി മനസ്സുകൊണ്ട് ഏറ്റുവാങ്ങി: "എന്നെങ്കിലും അവനിനി രാമ ന്തളിക്ക് മടങ്ങി വന്നാൽ നിനക്കു വേണ്ടി എന്റെ കൈപ്പത്തി ഓന്റെ മോത്ത് ചാർത്തും."

പിന്നീട് കുറച്ചു കാലം കൂടി ഞാൻ തോക്കനെ ഓർത്തു. അവന്റെ മടങ്ങി വരവിനെക്കുറിച്ച് ചിന്തിച്ചു. തിരിച്ചെത്തിയാൽ ഞാനവനെ സത്യഭാമയ്ക്ക് വേണ്ടി മുഖത്തടിക്കുന്നതും സ്വപ്നം കണ്ട് വായന ശാലാ മൈതാനിക്കടുത്ത ഒറ്റമുറിച്ചായപ്പീടികയിൽ ചായ കൂട്ടി കഴിഞ്ഞു.

പിന്നെ പതുക്കെ ഞാൻ തോക്കനെ മറന്നുതുടങ്ങി. രാത്രി സത്യഭാമ ഒരു ദുർബലജീവിയോടെന്നപോലെ പരിഹാസത്തോടെ എന്നെ അവഗണിക്കുമ്പോൾ മാത്രം ഞാൻ തോക്കനെ പകയോടും നിസ്സഹായതയോടും കൂടി ഓർത്തു. കുടുംബം പുലർത്താൻ രാമ ന്തളിക്കാർക്ക് വേണ്ടി സ്വദേശി വടയും പഴമ്പൊരിയും കടല ഇഷ്ടുവും ഉണ്ടാക്കി ജീവിച്ചു. പതിനൊന്ന് മണിക്ക് പൊതുവാളുടെ ജീപ്പിൽ പയ്യന്നൂർക്ക് പോയി ശോഭാ ടാക്കീസിൽ ഓടുന്ന ഉച്ചപ്പടം കണ്ടു. അവധിക്കാലം ചെലവഴിക്കാൻ നാട്ടിലെത്തിയ ഗൾഫു കാരിൽനിന്ന് ഇടയ്ക്ക് ഷിവാസിന്റെ രണ്ട് പെഗ്ഗ് ഒപ്പിച്ച് സത്യഭാമയെ കിടക്കയിൽ അക്രമിച്ച് തോക്കനോട് അർദ്ധരാത്രി പ്രതികാരം ചെയ്തു.

"പക്ഷേ, ഇന്ന് സമരപ്പന്തലിൽ കണ്ടപ്പോൾ നിന്റെയുള്ളിൽ തോക്കനാണെന്ന് ഒറ്റനോട്ടത്തിൽ തിരിച്ചറിയാൻ മാത്രം ബുദ്ധി എനിക്കുണ്ടായില്ലടാ സുനീ." ഞാൻ പെരിയാട്ടെ കൊവ്വലിൽ നിന്ന് ഏഴിമലയിലെ ഗ്രോട്ടോയെ ലക്ഷ്യമാക്കി നടന്നു കയറുന്നതിനിട യിൽ അവനോട് പറഞ്ഞു.

ശുഭകേശനെന്ന ലോകമറിയുന്ന രാഷ്ട്രീയക്കാരനെ തോക്കൻ സുനിയായി പരാവർത്തനം ചെയ്യാൻ എന്റെ മനസ്സ് അങ്ങനെയങ്ങ് എളുപ്പത്തിൽ വഴങ്ങിത്തരുന്നുമില്ല.

എനിക്ക് ഈ രഹസ്യം ആരോടെങ്കിലും ഒന്ന് പറഞ്ഞാൽ കൊള്ളാമെന്നുണ്ട്. പക്ഷേ, അങ്ങനെ ശുഭകേശന്റെ പൂർവകാലം വെളിപ്പെടുത്തുന്നതിൽ അവന് ഇഷ്ടക്കേടുണ്ടോ എന്ന കാര്യം അവനോട് ചോദിച്ചറിയണം. പഴയ തോക്കൻ സുനിയല്ല പുതിയ ശുഭകേശൻ.

അയാളുടെ സ്വാധീനം ചെറുതല്ല. ചിരിച്ചു കൊണ്ട് ശുഭകേശൻ എത്ര കിടിലൻ വിവാദങ്ങളാണ് പുല്ലുപോലെ നേരിട്ടത്. ചാനലുകാർ ഒരു കാലത്ത് ഒരകലത്തിൽ നിന്നല്ലാതെ ശുഭകേശനോട് സംസാരിക്കുമായിരുന്നില്ല.

നടത്തത്തിനിടയിൽ ഞാൻ തോക്കനെ സൂക്ഷ്മമായി ശ്രദ്ധിച്ചു കൊണ്ടിരുന്നു. അവനെ പഴയ തോക്കനായി ശുഭകേശന്റെ പുതിയ ദേഹത്തിൽ ഉറപ്പിക്കാൻ ഞാൻ ശ്രമിച്ചുകൊണ്ടിരുന്നു. പക്ഷേ, അവൻ പഴയ ആളല്ലെന്ന് അനുനിമിഷം ഓർമ്മിപ്പിക്കുംവിധം, എനിക്കൊട്ടും വശമില്ലാത്ത വിധത്തിൽ പെരുമാറിക്കൊണ്ടിരുന്നു. ഇടയ്ക്കവൻ വലിയ പാകത വന്ന ഒരു സാത്വികന്റെ രൂപത്തിലേക്ക് ഇറുങ്ങി നിന്നു. മറ്റു ചിലപ്പോൾ ഒരു പരിവ്രാജകനെപ്പോലെ ശൂന്യമായ നോട്ടം അഷ്ടദിക്കിലേക്കും പായിച്ചുകൊണ്ട് നടന്നു.

"നിന്നെ ഇപ്പോഴും ആൾക്കാർക്ക് മനസ്സിലായിട്ടില്ല, ഞാനത് നാളെ പകൽ വെളിച്ചത്തിൽ രാമന്തളിക്കാരോട് പറയാൻ പോന്ന്." വിജനമായ വഴിയിലൂടെ കിഴക്കോട്ട് നടന്ന് കുരിശുമുക്കിനടുത്തെത്തിയപ്പോൾ ഞാനവനോട് പറഞ്ഞു.

വഴിയുടെ രണ്ട് വശങ്ങളിലെ കപ്പണകളിൽ നിന്ന് ഇടയ്ക്ക് മിന്നാമിനുങ്ങുകൾ പാറിവന്നു. ആ വഴിയിലെത്തിയപ്പോൾ പണ്ടെന്നോ തോക്കനുമൊത്ത് ആമയെ പിടിക്കാൻ ചെന്ന കാര്യം ഓർമ്മ വന്നു. ആദ്യം സാധുബീഡി വലിക്കാൻ പഠിച്ചത് അന്നേരമാണ്. അമൃതുപോലെ രണ്ട് ഔൺസ് പറങ്കിമാങ്ങയുടെ നാടൻ ആദ്യമായി ഒരു പ്ലാസ്റ്റിക് ഗ്ലാസ്സിലേക്ക് ഒഴിച്ച് തന്നതും അന്നു രാത്രി തോക്കന്റെ കൈകൊണ്ട് തന്നെ.

ദൂരെ നിന്ന് ഒരു മയിൽപ്പിട ഞങ്ങൾക്കെതിരെ നടന്നു വരുന്നു.

"കണ്ടില്ലേ, കാലം വല്ലാണ്ട് മാറി." ഞാൻ മയിലിനെ ചൂണ്ടി അവനോട് പറഞ്ഞു.

"പണ്ട് കണ്ണൂര് ബാത്ത് ഒരു മയിലിനെ കാണാൻ പയ്യന്നൂരിലെ

സുബ്രഹ്മണ്യസ്വാമി ക്ഷേത്രത്തിൽ പോണം ഇപ്പം ഈറ്റിങ്ങ മുറ്റത്ത് വന്ന് ഡാൻസ് ചെയ്യാൻ തൊടങ്ങി." ഞാൻ പറഞ്ഞു

തുടർച്ചയായി വരുന്ന ഫോൺ കോളുകളിലായിരുന്നു അവന്റെ ശ്രദ്ധ. അവന്റെ മുഖഭാവം ഞാൻ ശ്രദ്ധിച്ചു. ഭയമുണ്ട് അവന്റെ കണ്ണുകളിൽ. ഇടയ്ക്ക് അപ്പുറത്തെ ശബ്ദത്തിനു മുന്നിൽ വലിയ വിധേയത്വത്തോടെ അവൻ കുനിയുന്നതുപോലെ തോന്നും. ഇപ്പോൾ അവന് ഒരു ക്ഷീണിതന്റെ മുഖഭാവമാണ്.

"നിനക്കെന്ത് പറ്റി തോക്കാ? നീ ഇത്രയും കാലം എന്തിനാ ഈ നാട്ടിൽ നിന്നും നാട്ടുകാരിൽ നിന്നും മറഞ്ഞു നിന്നത്?" ഞാൻ ചോദിച്ചു.

"ഞാൻ തോറ്റു പോയി ചങ്ങാതീ," അവൻ വല്ലാത്തൊരു നിസ്സഹായതയോടെ പറഞ്ഞു, "പരാലിസിസ് പിടിപെട്ട ഒരു രോഗിയെപ്പോലെയാടാ എന്റെ മനസ്സിപ്പം." അതും പറഞ്ഞ് അവൻ കരയാൻ തുടങ്ങി.

അവൻ തുടർന്നു: "നീ ആൾക്കാരോട് പറ, അവരെന്നെ തിരിച്ചറിഞ്ഞോട്ടെ, പഴയ തോക്കൻ സുനിയെക്കാൾ അഴുകിയതാടാ ശുഭകേശന്റെ ജീവിതം, ഒട്ടും മനുഷ്യപ്പറ്റില്ലാത്ത ഒരെപ്പിസോഡ്." അവൻ പിന്നെയും കരയുന്നു. എനിക്ക് ദേഷ്യം വരാൻ തുടങ്ങി.

"നിനിക്ക് ആരെയാടാ പേടി?"

അവൻ എന്നോട് എന്തോ പറയാൻ ഓങ്ങുന്നതിനിടയിൽ പിന്നെയും ഒരു കോൾ വന്നു. ഞങ്ങൾ വീതിയുള്ള വഴി പിന്നിട്ട് ഇടുങ്ങിയ കാട്ടുപാതയിലേക്ക് പ്രവേശിച്ചിരുന്നു.

ഒരു മുള്ളൻപന്നി മുന്നിലൂടെ നടന്നുപോയി. ദൂരെ കുറുക്കന്മാർ ഓലിയിട്ടു. ഒരു അണലിപ്പാമ്പ് വഴി മുറിച്ച് കടന്നുപോയി.

ഇരുട്ട് പരന്നുതുടങ്ങിയിരുന്നു. തോക്കന്റെ കൈയിലെ വീതിയുള്ള മൊബൈലിൽ നിന്ന് അവൻ ടോർച്ച് മിന്നിച്ചു. ഗ്രോട്ടോയ്ക്കടുത്ത ചർച്ചിൽ നിന്ന് ഒച്ചയോ അനക്കമോ കേൾക്കാനില്ല. ചിലപ്പോൾ ഇന്ന് പള്ളിയിൽ പ്രത്യേകിച്ചൊന്നും ഉണ്ടാകില്ല. ചൂടുകാലത്തിന്റെ ഉണക്കം പള്ളിപ്പറമ്പിനെയും ഗ്രോട്ടോയെയും ബാധിച്ചിട്ടുണ്ട്.

സ്കൂളിൽ നിന്ന് പണ്ട് മിക്കവാറും വെള്ളിയാഴ്ച ഉച്ചക്ക് ഞാൻ തോക്കന്റെ കൂടെ ഗ്രോട്ടോവരെ വന്ന് രാമന്തളിയുടെ ദൂരക്കാഴ്ച കണ്ട് മടങ്ങിപ്പോകും. ഗ്രോട്ടോയുടെ മീതെ കയറിനിന്നാൽ പടിഞ്ഞാറോട്ട് നോക്കിയാൽ കടലിൽ ഉറച്ചുപോയ ഒരു വിദേശക്കപ്പലിന്റെ കൊടിമരം കാണാം. കിഴക്കോട്ട് നോക്കിയാൽ ഇടയ്ക്ക്,

തീവണ്ടി 'പുതിയ പുഴ' മുറിച്ച് കണ്ണൂരേക്കും കാസർകോടേക്കും പോകുന്നത് കാണാം. കൊക്കാനിശ്ശേരിയിലെ ഓട്ടുകമ്പനിയുടെ ചിമ്മിനിയുടെ ഉച്ചിയിൽനിന്ന് പുക ആകാശത്തിൽ കലരുന്നത് കാണാം.

ഗ്രോട്ടോയുടെ മുകളിൽ കയറിയപ്പോൾ എനിക്ക് സത്യഭാമയെ ഓർമ്മ വന്നു. അവൾക്ക് ഞാൻ കൊടുത്ത വാക്ക് ഓർമ്മ വന്നു. ഭീരുവായ ഒരു എതിരാളിയായി തോക്കൻ എന്റെ തൊട്ട് മുന്നിൽ ഇരിക്കുന്നു. എന്റെ ഓളുടെ ചാരിത്ര്യം അപഹരിച്ച വൃത്തികെട്ടവൻ എനിക്ക് തൊടാവുന്ന അകലത്തിൽ ഒരു കുഞ്ഞിന്റെ മാനസികാവസ്ഥയിൽ കഴിയുകയാണ്.

ഞാനെന്റെ ഉള്ളിലെ ശക്തി ഊക്കോടെ പുറത്തെടുത്തു. എനിക്ക് പറ്റാവുന്ന ഒച്ചയിൽ ആ ഇരുട്ടിനെ കുത്തിത്തുളച്ച് ഞാൻ ആക്രോശിക്കാൻ വാ തുറന്നു. പക്ഷേ, ശബ്ദം തൊണ്ടയിൽ പാതി വഴിയിൽ നിലച്ചു പോയി. ഞാൻ എന്റെ കൈ തോക്കന്റെ നേർക്ക് ഉയർത്തി. പക്ഷേ ഞാനുദ്ദേശിച്ച രീതിയിൽ എന്റെ കൈ അവന്റെ മുഖത്ത് വീഴ്ത്താൻ എനിക്കായില്ല. തോക്കന്റെ നേർക്ക് ഉയർന്ന എന്റെ കൈ ശുഭകേശൻ എന്ന മറ്റൊരാൾ ഒരു മജീഷ്യനെപ്പോലെ തട്ടിയകറ്റുന്നതായി എനിക്ക് തോന്നി. കുറേ കാലമായി, മാധ്യമങ്ങളിൽ നിറഞ്ഞു നിൽക്കുന്ന ശുഭകേശനെന്ന രാഷ്ട്രീയക്കാരനെയാണ് എനിക്ക് കൂടുതൽ അറിയാവുന്നത് അയാളെ എനിക്കിത്ര പേടിയുണ്ടെന്ന് ഞാനിപ്പോഴാണ് അറിയുന്നത്.

തോക്കൻ പക്ഷേ എന്റെ പ്രവൃത്തി കണ്ട് ഒരു ഭാവമാറ്റവും വരുത്തിയില്ല. അവന്റെ കണ്ണുകളിലെ കുറ്റബോധവും നിസ്സഹായതയും എനിക്ക് മനസ്സിലാവുന്നുണ്ട്.

ഞാൻ കലിപ്പ് വിട്ട് അപ്പോൾ തന്നെ സാധാരണ മട്ടിലേക്ക് മടങ്ങിപ്പോയി.

"നീ നാളെ സമരപ്പന്തലിൽ വന്ന് നിരാഹാരമിരിക്കണം," സമനിലയിലേക്ക് തിരിച്ചു വന്ന ഞാൻ തോക്കനോട് പറഞ്ഞു.

"നീ ഈ നാട്ടുകാരനായിത്തന്നെ ഈ സമരത്തോട് ഐക്യപ്പെടണം, നാട്ടുകാർക്ക് അത് ആശ്വാസാവും," ഞാൻ പറഞ്ഞു.

"എനക്കങ്ങനെ ചെയ്യണന്ന് ഇണ്ട്, പക്ഷേ, എനിക്കതിന്റെ ആത്മവിശ്വാസം ഇല്ലാണ്ടായി," അവൻ നിസ്സഹായതയോടെ പറഞ്ഞു: "അഥവാ ഞാൻ ഉപവാസമിരുന്നാൽ പോലും നിന്റെ സമരം പരിഹാസ്യമായിപ്പോവും."

ഒരു താങ്ങുപോലെ അവനെന്റെ ചുമലിലേക്ക് കൈയിറക്കി എന്റെ ചെവിയിൽ സൗമ്യമായി പറഞ്ഞു:

“ഒരു ക്വാർട്ടർ കിട്ട്വ? ഒറക്കം വെരണെങ്കിൽ ഇപ്പോ അത് പതിവാ, അല്ലെങ്കിൽ രാത്രി പേട്യാവും.”

“താഴെ എത്തീറ്റ് നമ്മക്ക് നോക്കാപ്പാ, സാധനം കിട്ടും, നീ ബേജാറാവണ്ട,” ഞാൻ അവനെ ആശ്വസിപ്പിച്ചു.

മദ്യപിച്ചാൽ ഞാനും ഒന്ന് ഉഷാറാവും. ധൈര്യവും കിട്ടും. ഒരു പക്ഷേ സത്യഭാമയ്ക്ക് ഞാൻ കൊടുത്ത വാക്ക് എനിക്ക് അപ്പോൾ പാലിക്കാനാവുമായിരിക്കും. ഞാൻ ഉള്ളിൽ കരുതി.

പക്ഷേ, ക്വാർട്ടർ കഴിച്ച് മയക്കം പിടിക്കുമ്പോൾ തോക്കൻ എവിടെ കിടന്നുറങ്ങും? അവനെ വീട്ടിലേക്ക് ക്ഷണിക്കാൻ എനിക്ക് ധൈര്യം പോരാ. മനുഷ്യന്റെ സ്ഥിതി പ്രവചിക്കാൻ കഴിയില്ല. സത്യഭാമയെ കാണുമ്പോൾ ചിലപ്പോൾ അവന്റെ പുതിയ സാത്വിക ഭാവവും ദൈന്യതയും പമ്പ കടക്കാനും ഇടയുണ്ട്. ഇറക്കത്തിൽ പെരിയാട്ടെ കൊവ്വലിലേക്ക് വേഗതയോടെ നടക്കുന്നതിനിടയിൽ ഞാൻ ആലോചിച്ചു കൂട്ടി.

ഞാൻ അവനോട് ചോദിച്ചു: “നീ ഒന്നുകിൽ ഈ രാത്രി ഓട്ടോ പിടിച്ച് പയ്യന്നൂർ റെയിൽവേ സ്റ്റേഷനിലേക്ക് പോ, വണ്ടി കിട്ടും. മടങ്ങിപ്പോകാൻ, അല്ലെങ്കിൽ നീ നിന്റെ പൗറും ബിജാരും കീശേല് വെച്ച് അമ്മയെപോയി കണ്ട് ആട കെടന്നൊറങ്ങ്. നീ പണ്ടേ ചത്തു പോയീന്നാ ഓറെ വിജാരം. നീയും കുറുപ്പേട്ടനും തമ്മിലുള്ള പ്രശ്നത്തിൽ ഓറെന്ത് പിഴച്ചു? നീ പോത്ത് പോലെ വളന്നിറ്റും പെറ്റമ്മേന തിരിഞ്ഞ് നോക്കാൻ തോന്നീറ്റില്ലേല, നീ കരിങ്കല്ലാ ചെങ്ങായീ.” എനിക്ക് അതോർത്ത് തോക്കനോട് അരിശം തോന്നി.

ഞാൻ അത്രയും പറഞ്ഞപ്പോൾ അവന്റെ കണ്ണുകൾ നിറഞ്ഞൊഴുകാൻ തുടങ്ങി. വിഷമം കരഞ്ഞു തീർക്കുന്നതിനിടയിൽ അവന്റെ മനസ്സമാധാനം തകർക്കുന്ന ഏതോ ഫോൺവിളി വീണ്ടും എത്തി.

അതിനിടയ്ക്ക് ഞാൻ ഇലക്ട്രീഷ്യൻ മണികണ്ഠനെ വിളിച്ച് ഒരു മിലിട്ടറി കുപ്പി ഒപ്പിച്ചു വെച്ചു. തോക്കനെ കണ്ടെത്തിയതിന്റെ ഒരാഘോഷം എന്റെയുള്ളിൽ നുരഞ്ഞു പൊന്തി.

“നീ ബേം നടക്ക്, സാനം ഓക്കെയായി. രണ്ടെണ്ണം വിട്ടാൽ നിന്റെ സങ്കടം മാറും” ഞാനവനെ സമാധാനിപ്പിച്ചു കൊണ്ട് ഉഷാറോടെ നടന്ന് എന്റെ ഒറ്റമുറിച്ചായപ്പീടികയ്ക്ക് അടുത്തെത്തി.

ഇപ്പോൾ സമയം രാത്രി പതിനൊന്ന് മണി കഴിഞ്ഞു. ഒരു നാടൻ പട്ടി കൊവ്വലിൽ അലഞ്ഞു തിരിയുന്നു. ഞാൻ മണിയെ ഒന്നു കൂടി വിളിച്ചു. അവൻ അടുത്ത നിമിഷം ഒരു കുപ്പിയുമായി ഞങ്ങൾക്ക് മുന്നിൽ പ്രത്യക്ഷപ്പെട്ടു. കുപ്പി വാങ്ങി ഞാനൊരു ലാർജ് ഡ്രൈ

ആയി സേവിച്ച് തോക്കന് കുപ്പി കൈ മാറി. (എനിക്ക് വെള്ളത്തിലുള്ള വിശ്വാസം നഷ്ടപ്പെട്ടിട്ട് കുറച്ചു കാലമായി.) എന്നിട്ട് മണികണ്ഠനോട് പറഞ്ഞു:

"നീ ഇന്ന് രാത്രി ഇയാള കാത്തോളണം."

അത് കേട്ടപ്പോൾ ശുഭകേശനെ ഒത്തു കിട്ടിയതിൽ മണികണ്ഠന് ഒരു സന്തോഷമൊക്കെ തോന്നി.

ആ സമയത്തും ഭാമയ്ക്ക് കൊടുത്ത വാക്ക് പാലിക്കാൻ ഞാനൊരു ശ്രമം നടത്തിനോക്കി. എന്തോ, എന്നെപ്പോലെ ഒരാൾക്ക് അതൊന്നും പറഞ്ഞിട്ടുള്ളതല്ലെന്ന് ഉള്ളിൽ നിന്നാരോ എന്നെ ഒരിക്കൽ കൂടി ഉപദേശിച്ചു. ഞാനിതോടെ എന്റെ ആ പഴകിയ വീരവാദം ഇവിടെ ഉപേക്ഷിക്കുകയാണ്.

പെരിയാട്ടെ കൊവ്വലിൽ എന്റെ ഒറ്റമുറി ചായപ്പീടികയുടെ മുന്നിൽ ഞാനൊരു കാർഡ് ബോർഡിൽ 'ചായ ഇല്ല' എന്ന് തൂക്കിയിട്ടിട്ട് മാസം ഒന്ന് കഴിഞ്ഞിരിക്കുന്നു. ആദ്യം ഒരു സംശയം പറഞ്ഞത് തേങ്ങപറിക്കാരൻ സതീശൻ തന്നെ. രാവിലെ ഏഴ് മണിക്ക് ഒരു ചായ അവന്റെ കൊല്ലങ്ങളായുള്ള പതിവാണ്. അവൻ ചായ ഒരിറക്ക് ഇറക്കി അതിലും വേഗത്തിൽ പതിവില്ലാത്തവിധം മരബെഞ്ചിലേക്ക് ഒരൊറ്റ തുപ്പലായിരുന്നു.

"നീ തീട്ടം കലക്കീറ്റാ ചായ ഇട്ന്ന്?" അവനങ്ങനെ 'എടുത്താൻ പിടിച്ചാൻ' പറയാത്ത ചങ്ങാതിയാണ്. എന്തെങ്കിലും കാര്യം കാണാതെ അവൻ ഒച്ച പുറത്തെടുക്കില്ല.

"തലേന്ന് വെച്ച മത്തിക്കൂട്ടാൻ തൊട്ട കൈ കൊണ്ട് തൊട്ടിറ്റ് വല്ല മൊയങ്ങ് നാറ്റോ മറ്റോ ആയിരിക്കും, മറ്റാരാപ്പാ അയില് തൂറി ഇട്ന്ന്?" ഒരു കട്ടൻ ചായ കഴിക്കാനെത്തിയ കേളുക്കോമരം എനിക്കൊരു സപ്പോർട്ട് തന്നു.

ഞാൻ സതീശനോട് ഗ്ലാസ്സ് വാങ്ങിച്ച് മണപ്പിച്ച് നോക്കി. സംഭവം എനിക്കും ഒരു പന്തികേട് തോന്നി. ഒരു മാതിരി കെട്ട വാസന മൊത്തത്തിൽ.

ഞാൻ കോമരത്തിന് കൊടുക്കാനോങ്ങിയ കട്ടൻ അതേ സ്പീഡിൽ തിരിച്ചെടുത്ത് അടുക്കളയിലേക്കോടി. സമോവറിലെ കിലുങ്ങിത്തിളക്കുന്ന വെള്ളത്തിലേക്ക് മൂക്കടുപ്പിച്ച് ഒന്ന് ചെറുതായി ശ്വാസം പിടിച്ച് നോക്കി. അതേ, ദുർഗന്ധം.

ഞാൻ എന്റെ ഓള് സത്യഭാമയെ വിളിച്ച് ഒച്ച കുറച്ച് ചോദിച്ചു: "എന്ന വല്ല മണൂം ഇണ്ടേ?"

അവൾ അരിയാട്ടൽ നിർത്തി എഴുന്നേറ്റ് വന്ന് എന്റെ ദേഹത്തോട് പറ്റി നിന്ന് മൂക്ക് വിടർത്തി:

"ഉം, ഇണ്ട്, നിങ്ങ ഗ്യാസ് വിട്ടതായിരിക്കും."

അവൾ മക്കാറാക്കി പറഞ്ഞപ്പോൾ എനിക്കാകെ ഒരു ബമ്മട്ട്. ഇനി എന്റെ അറിവ് കൂടാതെ എനിക്ക് വല്ലതും പറ്റിപ്പോയോ എന്നറിയണമല്ലോ. ഞാൻ അകത്ത് പോയി അരയിലെ മുണ്ടഴിച്ച് കണ്ണാടി പിന്നിൽ പിടിച്ച് സാഹസപ്പെട്ട് കുണ്ടി മാറി മാറി പരിശോധിച്ചു നോക്കി. ഇല്ല, ഒരു വൃത്തികേടും ഉള്ളിൽ കാണാനില്ല. നാടിന് മൊത്തത്തിൽ എന്തോ ഒരു പന്തികേട് പറ്റിപ്പോയിക്കാണും. ഞാൻ കാറ്റിൽ മണംപിടിച്ചു. മലം നാടിന്റെ ശ്വേതഗ്രന്ഥികളിൽ ഇടപെട്ടു തുടങ്ങിയിരിക്കുന്നുവെന്ന് എനിക്ക് തോന്നി. ആരോ സമനില തെറ്റി കിണറുകളിൽ ശൗചം ചെയ്തു തുടങ്ങിയിരിക്കുന്നു. അന്നു രാത്രി എനിക്ക് സത്യഭാമയെ കിടക്കയിൽ വെച്ച് പരിക്കേൽപ്പിക്കാൻ എത്ര ശ്രമിച്ചിട്ടും സാധിച്ചില്ല. രാമന്തളിയുടെ കാൽവെള്ളയിലൂടെ മല ഗന്ധം മുറി തുളച്ചെത്തുന്നു. എനിക്ക് ശ്വാസം മുട്ടുന്നതുപോലെ തോന്നി.

"ആരെയാണ് മലം മണക്കുന്നത്? നിന്നെയോ എന്നെയോ? നമ്മുടെ ഈ കുടുസ്സായ കിടപ്പ് മുറിയോ?" ഞാൻ ഉറക്കം വരാതെ ആധിപ്പെട്ടുകൊണ്ട് സത്യഭാമയോട് ചോദിച്ചു. അവൾ പതിവില്ലാത്ത വിധം ഇരുട്ടിൽനിന്ന് ആത്മഗതം കൊണ്ടു:

"നമ്മളെ രണ്ടാളെ വിയർപ്പിനും പതിവില്ലാത്ത ഒരു നാറ്റം ഇണ്ട്, സെപ്റ്റിക് ടേങ്കീന്റെ ഓട്ടേന്ന് വെര്ന്നെ അതേ കെട്ട നാറ്റം." അവൾ ഉറങ്ങാൻ വയ്യാതെ തിരിഞ്ഞും മറിഞ്ഞും സമയം തള്ളി നീക്കി.

എനിക്കും അവൾ പറഞ്ഞത് ശരിയായി തോന്നി. നാട് ആകപ്പാടെ ഒരു കക്കൂസായി രൂപാന്തരം സംഭവിച്ചതുപോലെ എനിക്ക് തോന്നി.

"സത്യേ, നമ്മ ഇപ്പം ഏട്യാന്? കക്കൂസിന്റെ പൊറത്തോ ആത്തോ?"

എന്റെ ചോദ്യം കേട്ട് സത്യഭാമ മിഴിച്ചു നോക്കി. എന്നിട്ടു പറഞ്ഞു:

"ടാങ്കിന്റെ മേലെ ആവും, തായ പട്ടാളക്കാരെ എസ്.ടി.പി.ന്റെ പൈപ്പ്ന്ന് മലം ഒലിച്ച് കെണറ്റിലേക്ക് എറങ്ങ്ന്നത് പോലെ കുടുകുടാന്നൊര് ഒച്ച ഞാനിന്നല പൊലച്ചക്ക് സ്പ്നത്തില് കേട്ടു. പൊലച്ചക്ക് കാണ്ന്നതൊന്നും ബെറും തോന്നലാവൂലപ്പ. നിങ്ങ കണ്ടോ." അവൾ എന്നെ അത്ഭുതപ്പെടുത്തിക്കൊണ്ട് വിശദീകരിച്ചു.

തോക്കനെ മണികണ്ഠനെ ഏൽപ്പിച്ച് വീട്ടിലെത്തിയ ഞാൻ ഒന്ന് നടുനിവർക്കാമെന്ന് കരുതി കിടക്കയിലേക്ക് ചാഞ്ഞതും എന്നെ ആരോ വിളിക്കുന്നു. നോക്കിയപ്പോൾ മണികണ്ഠനാണ്.

“അയാൾക്ക് ഒറ്റയ്ക്ക് കിടക്കാൻ ധൈര്യം വെര്ന്നില്ല, നിങ്ങള കെടക്കാൻ വിളിക്ക്ന്ന്.” മണി പറഞ്ഞു.

അവൻ കൂട്ടിച്ചേർത്തു. “കക്ഷി അഞ്ചാറെണ്ണം ഒറ്റ വെലിക്ക് കേറ്റി. എഡക്കെഡക്ക് കരച്ചിലും ബഹളൂം തന്നെ. വല്ലാത്ത പേടിത്തൊണ്ടന്റെ കളിയാ മൂപ്പർക്ക്, നിങ്ങ ഒന്ന് ബാ.”

മണികണ്ഠന്റെ വീട്ടിൽ നട്ടപ്പാതിരയ്ക്ക് ഒരു ചെറിയ ടോർച്ചും മിന്നിച്ച് ഞാനെത്തുമ്പോഴേക്കും കഥയ്ക്ക് ഒട്ടും പ്രതീക്ഷിക്കാത്ത മറ്റൊരു ക്ലൈമാക്സ്. സമരത്തിന് തന്റെ ഐക്യദാർഢ്യം രഹസ്യമായി അറിയിക്കാൻ വേണ്ടി സമരപ്പന്തലിലേക്ക് തോക്കൻ ഒറ്റയ്ക്ക് പോയത്രെ.

എനിക്ക് തോക്കനോട് സത്യമായും സഹതാപവും ദേഷ്യവും തോന്നി. നാട് മുഴുവൻ ശുദ്ധജലത്തിന് വേണ്ടി പോരാടുമ്പോൾ, അക്കാര്യം തുറന്ന് പ്രഖ്യാപിക്കാൻ കഴിയാത്ത തോക്കന്റെ ഭീരുത്വം എന്നെ ഞെട്ടിച്ചു. ഞാൻ ആ സെക്കന്റിൽ നിരാഹാരത്തിന്റെ ഒൻപതാം ദിവസവും പ്രതിരോധത്തിന്റെ ഉജ്ജ്വല ഗാഥയായി മാറിയ പോരാളി വനിതയെ വിളിച്ച് സത്യം പറഞ്ഞു.

“ഓൻ നാടു വിട്ടു പോയ തോക്കൻ സുനിയാണ്, സുബ്രഹ്മണ്യക്കുറുപ്പിന്റെ മോൻ, ഓൻ ചത്തു പോയീന്നാ നാട്ടുകാരീം ഓന്റെ ചാവാൻ കെഡക്ക്ന്ന അമ്മേന്റീം വിജാരം. നാള പൊലരുമ്പം ഈ സത്യം ലോകം അറിയണം ഏച്ചീ.”

ബോധം കുറേശ്ശെ മങ്ങിത്തുടങ്ങിയിട്ടുപോലും അവർ അക്കാര്യം ഗൗരവത്തോടെ ഉൾക്കൊണ്ടു.

പിറ്റേന്ന് രാമന്തളിക്കാർ ശുഭകേശന്റെ ഉള്ളിൽ ഒളിച്ചു കഴിയുന്ന തോക്കൻ സുനിയെ തിരിച്ചറിഞ്ഞു. നാട്ടുകാർ അവനെ പുച്ഛത്തോടെ നോക്കുകയും കണക്കറ്റ് പരിഹസിക്കുകയും ചെയ്ത ശേഷം ഒരു പ്രകടനമായി സമരപ്പന്തലിൽനിന്നും തോക്കനെയും കൂട്ടി അവന്റെ ശയ്യാവലംബിയായ അമ്മയെ ചെന്നു കാണാൻ തീരുമാനമെടുക്കുകയും ചെയ്തു. ഇത്തരം അധാർമ്മികതയെ തിരുത്തേണ്ടത് ശുദ്ധജലത്തിനുവേണ്ടി ധർമ്മസമരം നടത്തുന്നവരുടെ ബാധ്യതയാണെന്ന് പൊതുവെ വിലയിരുത്തപ്പെട്ടു. തലേന്ന് അർദ്ധരാത്രിയിലെ തോക്കന്റെ ചില പ്രകടനങ്ങൾ മുമ്പ് പ്രഭാത് ബുക്ക് ഹൗസ് മലയാളത്തിൽ പ്രസിദ്ധീകരിച്ച റഷ്യൻ നോവലുകളിലെ ചില കഥാപാത്രങ്ങളുടെ മാനസികവ്യാപാരങ്ങൾ ഓർമ്മിപ്പിച്ചുവെന്ന് സമരത്തെ ഇരവുപകൽ ഹൃദയപൂർവം പിന്തുണച്ചുകൊണ്ടിരിക്കുന്ന ആദരണീയനായ ഒരെഴുത്തുകാരൻ പിന്നീട് സമരഭടന്മാർക്കിടയിൽ അഭിപ്രായപ്പെടുകയുണ്ടായി.

രണ്ട്

ശുഭകേശൻ തന്റെ അമ്മയുടെ ചൈതന്യം വറ്റിയ കണ്ണുകളിലേക്ക്, പശ്ചാത്താപവിവശതയോടെ നോക്കി. അവിടെനിന്ന് തിരിച്ചറിവിന്റെ ഒരു തരിപോലും ഇങ്ങോട്ടേക്ക് പ്രസരിക്കുന്നില്ല. മാവിന്റെ പലകക്കട്ടിലിൽനിന്ന് മരണാസന്നയായ വൃദ്ധമാതാവിന്റെ ശോഷിച്ച കൈ പൊക്കിയെടുത്ത് അയാളുടെ ഒറ്റയ്ക്കും തെറ്റയ്ക്കും വെളുത്തുതുടങ്ങിയ, ഇടതൂർന്ന തലമുടിക്കാടിൽ വിരലോടിപ്പിച്ചു. മൂർദ്ധാവിൽ മുടി വളരാത്തൊരു ശൂന്യസ്ഥലിയിൽ ആ കൈ തടഞ്ഞപ്പോൾ അമ്മയുടെ ചുണ്ടുകൾ പതുക്കെ അനങ്ങി:

"സു... നീ..!"

കണ്ടുനിന്നവർ വിസ്മയം കൊള്ളെ ആ ചുണ്ടുകൾ വെള്ളത്തിനായി പരതി.

"ബോട്ടിൽ വെള്ളും കയിഞ്ഞു."

"നീയാ ഓമനേന്റെ വീട്ടിലേക്ക് വിളിച്ച് നോക്യാൻ, ആട പഞ്ചായത്ത് വെള്ളം ബാക്കീണ്ടോന്ന്." കൂട്ടത്തിലാരോ പറഞ്ഞു.

ശുഭകേശന് തന്റെ ഹൃദയഭാരം താങ്ങാൻ കഴിഞ്ഞില്ല. അനുനിമിഷം അമ്മയുടെ ദേഹം തണുത്തുകൊണ്ടിരിക്കുന്നു. ഒരു പാപിയെപ്പോലെ ശുഭകേശൻ ഭ്രമാത്മകമായി സ്വപ്നസഞ്ചാരം നടത്തുന്ന അമ്മയുടെ തളർന്ന കണ്ണുകളിലേക്ക് വീണ്ടും നോക്കി. തനിക്ക് ഈ സന്ദിഗ്ദ്ധ നിമിഷത്തിൽ സ്വന്തം കിണറിലെ ഒരു തുള്ളി വെള്ളം പോലും അമ്മയ്ക്ക് കൊടുക്കാനുള്ള ശേഷിയില്ലെന്ന് അയാൾ കുറ്റബോധത്തോടെ ഓർത്തു.

വലിഞ്ഞു മുറുകി ശബ്ദം ചത്തുപോയ ആ നിമിഷത്തിൽ, ചുറ്റും കൂടി നിൽക്കുന്നവർക്കിടയിൽ ഒരു തുളവീഴ്ത്തി അയാൾ വടക്കിനിയിലൂടെ പുറത്തേക്കോടി

കിണറിനടുത്തെത്തി ആൾമറയുടെ കൽപ്പടവുകളിൽ കയറിനിന്ന് ഇരുമ്പിന്റെ കപ്പിക്കൊളുത്ത് ഇളക്കിയെടുത്ത്, കയർ ഊരിമാറ്റി കമ്പക്കയർ ആൾമറയുടെ തൂണിൽ ചുറ്റിക്കെട്ടി അയാൾ പടവുകൾ ഇറങ്ങാൻ തുടങ്ങി. ആളുകൾ അയാളെ പിന്തിരിപ്പിച്ചുകൊണ്ട് ബഹളം വെച്ചതൊന്നും ഗൗനിക്കാതെ വിദഗ്ദ്ധനായ ഒരു കിണറുകുത്തുകാരനെപ്പോലെ താഴേക്കിറങ്ങി അയാൾ കീഴ്പ്പടവിൽ വെള്ളത്തിന്റെ നിലയിലെത്തി. അരക്കിറുക്കനെപ്പോലെ ശരീരം ഇളക്കിക്കൊണ്ട് കറുത്ത് കലങ്ങിയ കക്കൂസ് വെള്ളം സ്വന്തം കൈക്കുമ്പിളിൽ വാരിയെടുത്ത് കണ്ണുകളടച്ച് ആർത്തിയോടെ കുടിച്ചുതുടങ്ങിയതും കിണറിന്റെ ആൾമറയ്ക്കു ചുറ്റും ഒരു മുൾമുനപ്പുറത്ത് തരിച്ചു

നിന്ന രാമന്തളിക്കാർ, അപ്പോൾ തന്നെ ആ സർ റിയലിസ്റ്റിക്ക് അന്ത രീക്ഷം കുത്തിപ്പൊളിച്ചു.

“നീ ആ കയറ് ഒന്ന് വൃത്തിയായി മുറുക്കിക്കെട്ട്.” ആൾക്കൂട്ട ത്തിനിടയിൽനിന്ന് കുട്ടി പറഞ്ഞു:

“ഓൻ ഇപ്പോൾ ചാവുന്നതിൽ ഒരു ലോജിക്കുമില്ല. കിണറി നടിയിലെ, പ്രത്യയശാസ്ത്രരഹിതമായ ഒരു ശൂന്യതയിൽ അവൻ നീലിച്ചു കിടക്കുന്നത് ആർക്കും ഒരു ഗുണവും ചെയ്യില്ല.”

പെട്ടെന്ന് അവിടെ കൂടി നിന്ന വനിതാസേനയ്ക്ക് അതിന്റെ ഗുട്ടൻസ് പിടികിട്ടി. അതിന്റെ വെളിപാടിൽ മൂന്ന് ചെറുപ്പക്കാരികൾ അടുത്ത നിമിഷങ്ങളിൽ കിണറിലേക്ക് ഊളിയിട്ടു. ഒരു പ്ലാസ്റ്റിക് കസേരയിൽ ശുഭകേശനെ കരയ്ക്കെത്തിച്ചപ്പോൾ അയാൾക്ക് മര ണത്തെ അതിജീവിക്കാനുള്ള ജീവൻ ഉണ്ടെന്ന് ആളുകൾക്ക് ബോധ്യ മായി.

“ഓന്റെ മനസ്സിന്റെ ആധി മൂത്ത് ഒരു വേണ്ടാതീനം കാണിച്ചു പോയി, അല്ലാതെ അവനെന്തു പിഴച്ചു?” ഞാൻ വേവലാതിയോടെ നാലുഭാഗത്തേക്കും നോക്കി പറഞ്ഞു.

അവന്റെ വീർത്ത കുടൽ ഒരു കൂറ്റൻ ബലൂണിനേക്കാൾ വലിപ്പ മുണ്ടായിരുന്നു. കൂടി നിന്ന ആൾക്കൂട്ടത്തിൽ നിന്ന് രണ്ട് ചെറുപ്പ ക്കാർ ശുഭകേശന്റെ വീർത്തുനിന്ന കുടൽ അമർത്തിപ്പിഴിയാൻ തുടങ്ങി. അവന്റെ അടഞ്ഞു കിടന്ന വായ മലർക്കെ തുറന്ന് അതിൽ നിന്നും മലിനജലം പുറത്തേക്കൊഴുകി.

പിന്നെ, ആ കർമ്മനിരതമായ മനുഷ്യസൈന്യത്തെ അമ്പരപ്പിച്ചു കൊണ്ട് അവന്റെ ഉള്ളിൽനിന്നും അടിഞ്ഞു കൂടിയ ഖരമാലിന്യ ത്തിന്റെ അജീർണ്ണം പൊയ്പ്പോയ ഒരു കാലത്തിന്റെ ദുർഗ്ഗന്ധം അനുഭവിപ്പിച്ചുകൊണ്ട് പൊടുന്നനെ ഒരു കുന്നായി രൂപം കൊണ്ടു. പത്രത്താളുകളിൽ ദുർമേദസ്സുപോലെ മുഴച്ചുനിന്ന തലക്കെട്ടുകളിലെ അശ്ലീലങ്ങളിൽ പാഴായിപ്പോയ അച്ചടിമഷി ആ മാലിന്യങ്ങൾക്കു മീതെ കറുത്ത അരിമ്പാറകൾപോലെ കുമിഞ്ഞു കൂടി. നിഷ്ക്കളങ്ക രായ ആ ചെറുപ്പക്കൂട്ടത്തിനും അമ്മമാർക്കും വൃദ്ധർക്കും കുട്ടി കൾക്കുമിടയിൽ നിന്ന് ശുഭകേശൻ പതുക്കെ അവന്റെ അബോധ ത്തിലാഴ്ന്ന കണ്ണുകൾ തുറന്നു. അവിഹിതം രഹസ്യമായി വെക്കാൻ വിധിക്കപ്പെട്ട ഒരു സ്ത്രീയുടെ അബോർഷനുശേഷമുള്ള ശാന്തത അവന്റെ മുഖത്ത് പ്രകടമായിരുന്നു.

ആദ്യത്തെ ചാനലുകാരൻ ആ പരിസരത്ത് എത്തുമ്പോഴേക്കും സമരഭടന്മാർ ശുഭകേശനെ ഒരു വലിയ കുഴികുത്തി ആ മാലിന്യ ത്തോടൊപ്പം പ്രതീകാത്മകമായി അടക്കം ചെയ്ത് വനിതകൾ ആഹ്ലാദത്തോടെ പെരിയാട്ട കൊവ്വലിലേക്ക് ജാഥ നടത്തി.

കുറേ ദിവസങ്ങൾക്കു ശേഷം പെരിയാട്ടെ കൊവ്വലിൽ നടന്ന സമരത്തിന്റെ വിജയാഹ്ലാദപ്രകടനത്തിൽ എന്റെ ഓള് സത്യഭാമയും പെങ്ങൾ കമലാക്ഷിയും വനിതാസേനയ്ക്കൊപ്പം സജീവമായി ഉണ്ടായിരുന്നു.

ആ ദിവസങ്ങളിൽ ജലസമരത്തെ കാല്പനികമാക്കിയ ശുഭകേശനെക്കുറിച്ച്, ഞങ്ങൾ രാമന്തളിക്കാർ കുറേ ചർച്ച ചെയ്യുകയും ഒരാഘോഷമെന്നപോലെ ചിരിച്ചു പുളയുകയും ചെയ്തു. അകത്തെ വിഷാംശം ഒന്നു പോയിക്കിട്ടാൻ അവൻ രണ്ട് ദിവസം ആശുപത്രിയിൽ കഴിഞ്ഞിരുന്നു. ഒരുറപ്പിന് ഡോക്ടർമാരുടെ നിർദ്ദേശപ്രകാരം വയർ കഴുകിയ ശേഷം അവൻ ആശുപത്രി വിട്ടു.

അവൻ ഞങ്ങളിൽ ആശ്ചര്യം ജനിപ്പിച്ചുകൊണ്ട്, ഞങ്ങൾക്കിടയിൽ ഒരനാഥപ്രേതംപോലെ അടുത്ത ദിവസങ്ങളിൽ അലഞ്ഞു തിരിയാൻ തുടങ്ങി. പഴയ ലോഹ്യം കൂടലിന് അവൻ എന്നെ സമീപിച്ചതേയില്ല. ഒരു മടങ്ങിപ്പോക്കിന് അവൻ തയ്യാറായതുമില്ല.

ചില കാര്യങ്ങൾ, ധാർമ്മികമായ ഒരു സാമൂഹിക ബാധ്യത പോലെ നമ്മൾ ബോധപൂർവം മറന്നുപോകേണ്ടതുണ്ട്.

അതുകൊണ്ട്, എന്റെ മരുമക്കൾ ഭാവിയിൽ ഈ കാലം എങ്ങനെ ഓർക്കുമെന്നത് 'ചായ ഇല്ല' ബോർഡ് അഴിച്ചു മാറ്റുന്നതിനിടയിൽ ഞാനാലോചിച്ചു നോക്കി.

കുടിവെള്ളം മുട്ടിക്കുന്നതിനെതിരെ സമരം ചെയ്യാൻ വേണ്ടി, നാടു വിട്ടുപോയ തോക്കൻ സുനി മടങ്ങി വന്നു എന്ന് ചിലപ്പോൾ കാലം തെറ്റിദ്ധരിച്ചു പോയാൽ അതിൽ അത്ഭുതപ്പെടാൻ എന്തിരിക്കുന്നു?

■